D1772097

படைப்புக்கலை

படைப்புக்கலை

அசோகமித்திரன் (1931–2017)

இயற்பெயர் ஜ. தியாகராஜன். செகந்தராபாத்தில் பிறந்தார். மெஹ்பூப் கல்லூரியிலும் நிஜாம் கல்லூரியிலும் ஆங்கிலம், இயற்பியல், வேதியியல் படித்தார். தந்தையின் மறைவுக்குப்பின் இருபத்தொன்றாம் வயதில் குடும்பத்துடன் சென்னைக்குக் குடியேறினார். *கணையாழி* மாத இதழின் ஆசிரியராகப் பல ஆண்டுகள் பணியாற்றினார்.

1951 முதல் தமிழிலும் ஆங்கிலத்திலும் எழுதினார். சிறுகதை, குறுநாவல், நாவல், கட்டுரை, விமர்சனம், சுய அனுபவப் பதிவு போன்ற பிரிவுகளில் அறுபது நூல்களுக்கு மேல் எழுதியிருக்கிறார். பல இந்திய மொழிகளிலும் சில ஐரோப்பிய மொழிகளிலும் இவரது நூல்கள் மொழிபெயர்க்கப்பட்டுள்ளன. 1973இல் அமெரிக்காவின் அயோவா பல்கலைக்கழகத்தின் எழுத்தாளர்களுக்கான சிறப்புப் பயிலரங்கில் கலந்துகொண்டவர்.

1996ஆம் ஆண்டு சாகித்திய அக்காதெமி விருதுபெற்றார்.

அசோகமித்திரன் தனது 85வது வயதில், 23.03.2017 அன்று சென்னை வேளச்சேரியில் காலமானார்.

மனைவி: ராஜேஸ்வரி. மகன்கள்: தி. ரவிசங்கர், தி. முத்துக்குமார், தி. ராமகிருஷ்ணன்.

அசோகமித்திரனின் பிற காலச்சுவடு வெளியீடுகள்

நாவல்

- ❖ 18வது அட்சக்கோடு (கிளாசிக் வரிசை)
- ❖ ஒற்றன்!
- ❖ யுத்தங்களுக்கிடையில் . . .
- ❖ மானசரோவர் (கிளாசிக் வரிசை)
- ❖ தண்ணீர் (கிளாசிக் வரிசை)
- ❖ கரைந்த நிழல்கள் (கிளாசிக் வரிசை)
- ❖ இந்தியா 1944-48
- ❖ இன்று
- ❖ ஆகாயத் தாமரை

சிறுகதை

- ❖ ஐந்நூறு கோப்பைத் தட்டுகள் (கிளாசிக் வரிசை)
- ❖ வாழ்விலே ஒரு முறை (முதல் சிறுகதைத் தொகுப்பு வரிசை)
- ❖ அழிவற்றது
- ❖ 1945இல் இப்படியெல்லாம் இருந்தது . . .
- ❖ இரண்டு விரல் தட்டச்சு
- ❖ அசோகமித்திரன் சிறுகதைகள் (முழுத் தொகுப்பு)
- ❖ அமானுஷ்ய நினைவுகள்

குறுநாவல்

- ❖ இன்ஸ்பெக்டர் செண்பகராமன்
- ❖ அசோகமித்திரன் குறுநாவல்கள் (முழுத் தொகுப்பு)
- ❖ மணல் (கிளாசிக் வரிசை)

கட்டுரை

- ❖ எரியாத நினைவுகள் (கிளாசிக் வரிசை)
- ❖ சில ஆசிரியர்கள் சில நூல்கள்

அசோகமித்திரன்

படைப்புக்கலை

காலச்சுவடு பதிப்பகம்

அன்பார்ந்த வாசகருக்கு,

வணக்கம்.

காலச்சுவடு நூலை வாங்கியமைக்கு நன்றி.

நூலின் உள்ளடக்கம், உருவாக்கம், அட்டைப்படம் இன்ன பிற அம்சங்கள் பற்றிய உங்கள் கருத்துகளையும் ஆலோசனைகளையும் காலச்சுவடு வரவேற்கிறது. தகவல், எழுத்து, வாக்கியப் பிழைகள் தென்பட்டால் கட்டாயம் தெரிவித்து உதவுங்கள். நூல் தயாரிப்பில் கடும் குறைபாடு இருப்பின் மாற்றுப் பிரதி உங்களுக்குக் கிடைக்கக் காலச்சுவடு ஏற்பாடு செய்யும்.

மின்னஞ்சல்: publisher@kalachuvadu.com

காலச்சுவடு நாகர்கோவில் தலைமையகத்துக்கும் கடிதம் அனுப்பலாம்.

தங்கள்
எஸ்.ஆர். சுந்தரம் (கண்ணன்)
பதிப்பாளர் – நிர்வாக இயக்குநர்

படைப்புக்கலை ♦ கட்டுரைகள் ♦ ஆசிரியர்: அசோகமித்திரன் ♦ ©ராஜேஸ்வரி, தி. ரவிசங்கர், தி. முத்துக்குமார், தி. ராமகிருஷ்ணன் ♦ முதல் பதிப்பு: ஆகஸ்ட் 1987 ♦ காலச்சுவடு முதல் பதிப்பு: செப்டம்பர் 2021 ♦ வெளியீடு: காலச்சுவடு பப்ளிகேஷன் (பி) லிட்., 669, கே. பி. சாலை, நாகர்கோவில் 629001

காலச்சுவடு பதிப்பக வெளியீடு: 1008

paTaippukkalai ♦ Essays ♦ Author: Ashokamithran ♦ ©Rajeswari, T. Ravishankar, T. Muthukumar and T. Ramakrishnan ♦ Language: Tamil ♦ First Edition: August 1987 ♦ Kalachuvadu First Edition September 2021 ♦ Size: Demy 1 x 8 ♦ Paper: 18.6 kg maplitho ♦ Pages: 160

Published by Kalachuvadu Publications Pvt. Ltd., 669, K.P. Road, Nagercoil 629001, India ♦ Phone: 91-4652-278525 ♦ e-mail: publications@kalachuvadu.com ♦ Printed at Print Point Offset Printers, Nagercoil 629001

ISBN: 978-93-91093-06-8

09/2021/S.No. 1008, kcp 3164, 18.6 (1) 9ss

பொருளடக்கம்

இரு நிமிடங்கள் ...	9
1. அமெரிக்க ஆங்கிலமும் இலங்கைத் தமிழும்	13
2. துரோகிகள்!	17
3. காலமும் ஓட்டமும் தமிழ்நடையும்	20
4. ஏன்?	26
5. நான்கு தமிழ் நாவல்களில் காதல்	30
6. மெய் பொய்	37
7. ஒரு சிறு பத்திரிகைக்கு வேண்டுகோள்	42
8. சமகாலமும் சம்பிரதாயமும்	48
9. வாழ்க்கை வரலாறு – சில உண்மைகள்	51
10. மனைவிகள்	55
11. மரிலின்	61
12. இன்றைய இந்திய நாவல் இலக்கியத்தின் – முக்கிய போக்குகளும் நாவல்களின் பாதிப்புகளும் வளர்ச்சியும்	65
13. எழுத்தாளர் பிரச்னைகள்	73
14. தற்காலத் தமிழ் எழுத்தில் வாழ்க்கையின் நிலையான – நிலையற்ற பயன்களின் பிரதிபலிப்பு	82
15. ஒரு வெகுஜனப் பத்திரிகைக்கு	91
16. இந்தியாவில் நடந்ததோர் அமெரிக்கக் கருத்தரங்கு	94

17. மூன்று நாவல்கள்	104
18. 'லைஃப், லிபர்ட்டி, பர்ஸ்யூட் ஆஃப் ஹாப்பினஸ்'	108
19. விமர்சனத்தின் விமர்சனம்	115
20. தமிழ் நாவல் ஒரு கண்ணோட்டம்	122
21. தற்காலத் தமிழ்ப் புனைகதையில் சமுதாய யதார்த்தச் சித்திரிப்பு	132
22. சாவெனும் கிழப்பரத்தை	140
23. பூர்வ பிரசுரக் குறிப்புகள்	149
சொல், பெயர் அகராதி	153

இரு நிமிடங்கள்...

சுமார் முப்பதாண்டுகளாகப் பிரதானமாகக் கதைகள் எழுதுபவனாக இருந்துவிட்டாலும் கதையல்லாததும் நான் நிறையவே எழுத நேர்ந்திருக்கிறது. அப்படி எழுதியதில் ஒரு பகுதி இங்கு தொகுத்துத் தரப்பட்டிருக்கிறது. வாழ்க்கையின் பல்வேறு அம்சங்களைக் கருப் பொருளாகக் கொண்டிருப்பதால் இவை வெவ்வேறு கட்டுரைகள் போலத் தோன்றினாலும் அடிப்படையில் அனைத்துமே மனித நாகரிகத்தையும் பரிணாம வளர்ச்சியையும்தான் விவாதிக்கின்றன.

பள்ளியிலும் கல்லூரியிலும் கல்வி புகட்டுவதற்குரியதாகப் பயன்படுத்தும் சாதனங்களில் கட்டுரைகள் முக்கியமானவையாக இருக்கின்றன. இரண்டாம் வகுப்பிலிருந்து கல்லூரி இறுதிவரை மாணவர் அறிவை விரிவுபடுத்துவதற்குப் பாடப்புத்தகங்கள் கட்டுரை வடிவத்தைத்தான் பயன்படுத்துகின்றன. நான் பள்ளியில் படித்த நாட்களில் இப்பாடப் புத்தகங்கள் அரசு அல்லது வெவ்வேறு நிறுவனங்களால் வெளியிடப்பட்டிருக்கும்; 'துரைத்தனத்தா'ரால் அங்கீகரிக்கப்பட்டிருக்கும். சில பாடப் புத்தகங்களில் ஒருசில கட்டுரைகளாவது அக்கட்டுரையாசிரியர்களை அப்புத்தகங்களுக்கு வெளியேயும் நாடிப் போகத் தூண்டும். பாடப்புத்தகங்கள் படிப்போர்மீது செலுத்தும் செல்வாக்கு கணிசமானது; நிரந்தரமானது என்று கூடச் சொல்லலாம். மாபெரும் இலக்கியங்கள், சிந்தனைக் கருவூலங்கள் என்று கருதப்படும்

நூல்களைக் காட்டிலும் மனித குலத்தின் மீது பாடப் புத்தகங்களின் பாதிப்பு அதிகம் என்றால் அது தவறாகாது.

உரைநடை மரபு வலுவாயுள்ள மொழிகளில்தான் இலக்கிய ஆசிரியர்களின் கட்டுரைகளைப் பள்ளிப் படிப்பு கட்டத்திலேயே பாடப் புத்தகங்களில் எழுதிக்கொள்ள நேருகிறது. பாத யாத்திரையின் விசேஷ மகிழ்ச்சிகள் குறித்து வில்லியம் ஹாஸ்லிட் கட்டுரை எழுதியபோது இரு நூறாண்டுகளுக்குப் பிறகு ஆறாயிரம் மைல்களுக்கப்பால் அக்கட்டுரை பத்தாம் வகுப்பு மாணவர்களுக்கு ஒரு பாடமாகக் கற்பிக்கப்படும் என்று நினைத்திருக்க முடியாது. நான் அதே கட்டுரையை மீண்டும் கல்லூரியிலும் கற்க நேர்ந்தது. ஹாஸ்லிட்டை மறுப்பதுபோல அதே தலைப்பில் ஜீ.கே. செஸ்டர்டன் எழுதிய கட்டுரையையும் கற்க வேண்டியிருந்தது. ஹாஸ்லிட் கட்டுரையிலிருந்தும் செஸ்டர்டன் கட்டுரையிலிருந்தும் இன்னும் பல பத்தொன்பது, இருபதாம் நூற்றாண்டுக் கட்டுரையாசிரியர்கள் படைப்புகளிலிருந்தும் கற்கவும் உற்சாகம் பெறவும் நிறையவே வாய்ப்பிருந்தது. பின்னொரு காலத்தில் கட்டுரை வடிவத்தில் நான் ஏதாவது எழுத நேர்ந்தால் அது ஓரளவாவது பொருளும் பொதிந்து ஒரு ரசானுபவமும் கொண்டதாக அமைய வேண்டும் என்று அன்றே நினைத்ததுண்டு. அப்படி ஓர் இலக்கு தெளிவுபட நான் எண்ணற்ற படைப்பாளிகளுக்குக் கடமைப்பட்டிருக்கிறேன்.

இத் தொகுப்பிலுள்ள கட்டுரைகள் சுமார் இருபது, இருபத்தைந்து ஆண்டு காலப் பரப்பில் எழுதப்பட்டவை. (காலத்தைக் குறிக்கவும் பரப்பு எனும் சொல் பொருந்துமா?) 1970களில் சில ஆண்டுகளுக்கு சி.எல்.எஸ். நண்பர் வட்டம் ஆண்டுதோறும் தற்காலப் படைப்புகள் குறித்துக் கருத்தரங்குகள் நடத்தியது. 'இலக்கியச் சங்கம்' என்றொரு அமைப்பு மாதந்தோறும், இரு கூட்டங்களைக் கருத்தரங்கு வடிவில் நடத்தியது. சென்னை நகரம் வரையில் ஆண்டுக்குச் சுமார் ஐம்பது கருத்தரங்குக் கட்டுரைகளாவது எழுத்தார்வம் மிக்கவர்களுக்குக் கிடைத்தது. என்னுடைய முதல் கட்டுரைகள் கருத்தரங்குக் கட்டுரைகளே. இத்தொகுப்பில் கருத்தரங்குகளைப் பற்றிய கட்டுரைகளும் இரண்டு உள்ளன. எந்த நோக்கத்திற்காக எந்தச் சந்தர்ப்பத்தில் எழுதப்பட்டாலும் இவை எதுவும் எல்லாம் அறிந்த நிலையில் அல்லது நினைப்பில் எழுதப்படவில்லை. உண்மையில் பல கட்டுரைகள் பல உண்மைகளை எனக்கே தெளிவுபடுத்திக்கொள்ளும் பயிற்சியாக இருந்திருக்கின்றன. கருத்தரங்குக்காக எழுதப்பட்டாலும் பிரசுரத்துக்காக எழுதப்பட்டாலும் இக்கட்டுரைகள் எல்லாமே எழுதப் படிக்கத்

தெரிந்த எல்லாருடனும் பகிர்ந்துகொள்ளப்பட வேண்டுமென்ற எண்ணத்தில்தான் உருவாகின.

ஒரு கதாசிரியன் எவ்வளவுதான் கதைகள் எழுதினாலும் ஒரே கதையைத்தான் மா(ற்)றி மா(ற்)றி எழுதுகிறான் என்ற கூற்றில் உண்மையில்லை என்று கூறிவிட முடியாது. இதையே இன்னும் சிறிது விஸ்தரித்தோமானால் அவன் என்ன எழுதினாலும் அது அந்த ஒரே கதையின் இன்னொரு வடிவம்தான் என்றும் கூறிவிட முடியும். இத் தொகுப்பிலுள்ள கட்டுரைகளை ஒரு சேர இப்போது படித்தபோது எனக்கு அவை என் கதைகள் இவ்வளவு ஆண்டுகள் சொல்லி வரும் செய்தியைத்தான் வெவ்வேறு தகவல்கள் கொண்டு சொல்வதாகத் தோன்றியது.

இக்கட்டுரைகளை எழுத நேர்ந்தபோது ஒரு சில எனக்கு நிர்ப்பந்தமாகக்கூடத் தோன்றியிருக்கின்றன. ஆனால் எழுதி முடித்தபின் இவை அனைத்தும் என் சிந்தனைக்கும் கவனத்துக்கும் நிறைய ஊக்கம் தந்திருக்கின்றன. ஒரு நல்ல கதையை எழுதி முடிப்பதில் விளையும் ஊக்கத்துக்கும், உற்சாகத்துக்கும், மன நிறைவுக்கும் இது சற்றும் குறைந்ததல்ல. இவற்றை இத்தொகுப்பு மூலம் வாசகர்களுடன் பகிர்ந்துகொள்வது சாத்தியமானால் நான் மிகுந்த மகிழ்ச்சியடைவேன்.

சென்னை,
1987

அசோகமித்திரன்

1

அமெரிக்க ஆங்கிலமும் இலங்கைத் தமிழும்

இருநூற்று ஒரு ஆண்டுகளுக்கு முன்பு இன்று பொதுவாக அமெரிக்கா என்று அறியப்படும் ஐக்கிய அமெரிக்க மாநிலம், ஒரு நாடாக, இங்கிலாந்து ஆட்சியைத் தூக்கி எறிந்துவிட்டு அரசியல் சுதந்திரம் அடைந்தது. அமெரிக்க சுதந்திரப் பிரகடனத்தை எழுதிய தாமஸ் ஜெஃப்பர்ஸன் ஒரு கடிதத்தில் இப்படிக் குறிப்பிட்டார்: "முதிய ஐரோப்பா நம் தோள்கள் மீது இனி அதிகமாகவே சாய வேண்டி வரும்..."

ஆனால் இலக்கியத்தைப் பொறுத்தவரை இந்தத் தன்னம்பிக்கை இருக்கவில்லை. அரசியல் சுதந்திரத்தைப் பெருமையாகப் போற்றியவர்கள் கலை கலாச்சாரத் துறைகளில் நீண்ட மரபு கொண்ட நாடுகள் முன்பு தாழ்வு மனப்பான்மையுடன்தான் செயல்பட்டார்கள். இங்கிலாந்து படைப்புகளும், எழுத்தாளர்களுமே மதிப்புக்குரியவர்களாக ஏற்கப்பட்டார்கள். உள்நாட்டுப் படைப்புகள் இங்கிலாந்து மற்றும் ஐரோப்பிய படைப்புகளைப் பிரதி எடுத்தது போலத்தான் எழுதப்பட்டன. இயல்பான படைப்பிலக்கியம் அமெரிக்காவில் தோன்றியபோது கூட அது இங்கிலாந்து படைப்புகளோடுதான் முதலில் ஒப்பிட்டுப் பார்க்கப்பட்டது. இந்திய மார்லன் பிராண்டோ என்று இன்னும் இங்கு காணப்படுவதுபோல அன்று அமெரிக்காவில் அமெரிக்க வால்டர் ஸ்காட், அமெரிக்க அலெக்ஸாண்டர் போப் என்று அழைக்கப்படுவது பொருத்தமாயும் பெருமை யாகவும் கருதப்பட்டு இருந்திருக்கிறது.

ஆனால் இலக்கியம் வெறும் மொழியைக் கொண்டு மட்டும் தோன்றுவது அல்ல. ஒரு பிரதேசத்தின் இயற்கை அம்சங்கள், வளங்கள், வரலாற்றுப் போக்கு, மக்கள் அனுபவிக்க நேர்ந்த இன்ப துன்பங்கள், அவர்களுடைய ஆசை அபிலாஷைகள், தத்துவத் தரிசனங்கள் இதெல்லாமும் ஒரு நாட்டு இலக்கியத்தின் வெவ்வேறு இழைகளாக அமைகின்றன. அமெரிக்க வாசகர்களும் அமெரிக்கப் படைப்பாளிகளும் இங்கிலாந்தைச் சார்ந்திருப்பதாகவே எண்ணிச் செயல்பட்ட அதே நாட்களில் அவர்களுடைய ஆத்மீக உத்வேகம் முற்றிலும் சுயமானதோர் இலக்கியத்தைத் தோற்றுவித்துக்கொண்டிருந்தது. அமெரிக்க வால்டர் ஸ்காட் என்று அழைக்கப்பட்ட ஜேம்ஸ் ஃபெனிமர் கூப்பர் எழுதிய நாவல்களை ஓர் இங்கிலாந்துக்காரர் எழுதியிருக்க முடியாது. மார்க் ட்வெயின் முற்றிலும் அமெரிக்காவுக்கே உரியதான இலக்கியம்தான் படைத்தார். ஆனால் உலக அரங்கில் இடம் வகிக்கத் தகுதி படைத்த சுயமான இலக்கியம் படைக்கிறோம் என்னும் தன்னம்பிக்கை அமெரிக்கருக்குப் பரவலாகத் தோன்றியது சமீபகாலத்தில்தான். இவ்வுணர்வு ஏற்படுவதில் அமெரிக்காவுக்கு அன்றிலிருந்து இன்றுவரை உறுதுணையாக இருந்து வருவது இங்கிலாந்தின் சம்பிரதாய 'வைரி'யான பிரான்சு நாடு. எட்கர் ஆலன் போவிலிருந்து இன்றைய கர்ட் வானிகட் வரை பிரெஞ்சு இலக்கிய வட்டாரங்களில் முதலில் கொண்டாடப்பட்டு, பின் அமெரிக்காவில் ஏற்றுக்கொள்ளப்படுவது வழக்கமாயிருந்து வருகிறது. இன்று அமெரிக்கன் மொழி என்றே தனியாக இலக்கணம், சொல்லகராதி, கலைக்களஞ்சியம் எனத் தனியாக வெளிவருகின்றன. இங்கிலாந்து ஆங்கிலம் இனிமேலும் அன்னிய நாட்டு ஆங்கில இலக்கியங்களுக்கு ஓர் உரைகல்லாக இல்லை. 'தனித்தனியானவர் ஆயினும் சமமானவர்' என்ற நடைமுறை உறவே அமெரிக்க ஆங்கில, ஆப்பிரிக்க ஆங்கில, கனேடிய ஆங்கில, ஆஸ்திரேலிய ஆங்கிலப் படைப்பாளிகளிடையே நிலவுகிறது. (இந்திய ஆங்கிலம் மட்டும் இன்னமும் காலனிப் பிரஜை மனோபாவத்திலிருந்து முழுதும் விடுபடாமலிருப்பதாகத் தெரிகிறது.)

அமெரிக்காவில் இலக்கியம் வீரியமும் வேகமும் கொண்டதற்கு ஒரு காரணம், அது இங்கிலாந்தின் அரவணைப்பை இழந்து இனித் தன்னையே நம்பியிருக்க வேண்டும் என்ற நிர்ப்பந்த நிலை ஏற்பட்டதுதான். சமீப காலம்வரை இங்கிலாந்திலுள்ளோர் அமெரிக்க முயற்சிகளை அலட்சிய மனப்பான்மையுடன்தான் கருதி வந்தார்கள். பிறருக்கு எடுத்துக்காட்டாக இருக்க வேண்டிய எழுத்தாளர்கள் கூட இந்த இகழ்ச்சி மனப்பான்மையை மாற்றவோ குறைக்கவோ உதவவில்லை. சார்ல்ஸ் டிக்கின்ஸ், பெர்னார்டு ஷா, டிலான் தாமஸ் போன்றோர் அமெரிக்க முயற்சிகளை அளவுக்கு

மீறியே எள்ளி நகையாடியிருக்கிறார்கள். இதெல்லாம் நேரடியாக இல்லாவிடினும் உள்ளூர ஒரு தற்காப்பு உணர்ச்சியைத் தூண்டி, தாக்குண்ட தன்மானம் நிலைமையை வெற்றிகொள்ள உறுதி கொள்ள வைத்துத் தரத்திலும் விதத்திலும் வீரியமிக்க அமெரிக்கப் படைப்புகள் தோன்ற வழிவகுத்திருக்கிறது.

ஒரு ஆங்கில மொழியிலிருந்து வெவ்வேறு நாட்டு இலக்கியங்கள் தோன்றியுள்ளதுபோலத் தமிழ் மொழியும் இந்தியத் தமிழ் இலக்கியம், இலங்கைத் தமிழ் இலக்கியம் என வெவ்வேறு பிரிவுகளாகியிருக்கிறது. இது தவிர கணிசமான எண்ணிக்கையில் தமிழ் பேசுவோர் வாழும் நாடுகளிலெல்லாம் அவ்விடத்திற்கேயுரிய இலக்கிய வளர்ச்சி தமிழ்மொழியில் ஏற்பட வாய்ப்பிருக்கிறது.

இலங்கைத் தமிழ் இலக்கிய வளர்ச்சியின் வரலாறு பல வகைகளில் அமெரிக்க ஆங்கில இலக்கிய வளர்ச்சியை ஒத்தது. அமெரிக்கா, இங்கிலாந்தைத் தாய்நாடென வழிபாடு செய்து வந்த மாதிரி இலங்கைத் தமிழர்களும் நீண்ட காலம் தமிழ் நாட்டை (அல்லது இந்தியாவை) போற்றி வந்திருக்கிறார்கள். இப்போக்கு மாறி இலங்கைத் தமிழ் இலக்கியம் சுதந்திரமும் முதிர்ச்சிபெற்ற ஆகிருதியும் பெற்றிருப்பதில் இந்த நூற்றாண்டின் அறுபதுகளில் அந்நாட்டில் நிகழ்ந்த சில தேசிய மாற்றங்களும் குறிப்பிடத்தக்க பங்கு பெற்றிருக்கின்றன.

ஒரு காலகட்டத்தின் சத்தியங்கள் அக்கால கட்டத்தின் வரலாற்றைவிட அப்போது எழுதப்பட்ட புதுக் கதைகளில் அதிகம் பொதிந்திருக்கும் என்பார்கள். இரண்டாம் உலகப் போருக்குமுன் இலங்கையில் வெளியான 'காந்த மலர்' என்னும் நாவலில் இப்படியொரு சம்பாஷணை வருகிறது:

"இப் பூமியில் உள்ள நாடுகளுக்கெல்லாம் தலைசிறந்து விளங்குவது இந்தியா. அதிலும் நமது நாட்டுக்குப் பெற்ற தாய் போன்று இருப்பது இந்தியா. அப்படிப்பட்ட தாய்நாட்டில் எப்போது குழப்பம் உண்டாயிற்றோ அக்காலையே எல்லாத் தேசங்களையும் நித்திராதேவி பிடித்தாட்டுகின்றாள். இந்த யாழ்ப்பாணமோ ஒரு சிறு நாடு. இதில் வசிப்பவர்களோ அந்நிய தேசத்தவரை உணவு முதற்கொண்டு உடுக்கும் வஸ்திரம் வரைக்கும் நம்பியிருப்பவர்கள். பாரத தேசத்தில் குழப்பமுண்டான நாட்டொடக்கம் சிறு நாடாகிய இந்த யாழ்ப்பாணத்திலும் வறுமை தலைப்பட்டு, இப்போது பராயம் எய்திவிட்டது ..."

இந்த நாவல் 1936இல் வெளிவந்திருக்கிறது. ஆசிரியர் சி.வை. தாமோதரம் பிள்ளை. பழைய *ஆனந்த விகடன்*, *ஆனந்த போதினி* பத்திரிகைகளை நினைவுறுத்தும் புத்தக அச்சு அமைப்பு.

சம்பாஷணை அநேகமாக எல்லாமே பேசுவோர் பெயர் போட்டு: – குறியிட்டுத்தான் எழுதப்பட்டிருக்கிறது. அந்நாள் தமிழ்நாட்டு நாவல்களும் பெரும்பான்மை அவ்விதமே எழுதப்பட்டது பலருக்குத் தெரிந்திருக்கும்.

இந்த நூல் *சோதிடபரிபாலினி* ஆசிரியர் இ.சி. இரகுநாதையர் அவர்களால் சோதிடப் பிரகாச யந்திர சாலையில் பதிப்பிக்கப் பெற்றது. இரகுநாதையரே பதிப்புரை ஒன்று எழுதியிருக்கிறார். அதிலிருந்து சில வரிகள்: "உயர்ந்த கற்பனா சரித்திரங்களை எழுதும் ஆசிரியர்கள் மிகவும் கீர்த்தி பெற்றவர்களாய்ப் பலர் இருக்கின்றனர். நமது தாய்நாடாகிய இந்தியாவிலும் தமிழ் நாட்டிலும் அநேகக் கற்பனா சரித்திரங்கள் வெளிவந்திருக்கின்றன. தமிழ்க் கல்வி அபிவிருத்தியில் நம் தாய்நாட்டோடு ஒப்புக் கூறத்தக்க முறையில் யாழ்ப்பாணத்தில் கற்பனா சரித்திரங்களை இயற்றுவார் மிக அரிது…"

'காந்த மலர்' பற்றி இரகுநாதையர் கூறுகிறார்: "இக் கற்பனா சரித்திரம் சென்ற வருடம் யாழ்ப்பாணம் கந்தர் மடத்தில் வசிக்கும் சி.வை. தாமோதரம் பிள்ளை என்னும் இளைஞர் ஒருவரால் தமது நண்பரான செல்வநாயகம் என்னும் மாணவருதவியுடன் எழுதப் பெற்று எம்மிடம் காட்டப் பெற்றது. இவர் அதிகக் கல்வியறிவில்லாதவராயிருந்தும் இவர் இயற்றிய இக்கதையானது நல்ல நடையுடையதாகவும் கற்பின் மாட்சியென்னும் நெறியைத் தன்னகத்தே கொண்டுள்ளதாகவும் கண்டோம். இவரால் முதன்முதலாக இயற்றப்பட்ட இந்நூலுக்கு இயன்ற உதவி செய்து அச்சிட்டு வெளிவரச் செய்தால் இவர் பிற்காலத்தில் இன்னும் நல்ல நடையுள்ள சிறந்த கற்பனா சரித்திரங்களை எழுதி யாழ்ப்பாண நாட்டிலும் அறிவை விருத்தி செய்யும் கதாசிரியர் சிலருளர் என்பதை நிலைநிறுத்துவார் என்று கருதி இதனை அச்சிட்டுப் பிரசுரிக்க முன் வந்தோம்."

ஒரு சம்பிரதாயத்தைப் பூர்த்தி செய்யும் வகையில்தான் 'காந்த மலர்' நாவலின் பதிப்பாளர் அன்று தமது பதிப்புரையை எழுதியிருக்க வேண்டும். இரண்டே பக்கங்களுடைய அப்பதிப்புரை இன்று பல விஷயங்களை நமக்கு உணர்த்திவிடுகிறது. 'காந்த மலர்' நாவல் பதிப்பிலேயே ஒரு சோக நாடகமும் அமைந்துவிட்டது. நாவல் முழுதும் அச்சாகி, பதிப்பாளர் தமது பதிப்புரையை எழுதிக்கொண்டிருக்கும் தருணத்தில் அவருக்கு ஒரு செய்தி எட்டுகிறது. நாவலாசிரியர் தாமோதரம் பிள்ளை திடீரென்று நோய்வாய்ப்பட்டு இறந்துவிடுகிறார். அப்போது அவருக்கு வயது இருபத்தேழு.

2

துரோகிகள்!

சுமார் மூன்றாண்டுகளுக்கு முன்பு சென்னையில் ஓர் இலக்கியக் கூட்டத்தில் ஒரு பிறமொழிக்காரர் கூறினார்: "மொழிபெயர்ப்பாளர்கள் துரோகிகள்". இது ஓர் இத்தாலியப் பழமொழி என்று அவர் கூறினார்.

இந்த அக்டோபர் மாதம் இந்தியாவின் இன்னொரு பகுதியில், கேரளத்தில், இன்னொரு பிற மொழிக்காரர் இதே பழமொழியை எடுத்துக் கூறினார்: "மொழிபெயர்ப்பாளர்கள் துரோகிகள்."

ஒன்பதாண்டுகள் முன்பு, 1969ஆம் ஆண்டில், ஏ.கே ராமானுஜன் சென்னையில் சில மாதங்கள் தங்கியிருந்தபோது அவரைச் சந்தித்துப் பேச நேர்ந்தது. அவர் ஆங்கிலத்தில் எழுதிய கவிதைகள், 'Striders' என்ற தலைப்பில் நூலாக வெளியாகி அறிஞர் மத்தியில் நல்ல பாராட்டுப் பெற்றிருந்தது. குறுந்தொகைப் பாடல்கள் பலவற்றை ஆங்கிலத்தில் மொழிபெயர்த்து அயல் நாட்டு இலக்கியப் பத்திரிகைகளில் அவர் பிரசுரித்திருந்தார். 'Interior Landscape' என்ற தலைப்பில் ஒரு பல்கலைக் கழகத்தால் நூலாக வெளியிடப்பட்டு அதன் மூலம் தமிழ் இலக்கியம் உலகில் பரவலானதோர் கவனம் பெற்றது. மூலத்தின் பொருளும் நயமும் சிதையாமல் ஆங்கில மொழியிலும் இலக்கிய நயமும் தெளிவும் கொண்டதென அவர் மொழிபெயர்ப்பு தமிழ், ஆங்கிலம் ஆகிய இரு மொழிகளையும் அறிந்தவர்களால் பெரிதும் பாராட்டப் பெற்றது. ஆங்கில மொழியில் உரைநடையில் நான்

எழுதியிருந்த கதைகளையும் மொழிபெயர்ப்புக்களையும் அவர் பார்த்து, 'உங்களுக்குத் தைரியம் அதிகம்," என்றார். இது பாராட்டும் அல்ல. பரிகசிப்பும் அல்ல. ஒன்பதாண்டுகளுக்குப் பிறகு அந்த வாக்கியத்தின் பொருள் எனக்கு இப்படிப் படுகிறது: "நீ ஆங்கில உரைநடை எழுதுகிறாய். உரைநடையில் மொழி நயத்தையும் விடக் காலாகாலத்தில் மொழியில் மாறிவரும் *idiom* மிக முக்கியம். அது ஒழுங்காக இருந்தால்தான் உன் நடை உயிருள்ளதாக இருக்கும். நீ முழுக்க முழுக்க ஆங்கில மொழிக்கு அன்னியமானதொரு சூழ்நிலையில் இருக்கிறாய். ஆங்கிலத்தை இந்தியர் மூலம் கற்றிருக்கிறாய். உன்னுடைய ஆங்கிலம் எவ்வளவோ நாட்கள் முன்பு இறந்துபோன ஆங்கிலம். ஆனால் இதெல்லாம் நேரடியாக அறிய முடியாத சூழ்நிலையில் இருக்கும் உனக்கு இதெல்லாம் நீ அறியாமல் இருத்தலே நீ எழுதியதைப் பிறருக்குக் காட்டவும் பிரசுரத்திற்கு அனுப்பவும் சாத்தியப்படுத்துகிறது. இதெல்லாம் அறிந்ததாலேயே எனக்கு உரைநடை எழுதவும் தயக்கம் இருக்கிறது ..."

இதை முழுக்க முழுக்க என் ஊகம் என்று கூறிவிட முடியாது. அவரோடு அன்றும் அதன் பிறகு வெவ்வேறு இடைவெளிக்கப்பால் பலமணி நேரம் பல விஷயங்களை விவாதித்ததன் அடிப்படையில்தான் அவர் மனத்தடியில் அன்று அப்படி ஓர் எண்ணம் தேங்கியிருக்க வேண்டும் என்று எனக்குக் கூறத் தோன்றுகிறது. அவர் இன்னொன்றும் கூறினார்: "தமிழர் மனதைப் பல பரிமாணங்களில் அவர்களுடைய கவிதைகளின் மொழிபெயர்ப்பு மூலம் மாற்றாருக்குத் தெரியப்படுத்தும்போது நம்மை, அதாவது தமிழர்களை, விற்றுவிடுகிறோமோ என்று தோன்றுகிறது."

மொழிபெயர்ப்பாளர்கள் துரோகிகள் என்ற கூற்றுக்கு எனக்கு இப்போது இன்னொரு விளக்கம் தோன்றுகிறது. ஒவ்வொரு மனிதனுக்கும் அவனுடைய இயற்கையான உரிமைகளில் ஒன்று அவனுடைய அந்தரங்கம் பாதுகாக்கப்படுவது. இந்த அந்தரங்கம் ஒரு சமூகத்துக்கும் ஒரு தனிமனிதனுக்கும் வெவ்வேறு தளங்களில் செயல்படுகிறது. நுணுக்கங்களும் வளர்ச்சியும் அடையாத ஒரு சமூகத்திற்கு அந்தரங்கம் என்று பெரிய அளவில் இருப்பது சாத்தியமில்லை. எளிமையான உந்துதல்கள், எளிதான பிரதிபலிப்புகள், செயல்பாடுகள். ஆனால் பல நூற்றாண்டுகள் தொடர்ச்சிகொண்ட ஒரு கலாச்சாரம் கொண்ட சமூகத்திடம் அவ்வளவு எளிதாக வரையறுக்கப்படும் உந்துதல்களும் செயல்பாடுகளும் காணக் கிடைக்காது. மேலோட்டமாகப் பார்ப்பதற்கு மிக எளிதாகத் தோன்றும் ஒரு செயலுக்கோ பிரதிபலிப்புக்கோ மிக நீண்ட,

நுண்ணிய பின்னணி இருக்கக்கூடும். துக்கம் கேட்கப் போன வீட்டிலிருந்து திரும்பும்போது நாம் விடைபெற்று வருவதில்லை. மொத்தமாக இந்தியக் கலாச்சாரம் என்று அழைக்கப்படுவதில் கூட வெவ்வேறு பிரதேசங்களில் வெவ்வேறு பிரிவினரிடையே துக்கம் விசாரிக்கும் முறையே மாறுபடுகிறது. இதை வெறும் உரைநடையில், ஒரு கட்டுரையில் விளக்கும்போது ஓர் அயலானுக்கு இது ஒரு தகவல் மட்டுமே. ஆனால், இது தேர்ந்த கலைஞனின் வெளிப்பாடாக வந்து அது விளக்கப்படும்போது ஓர் அனுபவம் அந்த அயலானுக்குக் கிடைக்கிறது. அந்த அளவில் ஒரு சமூகத்தின் அந்தரங்கம் அவனுக்குத் திரை விலக்கிக் காட்டப்படுகிறது. தனி மனிதன் விஷயத்தில் இது இன்னமும் தீவிரமானது. ஒருவன் எப்படிச் சாப்பிடுகிறான், எப்படிப் படுக்கிறான், அவன் மனைவி குழந்தைகளை எப்படி நடத்துறான், அவன் என்ன கனவு காண்கிறான் இதெல்லாம் அவனுக்கு அந்தரங்கமானவை. ஆனால், இவைதான் படைப்பிலக்கியத்தில் பெருமளவு பயன்படுத்தப்படுபவை. இவை ஒரு மொழியில் மட்டும் இருக்கும்வரை அவனை நன்கறிந்தவர்கள் மத்தியில் மட்டும் பரிமாற்றம் செய்யப்படுகிறது என்று அவன் ஆறுதல் கொள்ளலாம். ஆனால், இவை அவனுக்கு முற்றிலும் அன்னியமானவருக்கு மொழி பெயர்த்துக் கூறப்படும் போது அது அவனைக் காட்டிக்கொடுப்பது போலாகாதா?

என்னிடம் இதற்குப் பதில் இல்லை. இதற்குப் பதிலே கூற முடியாதோ என்று கூடத் தோன்றுகிறது. நான் இயன்ற போதெல்லாம் மொழிபெயர்ப்பில் ஈடுபடத்தான் செய்கிறேன். ஒருவனின் நெஞ்சத்தைக் கிழித்து அதன் உள்ளிருப்பதை ஊருக்கெல்லாம் பகிரங்கப்படுத்தியது போன்ற துக்கம் எனக்கு இரு தமிழ்ச் சிறுகதைகளை ஆங்கிலத்தில் மொழிபெயர்த்தபோது ஏற்பட்டது. ஒன்று லா.ச.ரா.வின் 'பாற்கடல்'. இன்னொன்று, ஜெயகாந்தனின் 'பிணக்கு.'

மொழி பெயர்ப்புகள் மிக அவசியமென்று ஒப்புக் கொண்டால்கூட இதுவும் உண்மைதான் என்று படுகிறது: மொழிபெயர்ப்பாளர்கள் துரோகிகள்.

3

காலமும் ஓட்டமும் தமிழ் நடையும்

"அவருடைய தமிழ்நடை வெறுக்கத்தக்கது. பத்திரிகை நடை போலப் பிழையும் தவறும் மலிந்து கிடப்பது..." தற்காலத் தமிழ் இலக்கியம் படைப்பவர்களில் முக்கியமான ஒருவர் பற்றி என் நண்பர் ஒருவர் இவ்வாறு அபிப்பிராயம் கூறினார். எழுத்தாளர் கையாண்ட பொருள் அவருடைய நோக்கு இதெல்லாம் நண்பரின் முதற்பார்வையில் அபிப்பிராயம் சொல்லத்தக்கதாகப் படவில்லை; நடையே உறுத்தியிருக்கிறது. 'பத்திரிகை நடை' என அழைப்பது நிந்தையாகப் பயன்படுத்தப் பட்டிருக்கிறது.

ஆதிகாலம் முதல் உரைநடைத் தமிழ் பேசப்பட்டிருக்க வேண்டும். ஆனால் எழுத்து வடிவில் உரைநடைத் தமிழ் சமீபத்தில்தான். அதனாலேயே செய்யுள் வடிவத்திற்கு உரியது போன்ற நீண்ட கால மரபும் இலக்கணமும் கிடையாது. வேதநாயகம் பிள்ளை அவர்களின் முதல் தமிழ் நாவலாகிய 'பிரதாப முதலியார் சரித்திரம்' நூலும் அதற்கும் முன்பாகத் தமிழ் உரைநடையில் அச்சேற்றப்பட்ட 'பரமார்த்த குரு கதைகள்' போன்றவையையும் இன்று பரிசீலித்துப் பார்த்தால் அந்தந்த காலத்தில் தமிழ்நடை ஒரு குறிப்பிட்ட நூலுக்குத் தற்காலிகமாகவே கையாளப்பட்டிருப்பது புலனாகும். ஒரே நூலில்

வெவ்வேறு பகுதிகளிலேயேகூட நடை மாறுவது தெரியும். இன்றிருப்பது போன்ற தகவல் பரிமாற்றச் சாதனங்கள் இல்லாத காலத்தில், நால்வர் நினைத்தவுடன் கூடிக் கலந்து ஒரு பொது முடிவுக்கு வரமுடியாத சூழ்நிலையில், புது சாதனமாகிய உரைநடை ஓரளவு நிர்ணயம் குறைந்ததாகவே காணப்பட்டதில் வியப்பில்லை. இருபதாம் நூற்றாண்டு தொடங்கிப் பல பத்திரிகைகள் வெளிவரத் தொடங்கியபின்கூட அப்பத்திரிகைகள் மிகக் குறுகிய வட்டத்தினுள் செயல்பட்டதாலும் பொதுவாக அச்சில் எழுத்து வெளிவர விஷயப் புலமையைவிட மொழிப் புலமையே முக்கியமென்ற எண்ணம் பரவலாக நிலவியதாலும் தமிழ் உரைநடையில் விசேஷமான மாற்றங்களோ அபிவிருத்தியோ ஏற்படவில்லை. பல வெகுஜன அம்சங்கள் கொண்ட *ஆனந்த போதினி* பத்திரிகை கூட பாடப் புத்தகத் தமிழைத்தான் கொண்டிருந்தது.

ஆயிரத்துத் தொள்ளாயிரத்து முப்பதுகளில்தான் தமிழில் ஒரு திட்டவட்டமான வெகுஜனப் பத்திரிகை தோன்றியது. அதுதான் *ஆனந்த விகடன்*. ஆனந்த விகடனும் எஸ்.எஸ். வாசன் என்பவரின் உரிமையாவதற்கு முன்பு ஆனந்த போதினியைப் போலவேதான் இருந்தது. அட்டைத்தாள், அதன் வர்ணம், உட்பக்க அமைப்பு, பொருளடக்கம் எல்லாவற்றிலும் இரு பத்திரிகைகளுக்கும் நிறைய ஒற்றுமை இருந்தது.

ஆனால் விரைவிலேயே *ஆனந்த விகடன்* தமிழ் மொழியின் தூய்மையாளர்கள் என்போரின் சிறு வட்டத்திலிருந்து விடுபடத் தொடங்கிற்று. தமிழ் வாசிக்கத் தெரிந்தோர் அனைவரோடும் உறவு வைத்துக்கொள்ளத்தக்க வகையில் மாறி வர ஆரம்பித்தது. ஒரு முதலும் முக்கியமுமான மாற்றம் அதன் ஆசிரியர்(கள்), கதை மற்றும் கட்டுரை முதலியன எழுதுபவர்கள் தமிழ் மொழியை, மொழியாகக் கற்றவர் என்பதைவிட அவர்கள் எழுதும் விஷயத்தில் ஞானம் உள்ளவர்கள் என்பதே பிரதானத் தகுதியாகக் கொண்டவராயிருந்தனர். தமிழ் எழுதப் படிக்கத் தெரிந்தோர் அனைவரையும் எட்ட வேண்டும் என்பது *ஆனந்த விகடன்* ஆசிரியர் குழாத்தின் முக்கியக் குறிக்கோளாக இருந்தபடியால் பத்திரிகையில் கையாளப்படும் தமிழ்நடை அலங்காரத்தைப் புறக்கணித்து எளிமையைச் சார்ந்ததாயிருந்தது. திட்டவட்டமானதோர் குறிக்கோளாகப் பாடுபட்டதனால் அவர்கள் விரைவில் ஓர் எளிமையான தமிழ் நடையை ஆனந்த விகடனுக்கு எழுதுவோர் – படிப்போர் மத்தியில் புழக்கத்திற்குக் கொண்டு வர இயன்றது.

படைப்புக்கலை

இந்தப் பத்திரிகைத் தமிழ் ஏராளமானவரின் அன்றாட வாழ்க்கையில் ஓர் அம்சமாக மாறிவிட்டிருந்த போதிலும் இதை எழுதுவோர் தமிழ்த் தூய்மைவாதிகளை முற்றிலும் புறக்கணிக்கக்கூடிய துணிவைப் பெற்றிருக்கவில்லை. இது ஆரம்பகாலப் பத்திரிகை எழுத்தாளர்களின் சாதனைகளைக் குறைத்து மதிப்பிடுவதாகாது. பார்க்கப் போனால் அவர்கள் ஒரு புரட்சிக்கு வழி செய்து விட்டிருந்தார்கள். ஆனால் அந்நாளையச் சமூக, கலாச்சாரச் சூழ்நிலை மரபுடன் சிறிதளவு மாறுபடுதலையும் பொறுத்துக்கொள்ள முடியாததாக இருந்தது. அந்த நாள் *ஆனந்த விகடன்* இதழ்களில் எப்போதாவது ஒரு முறை மொழித் தூய்மையாளர்கள் பங்கு பெற்றால்கூட அதைப் பெருமையாகக் கருதியிருப்பது, பத்திரிகைத் தலையங்கம், ஆசிரியர் குறிப்புகள் இவற்றிலிருந்து நன்கு தெரியும். டி.கே.சி. போன்றோரின் நன்மதிப்பு கிடைத்தற்கரிய பேறாகப் பத்திரிகையாளர்கள் கருதினர். *கல்கி* தலைமையில் ஓரியக்கமாக உருப்பெற்ற பத்திரிகைத் தமிழ் ஆயிரத்துத் தொள்ளாயிரத்து நாற்பதுகளில் நிலைபெற்று ஓரளவு அந்தஸ்தும் பெற்றாகிவிட்டது.

ஓரவசியத்தின் பொருட்டு உண்டுபண்ணப்பட்ட பத்திரிகைத் தமிழ் ஏராளமான வாசகர்களை உண்டு பண்ணியது. இன்னொரு விளைவும் ஏற்பட்டது. அந்த வாசகர்களில் பெரும்பான்மையோருக்கு எளிதான நடையே மேற்கொண்டு நுணுக்கங்கள் அமைந்த வேறு மாதிரியான நடைகளை அணுக இயலாத அளவுக்குத் தடுப்பாகப் போய்விட்டது. அதோடு மட்டுமல்லாமல் படைப்பிலக்கியத்தில் இந்த நடை ஒரு போலி யதார்த்தத்தையும் மதிப்பீடுகளையும் தோற்றுவித்தது.

இதெல்லாம் வேண்டுமென்று யாரும் செய்யவில்லை. ஒரு மாற்றம் குறித்துச் சில நடவடிக்கைகள் மேற்கொண்டபோது நிலைமையின் எல்லா அம்சங்களும் நிகழக் கூடிய எதிர் விளைவுகளும் அந்த நேரத்தில் புலனாகவில்லை. இன்று பல விமர்சகர்கள் நாற்பதாண்டுகள் முன்பு கல்கியும் அவர் சகாக்களும் தோற்றுவித்த பத்திரிகைத் தமிழ்தான் தமிழ்ப் படைப்பிலக்கியம், பிற மொழிப் படைப்புகள் போல் போதிய வளர்ச்சியும் முதிர்ச்சியும் ஏற்படாவண்ணம் தடைசெய்து கொண்டிருப்பவை என்று அபிப்பிராயம் தெரிவித்திருக்கிறார்கள். இன்னும் பத்திரிகைகளும் பத்திரிகைகளுக்கு எழுதுவதே முக்கியம் எனக் கருதும் எழுத்தாளர்களும் நிறையவே இருக்கின்றனர். பத்திரிகைத் தமிழே இன்று நிறைய மாற்றங்கள் அடைந்திருக்கிறது. மொழி என்பது மட்டுமல்லாமல் பொதுவாக மக்கள் ரசனை,

கவனம், தேவை இவையெல்லாம் பத்திரிகையின் உட்பொருளைப் பாதிப்பதுடன் அவைபற்றி எழுதப்படுவதில் நடையையும் பாதிக்கவே செய்கின்றன. இலக்கிய ரீதியாக மாற்றங்கள் வெகுநாட்கள் வரை ஏற்படாதிருந்ததற்குக் காரணம், ஒன்று, பக்குவமான தருணம் அல்லது சூழ்நிலை வராதது; அல்லது மாற்றத்திற்குத் தலைமை தாங்க வீரியமிக்கதோர் எழுத்தாளன் தோன்றாதது.

இந்த இரண்டாவதாகக் குறிப்பிட்ட காரணம் சிலரால் உடனே மறுக்கப்படக் கூடும். புதுமைப்பித்தன் பெயர் எடுத்துக் கூறப்படும். புதுமைப்பித்தனின் தமிழ் பத்திரிகைத் தமிழ் இல்லைதான். ஆனால் அது வெகுவாக மரபு எண்ணம் சார்ந்த உரைநடையே. புதுமைப்பித்தன் திருநெல்வேலி மாவட்ட மணத்தை நடையில் அப்படியே வெளிக்கொணர்ந்ததாகச் சொல்லுவார்கள். ஆனால் அந்த மாவட்டத்திற்கே உரிய சொற்சேர்க்கைகளைச் சில இடங்களில் பிரயோகிப்பதைத் தவிர மற்றபடி புதுமைப்பித்தன் இலக்கணச் சுத்தமான, தமிழாசிரியர்கள் அதிகம் கண்டிக்க நேராத தமிழைத்தான் எழுதினார் – அதாவது ஏற்கெனவே மரபு ஏற்றுக்கொண்டுவிட்ட (அல்லது அங்கீகாரம் அளித்துவிட்ட) தமிழையே எழுதினார். நடையளவில் அவர் பெரிய சோதனைகள் நிகழ்த்தினார் என்று கூறிவிட முடியாது. ஆனால் அவருடைய சம காலத்தவரான மௌனி அதைப் புரிந்தார். மௌனியின் நடைச் சோதனை மொழிச் சோதனை என்ற பிரக்ஞையின்றி, அவர் எழுத வந்த விஷயத்தால் தூண்டப்பட்ட ஒரு விளைவு. லா.ச.ரா.வும் நடையில் சோதனைகள் நிகழ்த்தினார். ஆனால் இவருடையதும் மௌனியுடையது போல் பிற எழுத்தாளர்கள் இடையே பரவலான பாதிப்பு அல்லது மாற்றம் ஏற்படுத்தவில்லை. ஷண்முகசுந்தரம், அழகிரிசாமி, க.நா.சு., ந. பிச்சமூர்த்தி இவர்கள் எல்லோரும் பல அரிய படைப்புகளை வெளிக்கொணர்ந்தார்கள். ஐம்பதுகளில் தி. ஜானகிராமன், சுந்தர ராமசாமி, ஜெயகாந்தன் வேறு புதிய படைப்புகளை, நல்ல படைப்புகளை, தமிழ் உலகுக்குக் கொடுத்தார்கள். ஆனால் ஓர் அடிப்படையான நடைப் புரட்சி நிகழாமலேயே இருந்தது. அது கடைசியாக 1967இல் நடந்தது. 'தலைமுறைகள்' நாவல் வெளிவந்தது.

நீல.பத்மநாபன் 'தலைமுறைகள்' எழுதி வெளிக் கொண்டு வருவதற்கு முன்பு எந்தத் தமிழ் எழுத்தாளரும் வட்டார வழக்கும் கொச்சையும் நடையுடன் மொத்தப் படைப்பின் தன்மையையே பாதிக்கக்கூடும் என்பதை உணர்ந்திருக்கவில்லை

என்றே கூறவேண்டும். ஜெயகாந்தன் போன்றோர் கொச்சையைக் கூட இலக்கணப்படுத்தித்தான் எழுதினார்கள். ஆனால் நீல. பத்மநாபனின் 'தலைமுறைகள்' ஆரம்பம் முதல் இறுதிவரை தளராத வட்டார வழக்கையே கைக்கொண்டு எழுதப்பட்டிருந்தது. இது படிப்பவரை முதலில் மிகவும் சங்கடப்படுத்தினாலும் அது மீறி நூலின்மீது ஓர் ஈடுபாட்டை ஏற்படுத்திய பிறகு ஒரு புதுமையான, அத்யந்தமான, ஆழமான இலக்கிய அனுபவத்தை ஏற்படுத்தியது. கதையின் அமைப்பு, சம்பவத் திருப்பம் என்றோடு நின்றுவிடாமல் கதை மாந்தர் சமூகம், அச்சமூகத்துக்கேயுரிய ஆத்மா ஒன்றுண்டு என்பதையும் எடுத்துக்காட்டியதோடல்லாமல் அதைப் பிறருடன் பங்கிட்டுக் கொள்ளவும் முடியும் என்று 'தலைமுறைகள்' நிரூபித்துக் காட்டியது.

நீல. பத்மநாபனின் 'தலைமுறைகள்' தமிழ் உரைநடைப் போக்கில் முக்கியமானதொரு திருப்புமுனையாகும். பேச்சுத் தமிழ் இலக்கியப் படைப்புக்குரியதே என்று செயல்முறையில் செய்து காட்டிய சாதனை நீல.பத்மநாபனுடையது. இது ஆங்கில மொழியில் ஜேம்ஸ் ஜாய்ஸ் தன்னுடைய 'யுலிஸிஸ்' மூலம் செய்து காட்டிய சாதனைக்கு ஒப்பாகும்.

இன்று எண்ணற்ற தமிழ்ச் சிறுகதைகளும் நாவல்களும் அந்தந்தப் பேச்சுத் தமிழைப் பயன்படுத்தி எழுதப்படுகின்றன. இவை 'பத்திரிகைத் தமிழ்' என்பதை உண்டுபடுத்திய வெகுஜனப் பத்திரிகைகளில்கூட நிறைய இடம் பெறுகின்றன. கதை மாந்தர் சம்பாஷணைகளில் பேச்சுத் தமிழ் சரிவரப் பதிவு செய்யாவிட்டால் அந்த அளவுக்கு அந்த இலக்கியப் படைப்பு யதார்த்தத்தில் தரம் தாழ்ந்தது என்று கருதப்படும் நிலைக்கு இன்று எழுதுவோர், படிப்போர் மத்தியில் பரிமாற்றம் நிகழ்ந்திருக்கிறது.

ஆனால் நடை மட்டுமே இலக்கியமாகிவிட முடியாது. பதினெட்டாம் நூற்றாண்டில் சாமுவேல் ஜான்சனை விடச் சிறந்த ஆங்கில நடை அநேகருக்கு இருந்திருக்க முடியாது. ஆனால் ஜான்சன் படைத்த இலக்கியம் என இன்று நிபுணர்கள் மத்தியில் புழங்குவது ஒன்றுமில்லை. 'யுலிஸிஸ்' படைப்பே கூட இலக்கியம் என்று ஏகோபித்த கோஷத்துடன் ஏற்கப்படுவதில்லை. மாறாக பத்திரிகை ஆங்கிலத்தில் எழுதிய டிக்கின்ஸ், ஹார்டி லாரன்ஸ் நாவல்கள் இலக்கியங்களாகத் திகழ்கின்றன. தமிழிலும் ராஜமய்யரையும் புதுமைப்பித்தனையும், தி. ஜானகிராமனையும், ஷண்முகசுந்தரத்தையும் விலக்கி விடுவது சாத்தியமாகாது

என்றே தோன்றுகிறது. இவர்கள் எல்லோரும் நடையே பிரதான வலுவாகக் கொண்டவர்களல்லர். ஆனால் ஒவ்வொரு காலகட்டத்தில் ஒரு வாழும் மொழியைப் பொறுத்தவரையில் நடையில் மாற்றங்கள் அவசியமாகிறது. எப்போதும் ஏதாவது ஓர் எழுத்தாளன் நடைச் சோதனையில் ஈடுபட்டபடிதான் இருக்கிறான். ஆனால் அது புரட்சியாக வெடித்து எல்லாருக்கும் உடைமையாவது ஒரு நீடித்த இடைவெளிக்குப் பிறகுதான். வரலாற்றுணர்வு படைத்தவர்கள் தமிழின் அடுத்த நடைப் புரட்சிக்கு ஆர்வத்துடன் காத்திருப்பார்கள்.

4

ஏன்?

கணையாழியில் சில மாதங்களுக்கு முன்பு ஒரு நாட்டிய விமர்சனம் வந்திருந்தது. 'பயங்கர இடுப்பளவு கொண்ட இவர் எப்படி ஓடியாட முயலுகிறார் என்று பார்க்கும்போது...' என்ற ரீதியில் இருந்தது. அது நான் எழுதிய விமர்சனம் இல்லை. சில நாட்கள் கழித்துத் தற்செயலாக அந்த நடிகையின் சகோதரரை நான் சந்திக்க நேர்ந்தது. அதற்குள் நான் விமர்சனம் வந்திருந்ததை அறவே மறந்திருந்தேன். ஆனால் அந்தச் சகோதரருக்கு அது நினைவில் இருந்தது. "உங்கள் பத்திரிகையில் கூட தங்கை நடனத்தைப் பற்றி ஒரு விமர்சனம் வந்திருந்தது..." என்று சொன்னார். அவர் குரலில் வருத்தம் இருந்தது. எனக்கும் வருத்தம் வந்தது. ஆனால், இப்படி விமர்சனம் எப்படி எழுதலாம் என்று அவர் கேட்கவில்லை. எனக்கும் அந்தக் கோணத்தில் கேள்வி கிடையாது. பொதுப் பார்வைக்கு என்று மேடையேறிவிட்டால் கைதட்டல்களுக்கு மட்டும் எதிர்பார்த்து இருப்பது போதாது. கண்டனங்களுக்கும் தயாராகத்தான் இருக்க வேண்டும். நாட்டியத்தை விமர்சிக்கும் போது இடுப்பளவு பற்றி விமர்சகர் எழுதக்கூடும்.

இரு மாதங்களுக்கு முன்பு சென்னையில் தமிழ் எழுத்தாளர் சங்கம் தன்னுடைய வழக்கமான ஆண்டு விழாவை ஜனாதிபதி மற்றும் மாகாண மந்திரிகள் முன்னிலையில் கொண்டாடியது. எழுதுவதுதான் முக்கியம் என்றிருப்பவர்கள் தான் அங்கத்தினராக இருக்க வேண்டும் என்பது தளர்ந்து போய்ப் பல வருஷங்கள் ஆகிவிட்டன சங்கத்திற்கு. தமிழ்மொழியில் படைப்பிலக்கியத்திற்காக இருபது, முப்பது ஆண்டுகள் தங்கள் வாழ்க்கை

வாய்ப்புகளை எல்லாம் உதறித் தள்ளிவிட்டிருப்பவர்களை எல்லாம் ஏதோ காரணம் காட்டி இச் சங்கம் இந்த ஆண்டு நடத்திய விழாவில் ஒரு தீர்மானத்தை விவாதித்தது. ஆங்கிலத்தில் எழுதும் தமிழ் விமர்சகர்கள் தமிழ் எழுத்தாளர்களை மிகவும் துச்சமாகக் குறிப்பிடுகிறார்கள். தமிழ் மொழியையே அவமானப்படுத்திவிடுகிறார்கள். அவர்களைக் கட்டுப்படுத்திவிட வேண்டும். அவர்களை மறுத்து, அவர்கள் தரும் விமர்சனத்திற்கு நேர்மாறான பதில் விமர்சனம் எழுத வேண்டும், ஆங்கிலத்தில்.

இந்தத் தீர்மானம் யாரைக் குறித்து என்று அதிகம் விளக்க வேண்டியதில்லை. தமிழ்மொழியில் வெளிவரும் படைப்புக்கள் பற்றி எழுத்தாளர்களின் ஆதாரங்கள், வளர்ச்சி, பாதிப்புகள், அவர்கள் நினைக்கும் இலக்குகள், அவர்கள் அறியாமல் அவர்கள் செல்லும் இலக்குகள், இவை பற்றி எல்லாம் ஒருவர்தான் ஆங்கிலத்தில் கட்டுரைகள் எழுதி வருகிறார். அவற்றை அவர் எழுதித்தான் ஆக வேண்டும் என்றில்லை. அவர் நேரத்தையும் சிந்தனையையும் அப்படிச் செலவிடுவதனால் பெரிய பொருளாதார லாபம் அவருக்கு வந்துவிட முடியாது. தமிழில் வரும் படைப்புக்கள் பற்றி இவ்வளவு அக்கறையுடன் சோர்வில்லாமல் ஒன்றடுத்து ஒன்றாக வருஷக் கணக்கில் எழுதிவரும் அவர், பலர் பல சந்தர்ப்பங்களில் செய்வது போல எல்லோரையும் தட்டிக் கொடுத்து, தான் எதிலும் பட்டுக்கொள்ளாமல், இதுதான் என் நிர்ணயம் என்று வெளிப்படுத்தாமல் எழுதி வந்து எல்லாரிடமும் நல்ல பெயர் பெற்றுக்கொண்டுவிடலாம். அவர் அப்படி எல்லாம் செய்யாமல் – நேரம், சிந்தனை, பொருளாதார வாய்ப்பு அத்தனையையும் தியாகம் செய்து கொண்டு– நல்லதோ கெட்டதோ வரும் தமிழ்ப் படைப்புக்கள் பற்றி மற்றோர் அறிய எழுதி வருவதற்கு அவருக்கு அநேகமாக எல்லாத் தமிழ் எழுத்தாளர்களிடமும் ஏதாவது ஓர் அளவுக்கு, ஏதாவது ஒரு சந்தர்ப்பத்தில் விரோதம்தான் சம்பாதித்துக் கொண்டிருக்கிறார். அவர் தமிழ் எழுத்தாளர்களின் படைப்புக்கள் நன்றாயிருக்கிறது, இல்லை என்றுதான் எழுதுகிறார். ஆனால் அதற்காகத் தனிப்பட்ட முறையில், செல்வாக்கு பெற்ற எழுத்தாளர்கள், அதிகாரம் பெற்ற எழுத்தாளர்கள் அவருக்கு எப்படியெல்லாம் அபவாதம் இழைக்க முற்படுகிறார்கள், தீங்கிழைக்க முயலுகிறார்கள் என்றெல்லாம் அறியும் போது யாருக்கும் வியப்பும் துக்கமும் ஏற்படத்தான் செய்யும்.

ஓர் அடிப்படையைத் தமிழ் எழுத்தாளர்கள் தமக்குள்ளே சர்ச்சை செய்துகொள்ள வேண்டும். படைப்பிலக்கியம் அந்தந்தக் காலத்தின் சிந்தனை மாற்றம் பண்பாடு – கலாச்சாரம் – தர்ம நியதிகள் மாற்றம் – இவற்றைப் பிரதிபலிப்பது. போக்குவரவு,

சிந்தனைப் பரிமாறல் சாதனங்கள் மிகமிக முன்னேற்றம் அடைந்திருக்கும் இந் நாளில் படைப்பிலக்கியத்தை மொழிவாரியாகப் பிரித்து, ஒவ்வொரு மொழிக்கும் ஒரு தராதரம் வகிப்பது அல்லது அனுசரிப்பது காலத்திற்கு ஒவ்வாததாகும். நல்ல கதை என்றால் அன்று உலகத்தில் எப்பாகத்திலும் உருவாக்கப்படும் எந்த உயரிய கதையுடனும் ஒப்பிடக் கூடியதாக இருக்க வேண்டும். நிலைக்களன் வேறுபட்டு இருக்கலாம். இலக்கியச் சம்பிரதாயப் பழக்க வழக்கங்கள் மாறுபட்டு இருக்கலாம். (அவை கூட இந்த இருபதாம் நூற்றாண்டின் இரண்டாம் பாதியில் வெகுவேகமாக எல்லாக் கண்டங்களிலும் ஒரே சீராக்கப்பட்டு வருகின்றன.) மனித இயல்பின் அடிப்படைகள், வாழ்க்கையின் உந்துதல்கள், தேவைகள், ஆசைகள், கனவுகள் மனித இனத்திற்கே பொதுதான். யாரும் எப்படியும் எழுதி அதைப் பிரசுரித்துக் கொள்வதற்கும் தடையில்லை. ஆனால், அந்தப் படைப்பாளி அது நல்ல படைப்பு என்று சொல்லிக்கொள்ள வேண்டுமானால் அன்றைய உலக இலக்கியப் படைப்புகளுடன், தன் படைப்பு ஒப்பிடப்பட்டுத் தரம் விதிக்கப்படுவதைத் தவிர்க்க முடியாது. அதில் தன்னுடையது அடிபட்டுப் போய்விடுகிறது என்றால் நிலைமையை அப்படியே ஏற்றுக்கொள்ள வேண்டிய நிர்ப்பந்தம் இருக்கத்தான் செய்கிறது. இந்த நிர்ப்பந்தத்திலிருந்து எழுத்தாளர் எவரும் தப்பித்துக்கொள்ள முடியாது. இலக்கியத்திற்குப் புறம்பான காரணங்களைச் சொல்லி தப்பித்துக்கொள்வதாக நினைத்துக்கொள்வது தன்னையும் (தன் அபிமானிகளையும் சேர்த்து) ஏமாற்றிக்கொள்வதற்குச் சமானமானதாகும். ஒன்றை எழுதி, அதைப் பிரசுரமாகும்படிச் செய்து உலகத்தோரின் கவனம் அதனுக்காகச் செலவிடப்படுவதற்கு எழுத்தாளர் ஒரு கட்டணம் கட்டியாக வேண்டும். அதாவது, தன் படைப்பு அதன் வகையில் மற்ற சீரிய படைப்புகளுடன் ஒப்பிடப்பட்டு, தரம் நிர்ணயம் செய்யப்பட்டு, பாராட்டு அல்லது கண்டனம் பெறத்தான் வேண்டும். அந்தக் கட்டணம் செலுத்தப்படும் சாதனம்தான் ஒரு விமர்சகனின் விமர்சனம், 'நடனம் ஆடுகிறேன், பாருங்கள்' என்று மேடையேறிய நடிகையின் இடுப்பளவு எவ்வளவு முக்கியமோ அவ்வளவு முக்கியம் 'நான் ஒரு எழுத்தாளன்' என்று சொல்லிக் கொள்ளுபவரின் படைப்புகளின் தரமும்.

இன்று இந்திய மொழிகளில் அயல்நாட்டுத் தற்கால இலக்கியப் படைப்புக்கள் நிறைய மொழி பெயர்க்கப்படுகின்றன. ஆங்கில மொழி ஒன்றுதான் நமக்கு அயல் நாட்டு இலக்கியத்திற்குப் பலகணியாக இருந்த காலம் மாறி இன்று இந்திய மொழிகளிலேயே மொழிபெயர்ப்புகளைப் படித்தே அகில உலக இலக்கிய நிலவரத்தை நன்கு அறியக்கூடிய வாய்ப்பு இருக்கிறது. இந்த அளவுக்கு இந்திய மொழிப்

படைப்புகள் வேறு நாட்டு மொழிகளில் மாற்றப்படுகிறதா என்று கவனித்துப் பார்ப்பது பயனுள்ளதாக இருக்கும். நம் நாட்டைப் பற்றியும் நமது இன்றைய வளர்ச்சியையும் வாழ்க்கைப் போராட்டங்களையும் அறிய வேண்டும், அத்தகவல்களைப் பரிமாறிக்கொள்ள வேண்டும் என்கிற நோக்குடன் பலர் வரத்தான் செய்வார்கள், வந்து கொண்டிருக்கிறார்கள். அயல் மொழி இலக்கியங்கள் நம்முடையவையில் மொழி பெயர்க்கப்படும் அளவுக்கு நம்முடையவை அவர்கள் மொழியில் மொழிபெயர்க்கப்படுகின்றனவா என்று பார்க்கும் போது இல்லை என்பது புலப்படும். இலக்கியத்துக்குப் புறம்பான காரணங்களுக்காகச் சில வலுக்கட்டாயமாக மொழிபெயர்க்கப்படுகின்றன. பல நல்ல படைப்புகள் புதைத்துவைக்கப்படுகின்றன. ஆனால் தரமுள்ளதென்பது இதையெல்லாமும் மீறி வருவது. அந்த அடிப்படையில் வேறு இந்திய மொழிகளின் பல படைப்புகள் ஆங்கில மொழிபெயர்ப்பில் வந்திருக்கின்றன. தமிழ் மொழியிலிருந்து, பழம்படைப்புகளைத் தவிர, தற்காலப் படைப்பிலக்கியம் என்பது மிகவும் குறைந்த அளவுக்கே வேறு மொழிகளுக்கு – குறிப்பாக ஆங்கிலத்திலும் ஐரோப்பிய மொழிகளிலும் – சென்றிருக்கிறது.

இது ஓர் உண்மையைத் தெளிவுபடுத்துகிறது. சர்வதேசத் தரம், அந்த உணர்வு, மற்ற இந்திய மொழி எழுத்தாளர்களிடம் ஒரு முக்கிய உந்துதலாக இருக்கும் அளவுக்குத் தமிழ் எழுத்தாளர்களிடம் இல்லை. நமக்குள் நாம் சொல்லிக் கொள்ளலாம்: பத்து லட்சம் வாசகர்கள் தொடர்கதையை மிக ஆர்வத்துடன் வாசித்தார்கள், பத்து சங்கங்கள், அகடமிகள் பரிசு கொடுத்தன என்று. இது சரியான உரைகல்லே ஆகாது.

தமிழ் எழுத்தாளர்கள், அதுவும் அரசியல்வாதிக்குரிய மனப்போக்குடைய எழுத்தாளர்கள், சாஹித்ய அகடமிப் பரிசுகளுக்கும் ஞானபீடப் பரிசுகளுக்கும் உரிமை கொண்டாடலாம். அப்பரிசுகளைப் பெற்றும்விடலாம். ஆனால் பரிசு கொடுக்கிறார்கள், கொடுத்துவிடுவார்கள், பரிசு கொடுக்கச் செய்துவிட முடியும் என்பதெல்லாம் உண்மையான இலக்கியத் தரத்தை அந்தப் படைப்புக்குத் தந்துவிட முடியாது. இதை உணர்ந்து நிலைமையை பகிரங்கப்படுத்துபவர்களை வைது என்ன பயன்?

தமிழில் சர்வதேசத் தரம் முடியாதென்பதில்லை. ஆனால் சர்வதேசத் தரம் கொண்டு வரத் தமிழ் எழுத்தாளர்களுக்கு ஆர்வம் வேண்டும்; அந்த ஆசை வேண்டும்; அந்தத் திருப்தியின்மை வேண்டும்.

5

நான்கு தமிழ் நாவல்களில் காதல்

'பிரதாப முதலியார் சரித்திரம்' ஒருவரின் சரித்திரம் மட்டுமல்ல. ஏராளமான பாத்திரங்கள். ஒரு வம்சத்தின் அல்லது இரு வம்சங்களின் வரலாறு என்றும் அதைக் கூறலாம். அதன் ஆசிரியருக்கு உற்சாகமூட்டும் படைப்பு ஒன்று படைக்க வேண்டும் என்றிருந்திருக்கிறது. வாழ்க்கையை அவர் மிகவும் நேசித்திருக்கிறார். 'பிரதாப முதலியார் சரித்திரம்' ஒரு கால கட்டத்தில் நிகழக்கூடிய, ஆசிரியர் பார்த்து அல்லது கற்பனை செய்யக்கூடிய நிகழ்ச்சிகள் கொண்ட தொகுப்பு. இதில் பல ரசங்கள் கலந்திருப்பினும் குறிப்பாக ஒரு ரசம், காதல் என்பதைத் தனிப்படுத்தி அதிகம் கூற எனக்கு இயலவில்லை.

இதைக் 'கமலாம்பாள் சரித்திர'த்தில் செய்ய முடிகிறது. 'கமலாம்பாள் சரித்திர'த்தில் பாத்திரங்களும் சம்பவங்களும் சிறிது ஆழமான கண்ணோட்டத்துடன் வார்க்கப்பட்டிருக்கின்றன. ஆனால், 'பிரதாப முதலியார் சரித்திரம்' தரும் ஓர் உற்சாகம், உலக நேசம் இதில் வரவில்லை. 'பிரதாப முதலியார் சரித்திர'த்தின் பாத்திரங்கள் பெரும்பான்மையோர் புற உலக உறவாடலில் உற்சாகம் கொள்கிறவர்கள் – extroverts, 'கமலாம்பாள் சரித்திர'த்தில் introversion அதிகமாக இருக்கிறது. ஒரு லட்சியத் தம்பதி. அந்தப் பெண் – கமலாம்பாள் –

பெண்களுக்கு ஓர் எடுத்துக்காட்டு. அப்படிப்பட்ட பெண்ணின் நடத்தைமீது கணவனுக்குச் சந்தேகம் வந்து விடுகிறது. திடீரென்று அல்ல. திரும்பத் திரும்பக் கேட்கும் வம்புப் பேச்சுகள், பின்னால் ஒருநாள் அரைகுறையாகப் பார்க்க நேர்ந்த ஒரு காட்சிக்கு அப்படிப்பட்ட அர்த்தத்தைக் கொடுக்க வைத்து விடுகிறது. இந்த ஒரு திருப்பம் ஷேக்ஸ்பியரின் ‘ஒதெல்லோ’ நாடகத்தை ஞாபகப்படுத்துகிறது. ‘ஒதெல்லோ’ நாடகத்தில் மானுட ரீதியில் முடிவு கொண்டு வரப்படுகிறது, ஆசிரியரால்; ஒதெல்லோ அவன் மனைவியைக் கொன்றே விடுகிறான். ‘கமலாம்பாள் சரித்திர’த்தில் சிக்கல் பெரும் பூதமாக எழுந்து, பின் தீர்ந்துவிடுகிறது. இது யதார்த்தத்திற்கு முற்றிலும் புறம்பல்லதான். ஆனால், இதில் அமானுஷ்யக் கருவி உபயோகப்படுத்தப்படுகிறது. அது ஒரு புறமிருக்க, இந்நாவலில் அளவற்ற அன்பும் நம்பிக்கையும், அளவற்ற வேதனைக்கும் துவேஷத்திற்கும் இடமளிக்கின்றன. காதல் என்பது பல தளங்களில் இயங்கக்கூடும், ‘எடுக்கவோ கோக்கவோ’ என்பது துரியோதனனுக்கும் கர்ணன்மீது உள்ள அன்பை மட்டும் எடுத்துக்காட்டவில்லை. அவனுக்கு அவன் மனைவி மீதுள்ள அசைக்க முடியாத நம்பிக்கையையும் காட்டுகிறது. இது ஒரு தளம். இன்னொன்று நளனின் காதல் போல, ‘என் மனைவி இரண்டாம் மணம் புரிந்துகொள்ளப்போகிறாள்’ என்றும் நம்பிவிடக் கூடிய காதல். இது ஒரு தளம். ‘கமலாம்பாள் சரித்திர’த்தில் இந்த இரண்டாம் நிலைக் காதல் தான் காண முடிகிறது.

அடுத்தபடியாக நான் படித்து இன்றும் நினைவிலிருப்பது *கல்கி* அவர்கள் எழுதிய ‘கள்வனின் காதலி’, ‘கள்வனின் காதலி’ *ஆனந்த விகடனில்* 1937–38இல் தொடர் கதையாக வெளிவந்தது. ஒரு சமூகக்கதை, வாசகர்கள் படித்து ரசிக்க வேண்டும் என்ற ஒரே குறிக்கோளுடன் எழுதப்பட்ட முதல் தொடர்கதை இக் ‘கள்வனின் காதலி’ தான் என்று நினைக்கிறேன். தமிழில் சாதாரண மனிதப் பிறவிகளை அவர்கள் குறைநிறைகளுடன் பிரதிபலிக்க முயற்சி செய்த முதல் தமிழ் நாவல் இதுதான் என்றும் நினைக்கிறேன்.

கடுமையான இலக்கிய விமர்சனத்தில் ‘கள்வனின் காதலி’யின் இடம் நிச்சயமாகக் கூறுவதற்கில்லை. ஆனால், இதன் கதையம்சம் வெகுநாட்கள் இருக்கக் கூடியது. இதில் சந்தேகமே இல்லை. எந்தப் பிராயத்தினரும் படித்து அவர்கள் அளவில் ரசிக்கத் தக்கபடி கதை எழுதப்பட்டிருக்கிறது. நான் முதலில் இதை வாசித்தபோது எனக்கு ஏழு வயதுதான் இருக்கும். பின்னர் மூன்றுமுறைகள் வாசித்திருக்கிறேன். முத்தையன் போல

நானும் முகமூடியணிந்து ஊராரும் போலீசாரும் பயப்படும்படி இருக்க வேண்டும் என்ற ஒரு சிறுபிராயத்து அபிலாஷை எனக்கிருந்தது. முத்தையன் எனக்கு ஒரு லட்சியப் புருஷனாகக் காட்சியளித்தான். ஆனால் போகப் போக முத்தையன் என் மனக்கண்ணில் முக்கியத்துவத்தை இழந்துகொண்டிருந்தான். மாறாக அவன் காதலி கல்யாணி என்னை வசீகரப்படுத்த ஆரம்பித்தாள். கல்கி அவர்கள் எப்போதுமே பெண்களை அதிகம் வர்ணித்ததில்லை. மிகவும் அழகு வாய்ந்தவள் என்று மட்டும் கூறியிருப்பார். நான் வசீகரப்பட்டது கல்யாணி அழகானவள் என்பதனால் அல்ல. அவளுடைய காதலில் ஒரு தனித்தன்மை இருந்தது. வேறு எழுத்தாளர்களின் கதைகளிலும் கைம்பெண்கள் வருவார்கள். அவர்கள் பழைய காதலனைப் பார்க்க நேர்ந்தபோது ஒரு பெருமூச்சு விடுவார்கள் அல்லது ஏதோ ஒரு குற்ற உணர்வு அவர்களைத் தடுமாற வைக்கும். ஆனால், கல்யாணி அப்படி இல்லை. கைம்பெண்ணாக அவள் வீட்டில் தனியாக இருந்தபோது முத்தையன் திருடனாக அவள் முன் நிற்க, அவள் கேட்கிறாள் 'என் நகைகள் மட்டும்தான் வேண்டுமா, முத்தையா?' இது 32 வருடத்திற்கு முன்னால் எழுதப்பட்ட நாவல். இன்று கூட இப்படி ஒரு பிணைப்பைச் சித்திரிக்க அல்லது பிரசுரிக்கப் பலர் தயங்குவார்கள். தமிழ் சினிமாக்காரர்கள் இதை *anti-sentiment* என்பார்கள், அதாவது வேறு எதையும் எப்படியும் காண்பித்தாலும் அவர்கள் கதாநாயகி பண்பாட்டிற்கு விரோதமானவளாக, பத்தினித்தன்மை குலைந்தவளாக வருவதைப் பொதுமக்கள் ஏற்க மாட்டார்கள், மன்னிக்கமாட்டார்கள் என்பது திட்டவட்டமாக, பரவலாக நிலவும் ஒரு கருத்து. ஆனால், கல்யாணியின் காதலில் இந்த *anti-sentiment* அம்சமிருப்பினும் அவள் *anti-sentiment* உணர்ச்சி எழுப்பவில்லை. இந்தக் கதையை எவ்வளவோ புராதனவாதிகள், ஆசாரச் சீலர்கள் படித்திருக்கிறார்கள்; நாடகமாகவும் சினிமாவாகவும் பார்த்திருக்கிறார்கள். ஆனால் கல்யாணி பாத்திரம் சோரம் போனவளாக யாருக்கும் படவில்லை. இதை நான் ஒரு அபூர்வ சாதனையாகக் கருதுகிறேன். பின்னால் கல்யாணி அவசரப்பட்டுத் தன் காதலன் பற்றி போலீஸ் இன்ஸ்பெக்டருக்குத் துப்புக் கொடுத்த போதும் கல்யாணிமீது யாருக்கும் ஆத்திரம் வருவதில்லை. போலீஸ் குண்டடிபட்டு முத்தையன் இறக்கும்போது அவன் பக்கத்தில் கல்யாணி இருக்கிறாள். அவன் இறப்பது அவளுக்குப் பெரும் துக்கத்தைத் தருவதில்லை. மாறாக, அவன் தோஷமற்றவன்; அவனுடன் அவள் பார்த்த உருவம் பெண் வேடம் அணிந்த அவன் நண்பன் என்று அவள் அறிவதில் பெருமகிழ்ச்சி அடைகிறாள். அவள் காதல்

பாத்திரமறியாமல் அவனுக்குத் தரப்படவில்லை. அவளுடைய காதல் அவன் இறந்துவிடுவதோடு முடியவில்லை. ஏனெனில் அவள் காதலில் உடல் சம்பந்தப்படவில்லை. முத்தையன் இறந்த பிறகும் மனநிறைவுடன் வாழ்க்கையை எதிர் நோக்குகிறாள். முத்தையன்மீது அவள் செலுத்திய காதலை இறைவன் மீது செலுத்துவது அவளுக்குச் சிரமமாக இல்லை.

அடுத்து நான் வாசித்தது 'தியாக பூமி'. இதுவும் கல்கியுடையது. 'தியாக பூமி' காதல் கதையல்ல என்று சொல்வோர் பலர் அவசியம் இருப்பார்கள். ஆனால், 'தியாக பூமி'யில் ஏராளமான அளவு காதல் இருப்பதாகவே நான் உணர்கிறேன். நவநாகரிக மோகத்தில் மூழ்கியுள்ள கணவனால், கிராமத்துப் பெண்ணாகிய அவன் மனைவி, அவள் கர்ப்பிணியாக இருக்கும்போது நடுத்தெருவில் விடப்படுகிறாள். அனாதையாக அவள் ஆஸ்பத்திரியில் பெண் குழந்தையொன்றைப் பெற்றெடுக்கிறாள். அவள் பக்கத்து மனிதர்களும் கிடைக்கவில்லை. புருஷனும் விரட்டிவிட்டிருக்கிறான். கைக்குழந்தை இருக்கிறபடியால் வேலை எதுவும் கிடைக்கவில்லை. அவள் குழந்தையோடு தற்கொலை செய்து கொள்ளப்போகிறாள். அப்போது ஒரு பழக்கப்பட்ட குரல் கேட்கிறது. அவள் தகப்பனார்தான்! அவரும் எல்லாராலும் நிராகரிக்கப்பட்டுச் சுற்றிக்கொண்டிருக்கிறார். அங்கே தனியனாக வெட்டவெளியில் இளைப்பாறப் படுத்துக் கொள்கிறார். அவளுக்கு அப்பா மீது அளவிட முடியாத கோபம். அவரும் சேர்ந்தல்லவா தன்னை இப்படித் தவிக்க விட்டு விட்டார்? அப்பா பக்கத்தில் கைக் குழந்தையை விட்டுவிட்டு அவள் பம்பாய் செல்கிறாள், பிழைப்பைத் தேடி. அவளுக்குத் தெரியும், நம்பிக்கை உண்டு, அப்பா எப்படியும் அக்குழந்தையைக் கைவிடமாட்டார் என்று, அவள் நம்பிக்கை வீண் போகவில்லை.

பம்பாய்க்குச் சென்றவள் சில வருடங்களில் பெரிய பணக்காரியாகச் சென்னை வருகிறாள். அப்பாவுக்கு அவளை அடையாளம் கண்டுகொள்ள முடியவில்லை. அவளும் தான் யார் என்று காட்டிக்கொள்வதில்லை. காரணம், அப்பா மீண்டும் கணவனுடன் சம்சாரம் நடத்து என்று வற்புறுத்துவார். ஆனால் அவள் கணவன் ஒரு பொய்க் கையெழுத்து வழக்கில் சிக்கி சென்னைக்குக் கைதியாக வருகிறான். அவள் வலியச் சென்று அவன் விடுதலையடையப் பாடுபடுகிறாள். விடுதலையடைந்த அவன், மனைவியைப் பார்க்க வருகிறான். சென்றதெல்லாம் மறந்து புது வாழ்வு வாழலாம் என்கிறான். அவன் விடுதலையடைய வேண்டும் என்று அரும்பாடு பட்டவள் இப்போது அவனை வீட்டை விட்டு வெளியே துரத்துகிறாள். அவனுடைய அகங்காரம்

தூண்டிவிடப் படுகிறது. அவன் தாம்பத்ய உரிமை கோரி கேஸ் போடுகிறான். அவன் தரப்பு தீர்ப்பும் ஆகிறது.

இந்த கோர்ட் கேஸினால் கணவன்–மனைவி என்றென்றும் பிளவுபட்டவர்கள் என்றுதான் எண்ண முடியும். இங்கே அந்தக் கணவனும் ஓர் உச்சகட்டத்தைத் தொடுகிறான். கோர்ட் தீர்ப்பை அமலாக்க அவன் முயற்சி செய்வதில்லை. மாறாக அப்போது நடந்துகொண்டிருக்கும் தேச விடுதலை இயக்கத்தில் சேர்ந்து கொண்டு சிறை செல்கிறான். அவனை போலீஸ் வண்டி அழைத்துச் செல்லும்போது அவன் ஒரு காட்சி காண நேருகிறது. ஒரு குழு தேச சேவிகைகள் கைது செய்யப்படுகிறார்கள். அவர்களில் ஒருத்தி அவன் மனைவியும். இருவரும் கைதிகளாக ஒருவரையொருவர் பார்த்துக்கொள்கிறார்கள். அங்கே பாரதியாரின் ஓரடியைக் கல்கி அவர்கள் பயன்படுத்தியிருக்கிறார். ‘பிரிந்தவர் கூடினால் பேசவும் வேண்டுமோ?’ அந்த ஒரு கணத்தில் அவர்களுள் ஐக்கியம் ஏற்பட்டுவிட்டது.

கல்கி அவர்களின் படைப்புக்களில் நான் ‘தியாக பூமி’யைத்தான் தலைசிறந்ததாகக் கருதுகிறேன். காதல் கதை என்று அப்பட்டமாகத் தோன்ற வைக்காமல் ஆழமான காதலை நுணுக்கமான விவரங்கள் மூலம் சித்திரித்திருக்கிறார்.

நான் தமிழ்ப் படைப்பிலக்கியத்தில் காதல் என்பது பற்றிப் பேச அடுத்ததாக எடுத்துக்கொள்ளும் படைப்பும் கல்கியுடைய தாகவே இருக்கிறது.

‘பார்த்திபன் கன’வில் கதாநாயகனும் கதாநாயகியும் ஜன்ம விரோதிகளாகத்தான் இருந்திருக்க வேண்டும். கதாநாயகனின் தந்தை கதாநாயகியின் தந்தையுடன் போர்க்களத்தில் போரிட்டு உயிரை விட்டவர். கதாநாயகனும் கதாநாயகியும் முதல் தடவை யாகப் பார்த்துக்கொள்ளும்போது ஒருவருக்கொருவர் யார் என்று தெரியாது. இருவரும் ஆகர்ஷிக்கப்படுகிறார்கள்; மீண்டும் சந்திக்க வேண்டுமென்று ஆர்வப்படுகிறார்கள்; சந்திப்புகளை ஏற்படுத்திக்கொள்கிறார்கள். உள்ளூர ‘ஐயோ, இவள் விரோதியின் மகளாக இல்லாமல் வேறு யாராகவாவது இருக்க முடியாதா?’ என்று அவன் நினைக்கிறான். அவளும் அப்படித்தான் . . . ஒரு கட்டத்திற்குப் பிறகு வேஷத்தை இருவரும் களைந்து விடுகிறார்கள். கதாநாயகன் நாடுகடத்தல் தண்டனையை மீறி வந்ததற்காகக் கைது செய்யப்படுகிறான். கநாநாயகியிடம் ஒருவன் கூறுகிறான், ‘இளவரசி, நீங்கள் மட்டும் அப்பாவிடம் ஒரு வார்த்தை சொல்லி இவரை விடுவித்துவிட்டால்...’ அவள் கோபத்தில் துடித்துவிடுகிறாள். ‘மாட்டேன், அந்தக் குற்றத்தை

நான் செய்யமாட்டேன். இவர் குற்றவாளி என்று மகாராஜா தண்டனை விதித்தால் நான் அதைக் குறைத்துவிடுமாறு முறையிடமாட்டேன். மாறாக, தண்டனை நிறைவேற்றும்முன் நான் அவருக்கு மாலையிட மட்டும் அனுமதி கேட்பேன்,' என்கிறாள். தன் காதலனின் தன்மானம் பாதிக்கும்படி அவள் எதுவும் செய்யமாட்டாள். அதனால் அவளுக்குப் பேரிழப்பு ஏற்படக்கூடினும் அவள் நிலைதவறமாட்டாள். இது ஏதோ ஒரு வறட்டுக்கொள்கையைப் பிடித்துக்கொண்டிருக்கும் பக்குவமற்ற பெண்ணின் பிடிவாதமல்ல. தன் காதலன் ஓர் ஆண்மகனாகவன்றி, பிறர் சிபாரிசில், பிறரின் பரிதாப உணர்ச்சியில் உயிர் வாழ்பவனாக இருப்பதை அவன் எள்ளளவும் சகிக்கமாட்டான் என்ற நம்பிக்கைகொண்ட பெண்ணைத்தான் காட்டுகிறது. நம்பிக்கை என்பது கூட ஓரளவு மனது, சிந்தனை இவற்றைப் பொறுத்தது. சஞ்சலங்களுக்கு இடமளிக்கக் கூடியவை இவை. ஆதலால் அவற்றுக்கும் அடித்தளத்தில் இயங்கும் பிரக்ஞையின் ஓரிழை என்று கூறலாம். 'பார்த்திபன் கன'வில் எந்தப் பாத்திரமும் மிதமிஞ்சிய லட்சியவாத வெறியைப் பிரதிபலிப்பதில்லை. இருந்தும் மதிப்புக்குரியவர்களாக, கண்ணியம் நிறைந்தவர்களாக இருக்கிறார்கள். காதல் என்னும் அம்சம் மனித அளவிலேயே சித்திரிக்கப்பட்டிருக்கிறது. மனித அளவில் எவ்வளவு உயர்ந்த நிலையில் சித்திரிக்கப்பட முடியுமோ அந்த அளவுக்குச் சித்திரிக்கப்பட்டிருக்கிறது.

பொதுவாக வாசகர்கள் அறியும் மொழியில் கல்கி பூர்த்தி பெறாத காதல் பற்றித்தான் அதிகம் எழுதினார் என்று கூறலாம். ஆனால் இப்பெண்கள் யாவரும் காதல் நிறைவேறவில்லை என்று அறிந்தும் உயிர் வாழ்ந்தார்கள். பார்க்கப் போனால் இன்னும் திடத்துடனும் பக்குவத்துடனும் வாழ்ந்தார்கள். அவர்கள் காதலை மறந்துவிடவில்லை. உண்மையில் அவர்கள் காதல் பன்மடங்கு பெருகியவாறு இருந்திருக்கிறது. ஆனால் அது உடல் சம்பந்தத்தோடு மட்டும் முடிந்துவிடுவதாக அவர்கள் வைத்துக்கொள்ளவில்லை. இவர்கள் காதலில் காதலன் அவர்கள் பக்கத்திலேயே இருந்து அவர்களுக்கே உடைமையாக இருக்க வேண்டும் என்று இப்பெண்கள் நிர்ப்பந்திக்கவில்லை. மாறாக அந்த அம்சத்தில் அவர்கள் தங்கள் காதலைத் தியாகம் செய்தவர்களாவார்கள். இத்தியாகம் புரிந்தபிறகு அவர்கள் தலையை வாராமல் தொங்கவிட்டுக்கொண்டு, அழுமூஞ்சியாகக் கழிவிரக்கத்தில் மூழ்கி அவர்களையும் வருத்திக்கொண்டு பிறரையும் வருத்தவில்லை . அவர்கள் மனித நேயம், வாழ்வு நேயம் குறையாமல் வாழ்ந்தார்கள். காதலைப்

பற்றி எழுதியதில் கல்கி அவர்கள் ஏறக்குறைய மனித-தெய்வ எல்லையிலிருக்கும் ஒரு மன நிலையை, அமானுஷ்யமானது என்று தோன்றவிடாமல், நம்பத்தக்கதாக, சாத்தியக்கூறாகச் சித்திரித்திருக்கிறார். கல்கியவர்கள் வாழ்க்கையைப் பெருமளவுக்கு எளிதாக்கித்தான் கதைகள் புனைந்தார். ஆனால், காதல் என்னும் அம்சத்தில் அவருக்கு ஓர் ஆழமான, தெளிவான, ஆன்மீகக் கலப்புடைய கண்ணோட்டம் இருந்திருக்கிறது. பாரதப் பண்பாடு, தமிழ்ப் பண்பாடு என்று இன்று கூறப்படுபவையுடன் இதைச் சேர்த்துவிடக் கூடாது. காதலில் கல்கி அவர்கள் புறப் புலன்களுக்கு முக்கியத்துவம் தரவில்லை. பண்பாடு எனப் பலர் புலன்கள் பற்றித்தான் குறிக்கிறார்கள்.

6

மெய் பொய்

1979 பிப்ரவரி, மார்ச் மாதங்களில் எனக்கு நோய் பிடுங்கித் தின்றது. எனக்கு நினைவு தெரிந்து இப்படி இதுவரை பத்துப் பன்னிரண்டு முறை ஆயிற்று. சென்ற ஆண்டு, சுரத்துடன் காலும் நடக்க முடியாமற் போய் முடங்கிக் கிடந்தேன். இம்முறை மஞ்சள் காமாலை.

இப்படி நோய் கண்டு படுத்திருக்கும் நாட்களில் அதிகம் எழுத முடிவதில்லை. ஒருமுறை மட்டும் மூன்று சிறுகதைகள் எழுதினேன். அது 1962ஆம் ஆண்டில். டைபாயிடு சுரம். டைபாயிடு என்று கண்டறியக் கால தாமதம் ஏற்பட்டுவிட்டது. அதனால் இரு மாதங்கள் படுக்கையோடும் மருந்தோடும் கிடக்க நேர்ந்துவிட்டது.

1961–62ஆம் ஆண்டுகள் எனக்கு ஒரு திருப்புமுனைக் காலம். உலகமே ஏதோ முடிவுக்கு வந்துவிடப் போகிறது போன்ற எண்ணங்கள். இருமுறை வீட்டை விட்டு ஓடிப் போய்விட்டேன். சில கடுமையான நியமங்கள் அனுஷ்டித்து லட்சக் கணக்கில் சில மந்திரங்களை ஜபித்திருந்தேன். ஏதோ நாளைக்கே யாரிடமோ கணக்கு ஒப்புவிக்க வேண்டும் என்பது போன்ற பரபரப்பு. அப்போது சுரம் வந்தது. முதலில் நாள் கணக்கில் இடைவெளிவிடாத அசாத்தியமான தலைவலி. அப்புறம் இதர உபாதைகள். படுக்கையை விட்டு எழுந்திருக்கவே முடியாது என்கிற நிலை. சுரம் இறங்கிய பிறகும் மூன்று வாரங்களுக்கு எழுந்திருக்கக் கூடாது என்றார்கள். அப்போதுதான் அந்த மூன்று கதைகளை எழுதினேன். படுக்கையில்

விழுவதற்கு முன்பு இருந்த பரபரப்பு இப்போது கணிசமாக அடங்கிப் போயிருந்தது. நோய்வாய்ப்பட்டதே ஒருவித சாதனையாகிப் போயிருந்தது. சுரம் வந்து படுத்த படுக்கையாகக் கிடந்திராவிட்டால் ஏதாவது ஏறுமாறாக நடந்திருக்கக் கூடும்.

ஆனால், அந்த மூன்று கதைகளை நான் சுரம் வந்துதான் எழுதியிருக்க வேண்டுமென்பதில்லை. நான் அவற்றைப் பற்றி முன்பே நிறைய யோசித்து வைத்திருந்தேன். ஆனால், கதைகளைப் பொறுத்தவரையில் நாம் எவ்வளவுதான் முன்கூட்டியே யோசித்து வைத்திருந்தாலும் அவை நம் மனத்தில் உருவம் பெற வேண்டும். உருவமும் ஓரளவு மொழிநடையும் கதைக்குக் கதை மாறும்; மாற வேண்டும். உண்மையில் படைப்பிலக்கியத்தில் இந்த உருவம் அமைவது மிகக் கடினமான பகுதி. ஒரு படைப்பின் உருவத்துக்காக நாட்கணக்கில், மாதக்கணக்கில், வருடக் கணக்கில் காத்திருக்க வேண்டியிருக்கிறது.

'நம்பிக்கை', 'தப்ப முடியாது', 'பிரயாணம்' ஆகிய இந்த மூன்று கதைகளையும் நான் 1960ஆம் ஆண்டு அளவிலேயே எழுதத் தீர்மானித்துவிட்டேன். ஆனால் 1962ஆம் ஆண்டில்தான் மூன்றையும் எழுத முடிந்தது. 'பிரயாணம்' கதையை முடிக்க இன்னும் கூடச் சிறிது அவகாசம் தேவைப்பட்டது.

இப்போது இம்மூன்று கதைகளைப் பரிசீலனை செய்து பார்க்கும்போது எனக்குச் சில பொதுச் சரடுகள் தென்படுகின்றன. மூன்றிலும் 'நான்' வருகிறேன். முதலிரண்டில் பார்வையாளனாகவும் கதை சொல்பவனாகவும், மூன்றாவதில் கதையிலேயே பங்கு பெறுபவனாக. மூன்றிலும் சாதாரண மானிட நிலைக்கு அப்பாற்பட்டதொன்றைத் தேடும் முயற்சி. 'நம்பிக்கை' சம்பிரதாயச் சாமியார் ஒருவரை முன்வைத்து. 'தப்பமுடியாது' ஒருவன் தன் செயலாற்றாமையை ஜே. கிருஷ்ணமூர்த்தி கூறும் *Choiceless awareness* நிலை என்று தனக்குத் தானே விளக்கிக் கொண்டு அதில் சமாதானமடைய நினைக்கிறான். மூன்றாவது கதையாகிய 'பிரயாணம்' ஹடயோக அப்பியாசங்களினால் சமாதி நிலையை எட்டிய போதிலும் அது சாத்தியமாகாமல் போகுமோ என்ற ஐயத்தை உட்கொண்டது. மூன்றிலும் நோயும் சாவும் வருகின்றன. ஆனால், அவைதான் பிரதான அம்சங்கள் என்றில்லை.

நோய் என்னும் எண்ணத்தை மனித மனதால் எளிதில் ஏற்றுக்கொள்ள முடிவதில்லை. நோய்க்கான அறிகுறிகள் தோன்றினால்கூட முடிந்தவரையில் மனம் நோயை ஏற்றுக் கொள்வதை எதிர்க்கிறது. ஆரோக்கியம் என்பதையே

நாம் ஆரோக்யமற்றுப் போகும்போதுதான் உணருகிறோம் என்கிறார்கள். ஆனால் ஓர் அடிமன நிலையில் நாம் என்றும் ஆரோக்கியம் பற்றி நினைப்பு உடையவர்களாக இருப்பதால்தான் நோயுற்றிருக்கக் கூடும் என்பதை ஏற்க நம்மையறியாமலேயே நம்முள் எதிர்ப்பு ஏற்படுகின்றது. ஆனால் விரைவிலேயே ஒரு சமரசம் செய்துகொண்டுவிடுகிறோம். சாதாரணமாக நோய் பற்றி அளவு மீறி நாம் அலட்டிக் கொள்வதில்லை.

நோய் நிலையை ஏற்க மறுத்த ஒரு மேற்கத்தியர் நினைவு வருகிறது. எர்னஸ்ட் ஹெமிங்வே 1940களின் இறுதியில் அவர் புகழேணியின் உச்சியில் இருந்தார். பிரமுகராக, எழுத்தாளராக, போர்வீரராக. அப்போது பிலிப் யங் என்னும் ஓர் இளம் இலக்கிய ஆராய்ச்சியாளர் டாக்டர் பட்டத்துக்கென ஹெமிங்வே படைப்பு களை ஆராய்ந்தார். ஆரம்பத்தில் அவருக்கு ஹெமிங்வேயின் ஆதரவு இருந்திருக்கிறது.

ஆனால், நிலைமை மாறத் தொடங்கிவிட்டது. சுமார் இருபது வருட காலம் அதிகப் பிரபலமடையாது ஒதுங்கியிருந்த வில்லியம் ஃபாக்னர் திடீரென்று ஓர் உலக எழுத்தாளராகக் கண்டெடுக்கப்பட்டார். காரணம் மால்கம் கவ்லி என்னும் விமர்சகர் ஃபாக்னரின் பல்வேறு நூல்களிலிருந்து சிறப்பான பகுதிகளைத் தொகுத்து, தொகுப்புக்கு விமர்சன அணிந்துரை ஒன்றும் எழுதி 'போர்ட்டபிள் ஃபாக்னர்'* என்ற நூல் வெளியிட வழி செய்தார். இந்த நூல் வெளிவந்ததும் ஃபாக்னருக்குக் கிடைத்த கவனம் மற்றெல்லா அமெரிக்க எழுத்தாளர்களையும் ஒதுக்கித் தள்ளிவிட்டது. அது மட்டுமல்ல. 1949ஆம் ஆண்டு நோபல் பரிசு ஃபாக்னருக்கு அளிக்கப்பட்டது.

ஹெமிங்வேயுக்கு இன்னொரு அடி: பத்தாண்டுக் காலம் காத்திருந்த அவருடைய வாசகர்களுக்கு அவர் அடுத்து வெளியிட்ட நாவல் *'Across the river in to the trees'* கொஞ்சமும் பிடிக்கவில்லை. வாய்ப்பு கிடைத்தவர்களெல்லாம் அந்த நாவலை மட்டந் தட்டினார்கள். *நியூயார்க்கர்* பத்திரிகை ஒரு கேலிக் கட்டுரை கூட எழுதி வெளியிட்டது. நான் அந்த நாவலைப் படித்தேன். வழக்கமாக, ஹெமிங்வேயின் கதாநாயகிகள் பலஹீனமான வார்ப்புகள். இதிலும் அப்படித்தான். ஆனால் நாவல் பல இடங்களில் கவிதை நயம் தெரிய இருந்தது. அதுவரை அவர் அனுபவித்த புகழுக்கும் முக்கியத்துவத்திற்காகவுமே ஹெமிங்வே பழிவாங்கப்பட்டாரோ என்று தோன்றியது. இந்த வேளையில் பிலிப் யங் ஆராய்ச்சி. பிலிப் யங் தன்னுடைய ஆராய்ச்சிக்

* Portable Faulkner. Edited by Malcolm Cowley. Viking Press. 1946

கட்டுரையை ஹெமிங்வே படைப்புகளையே சார்ந்துதான் எழுதியிருந்தார். அதன் முக்கிய சாராம்சம், ஹெமிங்வே 1918இல் பலமாகக் குண்டடிபட்டுப் படுத்த படுக்கையாகக் கிடந்ததன் அதிர்ச்சிதான் அவர் படைப்புகள் அனைத்திற்கும் ஆதார சுருதி என்று வாதிட்டிருந்தார். இதை 'டிரவ்மா தியரி' *(trauma theory)* என்று குறிப்பிட்டிருந்தார். இதையும் நான் படித்திருக்கிறேன். மிகவும் புத்திசாலித்தனமாக எழுதப்பட்டிருக்கும். திடீரென்று தன் செல்வாக்கு குறைந்திருக்கும் இந்த வேளையில் இந்த *trauma theory* மேலும் குழப்பம் விளைவிக்கும் என்று ஹெமிங்வே கருதியிருக்க வேண்டும். அதன் பிறகு தன்னுடைய ஆராய்ச்சிக்கு ஆதரவைத் தராததோடு தான் டாக்டர் பட்டம் பெறுவதையும் ஹெமிங்வே எதிர்த்தார் என்று யங் குறைகூறியிருக்கிறார்.

இதற்கெல்லாம் மேலாக ஹெமிங்வே உண்மையிலேயே அப்போது நோயுற ஆரம்பித்தார். முதலில் ஏதோ சரும அரிப்பு, எரிச்சல், அலர்ஜி என்றுதான் கூறப்பட்டது. ஆனால் அது புத்தி தடுமாற்றம்வரை கொண்டுவிட்டிருந்தது. எப்படியோ படாத பாடுபட்டு ஹெமிங்வே அடுத்த நாவலை எழுதி வெளியிட்டார்: *'The old man and the sea'*, முந்தைய நாவலான *'Across the river . . .'* பகிஷ்கரிப்புக்குப் பரிகாரம் செய்வது போல இப்புது நாவலை எல்லோரும் ஆர்ப்பாட்டமாக வரவேற்றார்கள். விமர்சகர்கள் பரிசு, புக் கிளப் தேர்வு, புலிட்ஸர் பரிசு எல்லாவற்றுக்கும் மேலாக நோபல் பரிசு . . .

இதெல்லாம் ஏதோ தற்காலிகமாகத்தான் ஹெமிங்வேயுக்கு ஆறுதல் அளித்திருக்க வேண்டும். அவருடைய உடல், மன நிலை இரண்டுமே அடிக்கடி பேதமுற்றது. மாதக் கணக்கில் உடல் நோய் வைத்திய விடுதியிலும் மனநோய் வைத்திய விடுதியிலும் அவர் சிகிச்சை பெற வேண்டியதாயிற்று. அவர் அந்த ஆண்டுகளில் அவ்வப்போது எழுதிய படைப்பிலக்கியத்தை அவர் பிரசுரிக்கவில்லை. (அவர் மறைவுக்குப் பின் அவை பிரசுரமாயின – விசேஷமாக இல்லை.) நோபல் பரிசு பெற்று ஏழாண்டுகளுக்குப் பிறகு 1961ஆம் ஆண்டில் மனச் சோர்வையும் நோயுற்ற மனம் தந்த விபரீத பயங்களையும் தாங்கமாட்டாமல் தற்கொலை செய்துகொண்டு இறந்தார். அவருடைய வாழ் நாளெல்லாம் திடகாத்திரம் – தன்னம்பிக்கை – சாகசம் – உற்சாகம் – கேளிக்கை இவை எல்லாவற்றின் மொத்த உருவமாக இருப்பவர் என்ற பொதுத் தோற்றத்தை நேரடியாகவும் மறைமுகமாகவும் தன்னுடைய படைப்புகள் மூலமும் தன்னுடைய சாகசங்கள் பற்றிய செய்திகள் மூலமாகவும் உண்டு பண்ணியிருந்த ஹெமிங்வே, இப்படிப் பரிதாபகரமான முடிவைத் தேடிக் கொண்டது உலகுக்குப் பெருத்த ஏமாற்றத்தை அளித்தது.

ஆனால் உண்மையில் ஹெமிங்வே அவ்வளவு பீதியடைந் திருக்க வேண்டியதில்லை. அவருக்குப் படைப்பிலக்கிய உலகில் ஒரு சாசுவதமான இடம் உண்டு. அவருடைய நாவல்கள் அநேகமாக எல்லாமே இன்று நிராகரிக்கப்பட்டுவிட்டாலும் அவருடைய சிறுகதைகள் நிரந்தரச் சிறப்புடையதாக இருக்கின்றன. இன்றும் படிக்கப்படுகின்றன, சிறப்பான இலக்கியமாகக் கருதப்படுகின்றன, பயிலுவிக்கப்படுகின்றன. அவர் படைப்பு பற்றிய பல கண்ணோட்டங்களில் யங் தந்த *trauma theory*யும் ஒன்று. இன்று அதற்கு மேல் அதற்கு முக்கியத்துவம் இல்லை .

ஆனால், நோய்வாய்ப்பட்டவர்களின் மனம் எப்படி யெல்லாம் செயல்படும் என்று யாரால் நிச்சயமாகக் கூற முடிகிறது? இங்குதான் கலாச்சாரப் பின்னணியைக் கணக்கில் எடுத்துக்கொள்ள வேண்டியிருக்கிறது. நோயும் சாவும் பல மேற்கத்தியப் படைப்பாளிகளின் மொத்த கவனத்தையும் ஆற்றலையும் பாதித்திருப்பதை நாம் அறிய முடிகிறது. எனக்குத் தெரிந்து இந்திய எழுத்தாளர்கள் யாரும் அப்படி வீழ்ந்ததில்லை. தமிழ்மொழியிலேயே சில சமீபத்திய உதாரணங்கள் கு.ப.ரா., புதுமைப்பித்தன், பிச்சமூர்த்தி. இவர்கள் எல்லாரும் நெடுங்காலம் நோயால் அவதியுற்றவர்கள். சுந்தர ராமசாமியாவது ஒரு சிறுகதை எழுதியிருக்கிறார், தான் நோய்வாய்ப்பட்டதை அடிப்படையாகக் கொண்டு. ஆனால் மேற்சொன்ன மூன்று எழுத்தாளர்கள் மட்டுமல்லாமல் பல இந்திய எழுத்தாளர்களும் தாம் அனுபவிக்க நேர்ந்த நோயைத் தம் படைப்பின் மையமாக்கிக் கொள்ளலாம், அல்லது கொள்ள வேண்டும் என்று எண்ணியது கூடக் கிடையாது. யாரும் தற்கொலையும் செய்துகொள்ளவில்லை. (ஆத்மாநாமின் முடிவு எழுத்துப் பிரச்னையினால் அல்ல.)

இதைப் பற்றி மேலும் சிந்திக்கையில் ஒன்று புரிகிறது வெகு நுண்ணியமான வகையில் இந்தியக் கலாச்சாரத்தின் மதிப்பீடுகள், அதுவும் முக்கியமாக இந்த உடல் – ஜன்மம் பற்றிய மதிப்பீடுகள், நமது இலக்கியத்தில், குறிப்பாகத் தற்கால எழுத்திலும் கூடச் செயல்படத்தான் செய்கிறது. காயமே இது பொய்யடா என்பது அவ்வளவு ஆழமாக வேரூன்றியிருக்கிறது.

7

ஒரு சிறு பத்திரிகைக்கு வேண்டுகோள்

அன்புள்ள ஆசிரியருக்கு,

வெளியூர் சென்றிருந்த காரணத்தால் காலம் தாழ்த்தித் தங்கள் 'பாலம்' முதல் இதழ் படித்தேன். நல்ல உட்தாள். நல்ல உறைத்தாள். கவனமாகச் செய்த அச்சு அமைப்பு. முதலிலேயே சிறப்பாசிரியரின் அஞ்சலிக் கட்டுரை – சில நாட்கள் முன்பு மறைந்து போன பிச்சமூர்த்தி அவர்களுக்கு. அதை அடுத்து ஆசிரியரின் அஞ்சலி – இன்னும் அருகாமையில் மறைந்துபோன ஷண்முகசுந்தரம் அவர்களுக்கு. எவ்வளவோ அன்பர்களிடம் ஊமைச் சோகமாக வருத்திக்கொண்டிருப்பதை உருக்கொடுக்கும் வாக்கியங்கள். ஒரு தலைமுறையின் பௌதிக உருவங்கள் ஒவ்வொன்றாக நம்மிடமிருந்து விலகிக் கொண்டிருக்கின்றன.

பிச்சமூர்த்தி, ஷண்முகசுந்தரம் இருவர் மட்டும் அரசாங்கம் மற்றும் பொது நிறுவன அங்கீகாரம், பரிசு பெறாதவர்கள் என்றில்லை. இன்றும் நம்மிடையே இருந்துகொண்டிருக்கும் க.நா.சு., லா.ச.ரா., தி. ஜானகிராமன், மௌனி, சிதம்பர சுப்பிரமணியன், சி.சு. செல்லப்பா இன்னும் சிலரும் நிறுவன அங்கீகாரம், பரிசு முதலியன பெற்றதில்லை. நிறுவன அமைப்புகளையும் அவர்கள் பரிசுகளுக்குத் தேர்வு செய்யும் முறைகளையும் ஆராய்ந்து பார்க்கையில் இவர்களுக்கு அப்படிப்பட்ட பரிசுகள்

கிடைக்கும் என்ற நம்பிக்கை பளிச்சென்று தோன்ற மறுக்கிறது. அழகிரிசாமி உயிரோடு இருந்தால் அவரும் இப்பட்டியலில் சேர்ந்திருக்க வேண்டியவர்தான்.

தமிழ்ப் படைப்பாளிகள் அவர்கள் இலக்கியத்துக்கு ஆற்றும் கடமைகளிலிருந்து தவறிவிடவில்லை. இப்போதிருக்கும் வாழ்க்கை நிலவரங்கள், பிரசுர வாய்ப்புகள், வாசகர் ஆர்வம் இவை சாத்தியப்படுத்தும் அளவில் தங்கள் கடமைகளைச் செய்துதான் வந்திருக்கிறார்கள். இப்போதும் செய்துகொண்டு வருகிறார்கள். எந்த ஆண்டிலும் இலக்கியமெனக் குறிப்பிடத் தக்கதாக நான்கைந்து நூல்களாவது வெளிவருகின்றன. இவர்கள் பரிசுகளுக்கும் அங்கீகாரத்திற்கும் எழுதுகிறவர்கள் என்று என்னால் நம்ப முடியவில்லை. உலக வரலாற்றில் இலக்கியப் பரிச்சயம் சமுதாயத்தில் பரவலாக உள்ள நாடுகள் – மொழிகளில் கூடப் பரிசுகள் தவறிப் போயிருக்கின்றன. நாவல் உலகத்தில் இந்நாள்வரை படைக்கப்பட்டதில் எது அதி உன்னதச் சிகரம்? டால்ஸ்டாயின் ‘போரும் அமைதியும்.’ சிலர் தாஸ்தாயவ்ஸ்கியின் ‘கரமஸாவ் சகோதரர்கள்’ என்பார்கள். (‘அப்பாவி’ நாவலைக் கூடக் கூறுவதுண்டு.) ஹெர்மன் மெல்விலின் ‘மோபி டிக்’ நாவலும் இச் சர்ச்சைகளில் பங்கு பெறுவதுண்டு. எது முதலிடம் என்பதில் சிறு கருத்து வேற்றுமை இருக்கலாம். ஆனால் இவை எல்லாமே மகத்தான சாதனைகள் என்பதில் மாற்றுக் கருத்துக்கள் கிடையாது.

இந்த மூன்று படைப்பாளிகளுக்கும் பரிசு வழங்கப்பட்டது கிடையாது. ரூட்யார்டு கிப்ளிங்குக்கும் ஸிங்க்ளேர் லூயிஸுக்கும் பேர்ல் பக்குக்கும் வழங்கப்பட்ட நோபல் பரிசுக்கு அவர்கள் அருகதையற்றவர்களாகிவிட்டார்கள்.

அவர் காலத்திலேயே அவருடைய படைப்புகளுக்கும் படைப்பு முறைகளுக்கும் வெகுவாகத் தாக்கப்பட்டவர் டால்ஸ்டாய். இலக்கியத் திருடன், பொறாமைக்காரன், நய வஞ்சகன், போலிச்சாமியார் என்றெல்லாம் அவரைப் பற்றிச் செய்திகளையும் கருத்துக்களையும் பரப்பினார்கள். தாஸ்தாயவ்ஸ்கி? தொடர்கதைக்காரன். அவசரம் அவசரமாக எழுதிப் பதிப்பாளர்களிடம் எழுத்தை விற்கும் எழுத்துத் தொழிலாளி! அவர் எங்காவது சம்பளம் பெற்றுக்கொண்டு இன்றைக்கும் நாளைக்குமாகப் பாதுகாப்பு தேடிக்கொண்டு ஓய்ந்த வேளையில் நான்கு பக்கங்கள் எழுதியிருக்கலாம். ஆனால் அந்த அசடு எழுத்தாலேயே வாழ்ந்து பார்க்க வேண்டும் என்று பிடிவாதம் பிடித்து காலவரைகளை ஒப்புக்கொண்டு அமானுஷ்ய வேகத்தில் எழுதி அப்படைப்புகளைப் பிரசுரகர்த்தர்களிடம்

ஒப்புவித்தது. அவர் 'சூதாடி' நாவல் எழுதிய வரலாறு நியாய உணர்வுபெற்ற எவன் மனத்தையும் நெகிழ வைக்கும். மெல் விலை அவருடைய சமகாலத்து இலக்கிய நோக்கர்கள் புதைத்து வைத்தார்கள். அந்தத் துவேஷ இயக்கம் தொடங்கியபின் அவர் பிரசுரம் செய்வதைக் கூட நிறுத்திவிட்டார். அவர் இறந்து இருபது வருஷங்களுக்கும் மேல் தேவைப்பட்டன, நாவல் இலக்கியத்தின் மகத்தான நாவலை அவர் எழுதியிருக்கிறார் என்று உலகம் ஒப்புக்கொள்ள! ஹிந்துக்களுக்காவது மறுஜன்மம் என்ற நம்பிக்கைச் சாயல் உண்டு. அந்த ஆறுதல்கூடக் கிடையாது, மெல்விலுக்கும் டால்ஸ்டாயுக்கும் தாஸ்தாயவ்ஸ்கிக்கும். இந்த நிறுவன அங்கீகாரங்கள், பரிசுகள் தகுதி படைத்தவர்களுக்குக் கிடைப்பதே இல்லை என்றும் கூறிவிட முடியாது. ஆனால் சரியை விடத் தப்புத்தான் அடிக்கடி நிகழ்ந்துவிடுகிறது. இந்தியாவிலேயே ஒவ்வொரு மொழிக்காரர்களிடையும் இந்த வருத்தம் இருக்கிறது. நன்கு வளர்ந்துவிட்ட மொழிகள் பல இருக்கும் நமது நாட்டில் தேசிய அளவில் இப்பரிசுகள் வழங்கப்படும்போது ஒரு குறிப்பிட்ட மொழி இலக்கியத்தை நேரடியாக அந்த மொழியிலேயே நன்குணர்ந்த அறிஞர்கள் கையில் மட்டுமே இத்தேர்வுகள் இருந்துவிடுவதில்லை. தேர்வின் கணிப்பு நேரடியாகப் படைப்பை எடைபோடுவதில் இல்லை. அப்படைப்பைப் பற்றி வந்த கணிப்புகள், அபிப்பிராயங்கள், இவையும் தேர்வில் செயல்படுகின்றன.

இப்படிப் பார்த்தால் மு.வ., அகிலன் பற்றி நூல்கள் அபிப்பிராயங்களாகவும் பாராட்டுரைகளாகவும் ஆய்வுக் கட்டுரைகளாகவும் பல வெளிவந்திருக்கின்றன. இவை மேலோட்டமானவையாக இருக்கலாம். இலக்கிய அடிப்படைகள் இல்லாதவையாக இருக்கலாம். இவர்களுக்கு நன்றி செலுத்தும் வகையில் தீட்டப்பட்டவையாக இருக்கலாம். ஆனால் அச்சு ரூபத்தில், இலக்கிய ஆய்வுகள் என்ற பிரிவில் இவை வெளி வந்திருக்கின்றன. இன்னும் வெளிவந்துகொண்டிருக்கின்றன. வரலாற்று உண்மைகள் பல கசப்பானவை. இந்த 20ஆம் நூற்றாண்டில்தான் எவ்வளவு எடுத்துக்காட்டுகள் இருக்கின்றன! ரஷ்யா – ஜப்பான் யுத்தம், முதல் உலக மகாயுத்தத்தின் உண்மைக் காரணங்கள், சர்வதேச சங்கத்தின் பாரபட்சம், ஹிட்லர் – ஸ்டாலின் உடன்படிக்கை, இதைத் தொடர்ந்து இரண்டாம் உலக மகாயுத்தம், ஆஷ்விட்ஸ், புக்கன்வால்டு, பர்மாரோடு, இப்படியாகப் பட்டியல் வளர்ந்து வியட்நாம், காங்கோ என மிக நீண்டதாகப் போகிறது. பீதி தருபவை, அருவருப்பு ஏற்படுத்துபவை, மனித இனத்தின் மீது நம்பிக்கையே அற்றுப் போகும்படிச்

செய்யக் கூடியவை. ஆனாலும் வரலாற்று நிகழ்ச்சிகள் அந்தப் பிரம்மாண்டத்திலிருந்து தற்காலத் தமிழ் இலக்கியச் சூழல் என்ற அணுவுக்கு வரும்போது இதிலும் அப்படிப்பட்ட நிகழ்ச்சிகள் இருக்கின்றன. இந்த நிகழ்ச்சிகள் அடுத்து வரும் நிகழ்ச்சி களுக்கு அடித்தளமிடுகின்றன. 'சித்திரப்பாவை' என்ற ஒரு நாவல் மட்டும் அகிலனுக்கு ஞானபீடப் பரிசு கொண்டு வரக் காரணமாயில்லை. தண்டாயுதமும் எழில்முதல்வனும் இன்னும் நூற்றுக்கணக்கான அத்தகைய கட்டுரையாளர்களும்தான் அப்பரிசு வழங்கப்படுவதற்கு நேரடியாகவோ மறைமுகமாகவோ காரணமாயிருந்திருக்கிறார்கள். ஆனால், அசலான இலக்கியக் கர்த்தாக்கள் என்று நாம் அறியும் பிச்சமூர்த்தியும் ஷண்முகசுந்தர மும் லா.ச.ரா.வும் ஜானகிராமனும் பற்றி என்ன நடந்திருக்கிறது?

இந்தப் பத்தாண்டில் தோன்றி மறைந்த இலக்கியப் பத்திரிகைகள், இந்த எழுத்தாளர்களை மதிப்பவை என அறியப்படுபவை என்ன செய்திருக்கின்றன? நூற்றுக்கணக்கான பக்கங்கள் தமிழ்நாட்டு அரசியலுக்கும் சினிமாவுக்கும் உரிய வெறியுணர்ச்சியுடன் எழுத்தாளர்களை இழிவுபடுத்துவதிலும் தாக்குவதிலும்தான் செலவிடப்பட்டிருக்கின்றன. யாரையாவது பாராட்ட வேண்டுமென்றால் பத்துப்பேரை இழிவுபடுத்த வேண்டும். க.நா.சு.வுக்கு மணிவிழாவா, இவனை ஒழித்துக்கட்டு. செல்லப்பாவுக்கு மணிவிழாவா, அவனை அடித்துப் போடு. ஒரு கவிதைத் தொகுப்புக்கு முன்னுரையா, அந்த இன்னொருவனை மண்டையிலடி. யாரோ ஒருவர் எழுதிய நாடகங்களை விந்தையாக உயர்த்த வேண்டுமா, ஐந்தாறு வேறு நபர்களை உடைப்பில் தள்ளு. ஒருவனைச் சிறுமைப்படுத்த வேண்டும் என்ற நோக்கம் வெளிப்படையாகத் தெரியும்படிச் சில நாட்களுக்கு முன்பு ஒரு முழு நூலே பதிப்பாளர் முகவரிகூட இல்லாமல் வெளியிடப்பட்டது. எவ்வளவு நபர்களின் எவ்வளவு பிரயாசை இந்த மாதிரி வெறியாட்டத்தில் செலவிடப்பட்டிருக்கிறது? ஆனால் இன்றுவரை முறையாக க.நா.சு.வின் படைப்பிலக்கியம் பற்றி ஓர் ஆய்வு நூல் கிடையாது. பிச்சமூர்த்தி பற்றிக் கிடையாது. ஜானகிராமன் பற்றி 'ஆராய்ச்சி' மட்டும் ஒரு சிறு ஆய்வு வெளியிட்டது. ஆனால் 'ஆராய்ச்சி'யை ஒத்துக் கொள்ளலாமா? அவர்கள் மார்க்ஸின் கல்லறையைக் கட்டிக் கொண்டு அழுபவர்கள் அல்லவா?

காலம் நிர்த்தாட்சண்யமானது, நாம் இந்தியர்கள்; ஓரினமாகவே பல்லாயிரம் ஆண்டுகளாகக் காரிய காரண அடிப்படை கொண்ட சித்தாந்தங்களை அப்படியே வாழ்ந்து வருபவர்களாக அறியப்படுபவர்கள். நம்முடைய தற்காலிக

விருப்பு வெறுப்புகளின் வெளிப்பாடுகள் பத்தாண்டுகள் கழித்து எந்த ரூபமெடுக்கும் என்று அறுதியிட்டுக் கூற முடியாது. ஆனால் இன்றைய விளைவுகளுக்கு என்றோ ஒருநாள் நாமே காரணமாயிருந்திருக்கிறோம். அகிலன் தொடர்ந்து பரிசுகள் பெறுவதும், சாகித்ய அகடமி பரிசு தொடர்ந்து மனக்கசப்பை ஏற்படுத்துவதாக இருப்பதும் ஏதோ தற்செயலாக நேர்ந்ததல்ல. பல ஆண்டுகளாகப் பழிச்செயல்களாலும் பலரின் துவேஷப் போக்குகளாலும் பலரின் முனைப்பாலும் (அல்லது அழிவுவாதத்தாலும் அல்லது *negativism* – இனாலும்) இன்று இவை நிகழ்கின்றன. ஒவ்வொரு கால கட்டத்திலும் பல சிறந்த எழுத்தாளர்கள் தோன்றியிருக்கிறார்கள். நல்ல படைப்புகள் தந்திருக்கிறார்கள். ஆனால் விமர்சகர்கள் என்ற பெயரில் ஆவேசமாகவும் ஆர்ப்பரித்தும் எழுதிக் குவிப்பவர்கள் தம் சுயத்தோற்றத்தைப் பூதாகாரமானதாகவும் சத்திய வேட்கை நிரம்பியதாகவும் நிரூபிப்பதில்தான் முனைந்திருக்கிறார்களே தவிர ஒழுங்காக ஒரு எழுத்தாளனை, அல்லது படைப்பை உலகுக்குத் தெளிந்துரைத்ததில்லை. 'அபிதா' பற்றி ஒரு விமர்சனம் கிடையாது. 'மரப்பசு' பற்றி ஒரு விமர்சனம் கிடையாது. 'உறவுகள்' பற்றி ஒரு விமர்சனம் கிடையாது. 'கடல்புரத்தில்' பற்றி ஒரு விமர்சனம் கிடையாது. 'எஸ்தர்' பற்றி ஒரு விமரிசனம் கிடையாது. படைப்புக்கள் பற்றி எங்கோ ஒரு மூலையில் உதிரி வாக்கியம் – 'அது நாடகமல்லாத நாடகம்' அல்லது 'நாலாந்தர நாவல்' அல்லது 'இவரை விமர்சிக்காமல் விடுவதே இவருக்கு நான் செய்யும் நன்மை', திரும்பத் திரும்ப ஒரு எழுத்தாளன் அயோக்கியன் என்றும் ஒருவன் சந்தம் தோன்ற எழுதிவிடுவதால் கவிஞன் இல்லை என்றும் *imposition* மாதிரி எழுதிக் குவித்துக்கொண்டு போவதில் பயனில்லை; பயனில்லை என்பது மட்டுமில்லை, பெருத்த ஹானியும் இவை விளைவிக்கின்றன. நிறுவனப் பரிசுப் பொறுப்பாளர்களிடம் குழப்பமும் தீவிர இலக்கியப் பிரிவையே மொத்தமாக அவர்கள் ஒதுக்கித்தள்ளிவிடவும் ஒரு காரணமாகிவிடுகின்றன.

ஒரு மாத இதழ் மாதா மாதம் தேதி தவறாமல் வெளிவருவது மகிழ்ச்சிக்குரியதுதான். ஆனால் அது முன்னுக்குப் பின் ஆனால் கூட என்ன தாங்கி வருகிறது என்பது முக்கியம். எழுத்தாளர்கள் பற்றி இவ்வளவு வசைபாடுகளையும் தூஷணங்களையும் வாரி இறைப்பவர்கள் ஏன் படைப்புகள் பற்றி ஒரு வார்த்தை எடுப்பதில்லை? இந்தத் திசையில் சிறிது வெளியிட முயற்சி செய்யுங்கள். நம்முடைய நல்ல எழுத்தாளர்களுக்கு ஒழுங்கான நூல் விபரப் பட்டியல் கூடக் கிடையாது. அத்திசையில் ஏதாவது செய்யப் பாருங்கள். ஓர் எழுத்தாளனை அவனுடைய

படைப்புகளை மொத்தமாக எடுத்துக்கொண்டு அவனின் சார்பு, உந்துதல்கள், கொள்கைகள், தத்துவப் பார்வை இவற்றைத் தெளிவுபடுத்துமாறு ஆய்வுகள் வெளியிட முயற்சி செய்யுங்கள். இவை, வசைபாடுவதையும் நிந்திப்பதையும் உள்நோக்கமாகக் கொண்ட கட்டுரைகளின் பரபரப்பு இல்லாதவையாக இருக்கலாம். கட்டுரை எழுதுபவனின் சுயரூபத்தைப் பெரிதுபடுத்திக் காட்டாதவையாக இருக்கலாம். தற்காலிகக் கிளுகிளுப்புக்கு வகை செய்யாதவையாக இருக்கலாம். ஆனால் காலப்போக்கில் இவை தான் நீடித்து நிற்கக் கூடியவை, அசலான இலக்கியச் சூழலுக்கு வளம் சேர்ப்பவை. அடாவடித்தனமும் அகடவிகடமுமல்ல.

8

சமகாலமும் சம்பிரதாயமும்

எழுத்து சிருஷ்டியின் வித்து என்றும், சொல் கடவுள் என்றும், கீழை, மேலை இறைத் தத்துவங்களில் பிரமாணங்கள் உள்ளன. அந்த ஒரு தளத்தைத் தவிர பிற மனித அனுபவ நிலைகளில் சொல் மிகவும் பின்னப்பட்டதொன்று. சொல் ஓர் அனுபவத்தின் அடையாளமேயாகுமன்றி அதுவே அனுபவம் ஆகாது. மேலும் அது எல்லா மனிதருக்கும் ஒரே அனுபவத்தை ஒரே மாதிரியாக உணர்த்துவதாகாது. இந்த அடிப்படைக் குறைபாடு சொல்லைப் பின்னப் படுத்தி, குறைபடுத்தும் அதே வேளையில் ஒன்றுக்கு மேற்பட்ட பரிமாணங்களையும் சொல்லுக்குச் சாத்தியமாக்குகிறது. இலக்கியம் சிறப்படைவது இந்தப் பல பரிமாணச் சாத்தியக்கூறினால்தான்.

பாரதியார் சொற்களின் எல்லைகளை உணராதவர் என்று கூறுவதற்கில்லை. ஆனால் அவர் வாழ்ந்த காலம் சொற்களையும் சில சம்பிரதாய உணர்வுகளையும் மிக முக்கியமானதாகக் கருதிய காலம். சுமார் நூறாண்டு கால ஆங்கில ஆதிக்கத்திற்குப் பிறகு உள்நாட்டு மொழிகள் யாவுமே ஓர் இரண்டாந்தர அந்தஸ்துக்குத் தம்மைப் பழக்கிக்கொண்ட காலம். பொதுவாக இந்த மாதிரி அடக்குதல் அடக்கப்பட்டோரின் சம்பிரதாய உணர்வுகளுக்கு இன்னும் அதிகப் படியான அவசியத்தை உண்டு பண்ணும். (ஓர் இனமோ குலமோ அதன் தனித் தன்மையைச் சம்பிரதாயங்களால் பெருமளவிற்குப் பெறுகின்றது. அக்குலம் நசுக்கப்படும்போது இத் தனித்தன்மையை எவ்வகையிலாவது பாதுகாத்துவிட வேண்டும் என்ற

ஆவேசம் ஏற்படும். தீவிர நாத்திகப் பிரச்சாரத்தின் நடுவில் வழக்கத்திற்கு அதிகமான கடவுள் வழிபாடு நேர்வதற்கு இதுவே காரணம்). இப்படிப் பட்ட சூழ்நிலையில் மிகை தவிர்ப்பது சிறிது கடினம்.

பாரதியாருடைய தேசியம் பிற இந்திய தேசியக் கவிகளிட மிருந்து வேறுபட்டது. பங்கிம் சந்திரர், இக்பால், ரவீந்திரர் போன்றவர்களுடைய தேசியப் படிமங்களைக் காட்டிலும் பாரதியார் படிமங்களின் வீச்சு குறிப்பிடத்தக்கதாயுள்ளது. நர்மதை நதிக்குத் தெற்கே மொத்தமாகத் திராவிடம் என அப்பிற தேசியக்கவிகள் குறிப்பிடும்போது பாரதியார் இந்நாட்டின் பல பகுதிகளை நேரில் உணர்ந்து அனுபவித்து அந்த உணர்வு வெளிப்படும்படியாகப் பாடியிருக்கின்றார். அவர் காலத்தில் இந்தியாவின் சிறப்புற்ற தலைவர்கள் அனைவரும் அவருக்குக் கவிதைப் பொருளாயிருக்கின்றனர். இங்கு சம்பிரதாயம், நேரடி அனுபவம் இரண்டும் இக்கவிதைகளில் இடம்பெறுகின்றன. இளமைப் பருவத்தில் கவிதையாற்றல் அனுபவத்திலிருந்து ஊட்டம் பெறும் காலகட்டத்தில், பாரதியாருக்கு இந்தியாவின் பல முக்கிய இடங்களைப் பற்றிய நேரடி அனுபவம் பெற வாய்ப்பு ஏற்பட்டது; இந்த வாய்ப்பு அவருடைய கவிதைகளில் சிறப்பாகப் பரிணமித்திருக்கிறது. பாரதம் அல்லது இந்துஸ்தானம் என்று எல்லோரும் இந்நாட்டைக் குறித்திருக்கிறார்கள். ஆனால் எல்லோருக்கும் இச்சொல் ஒரே விதமாகப் பொருள் கொண்டதாயில்லை. இன்று இக்கவிதைகளைப் படிப்போருக்குக் கூட அவரவருடைய உருவகத்தைப் பொறுத்துத்தான் இச்சொற்கள் பொருளாக வேண்டும். பாரதியாரிடம் சம்பிரதாய உணர்வு தூக்கலாயிருந்ததால் அவருடைய கவிதைகள் ஓசையைத்தான் அதிகம் சார்ந்திருக்க வேண்டும். ஆனால் பாரதியார் ஓசையைக் காட்டிலும் பொருளுக்கே முக்கியத்துவம் அளித்திருக்கிறார் என்பது அவருடைய தேசியக் கவிதைகள், அவருடைய சமகாலப் பொதுமக்களின் உணர்வுகளைப் பிரதிபலிக்கும் கவிதைகள் தெரியப்படுத்துகின்றன.

இது ஒரு சிறு விவாதத்திற்கு இடமளிக்கிறது. ஒரு கவிஞனின் கவிதை சிறப்புடன் மலர அனுபவம் முக்கியமா, உணர்வு முக்கியமா? பாரதியார் இயல்பாகவே உணர்ச்சிமிக்கவர். அவருடைய கற்பனை ஆற்றல் கொண்டு உணர்ச்சியை வெற்றிகரமான கவிதையாக உருமாற்றவல்லவர். ஒரு விமர்சன நோக்கில் இக்கற்பனை ஆற்றல் படைப்பிலக்கியத்தின் முடிவான அளவுகோலாகக் கருதப்படுகிறது. ஷேக்ஸ்பியர் படைப்புகளில் அவருடைய அனுபவம் வெளிப்படுவதை விட அவருடைய கற்பனை ஆற்றலே சிறந்து விளங்குகிறது. இன்று ஷேக்ஸ்பியரின்

வாழ்க்கை வரலாறு ஓரளவு நிர்ணயிக்கப்பட்டுவிட்டது. அவருடைய சொந்த வாழ்க்கையில் அனுபவங்கள் எல்லா வகையிலும் விசேஷமானதாகவோ நுண்ணிய அம்சங்கள் நிறைந்ததாகவோ இல்லை. ஆதலால் அவருடைய படைப்புகள் அவருடைய அனுபவத்தைச் சார்ந்தவை அல்ல. அதே நேரத்தில் அப்படைப்புகள் வெறும் வறட்டுச் செய்திகள் அல்லது கருத்துகள் மட்டும் கொண்டதாயும் இல்லை. பாரதியார் தன்னுடைய குறுகிய ஆயுளில் கவிதை இயற்றக் கவனமும் நேரமும் செலுத்தியது குறைவு என்றுதான் கூறவேண்டும். வாழ்க்கை நிர்ப்பந்தங்கள், அகால மரணம் இரண்டும் அவரின் ஆற்றலின் முழு வீச்சையும் எழுத்தில் வடிக்க முடியாமல் போய்விட்டன. அவருடைய சிந்தனைத் தளத்தை ஓரளவு விரிவாக அறிந்து கொள்ள அவருடைய உரைநடைப் படைப்புகளை அணுக வேண்டியிருக்கிறது.

சமகாலப் பொது மக்கள் உணர்வுகளைப் பிரதிபலிப்பதால் மட்டும் ஒரு படைப்பு இலக்கிய அந்தஸ்து பெற முடியாது. அண்ணா மறைந்த தினத்தன்றும் எம்.ஜி.ஆர். பதவி ஏற்ற தினத்தன்றும் ஆயிரக்கணக்கான தமிழர் கவிதை இயற்ற முயன்றிருப்பார்கள். நமது தமிழ்ப் பத்திரிகைகளில், 'தமிழ்ப்பணி' உட்பட எல்லாப் பத்திரிகைகளிலும், அந்தந்தக் காலகட்டத்தில் தூக்கலாயுள்ள மக்கள் உணர்வுகளை அன்று மக்கள் பயன்படுத்தும் அடைச் சொற்கள் கொண்டு வாழ்த்துப் பாடல்களும் இரங்கல் பாடல்களும் எச்சரிக்கைகளும் உறுதிப் பிரமாணங்களும் செய்யுள் வடிவில் வெளியாகின்றன. இந்தியாவைத் தவிர வேறெந்த நாட்டிலும் சுதந்திர தினமும் குடியரசு தினமும் இவ்வளவு செய்யுள் தயாரிப்புக்குக் காரணமாயிருப்பதில்லை. சம்பிரதாய வடிவத்தில் சம்பிரதாயச் சொற்களைக் கொண்டு சம்பிரதாயப் பொருளையும் உணர்வையும் வெளிப்படுத்தும் இம் முயற்சிகள் ஒரு விதத்தில் இயல்பான கவிதை எழுச்சிக்குத் தடையாயுள்ளன என்று கூடக் கூறலாம்.

பாரதியாரின் சிறப்பு, சமகாலப் பொதுமக்கள் உணர்வு களைப் பிரதிபலிக்கக் கூடிய அவருடைய தேசியக் கவிதைகளில் கூட அக்காலக்கட்டத்தை மீறிய பொருள் பொதிந்திருக்கிறது.

9

வாழ்க்கை வரலாறு—சில உண்மைகள்

சமீபத்தில் இரு வாழ்க்கை வரலாற்று நூல்களைப் பார்க்க நேர்ந்தது. ஒன்று ஜாக்குலின் கென்னடி ஓனாஸிஸ் பற்றியது. இன்னொன்று எர்னஸ்ட் ஹெமிங்வே. இருவரும் அமெரிக்கர்கள். இந்த நூல்களை எழுதியவர்களும் அமெரிக்கர்கள். ஜாக்குலின் இன்னும் உயிரோடிருக்கிறாள். ஹெமிங்வே இறந்து பதினைந்து ஆண்டுகளுக்கும் மேலாகிறது. இருவரும் அவர்கள் வாழ்நாளில் நிறைய பொதுமக்கள் கவனம் பெற்றவர்கள். பத்திரிகைகள் நிறைய செய்திகளும் புகைப்படங்களும் விசேஷக் கட்டுரைகளும் வெளியிட்டிருக்கின்றன. அவர்கள் சொந்த வாழ்க்கை நிகழ்ச்சிகள் பொதுவில் விவாதித்து அலசப்பட்டிருக்கின்றன. பல தருணங் களில் அவர்களுடைய அந்தரங்க முடிவுகள் பொதுமக்கள் கவனத்தை மனத்தில்கொண்டு எடுக்கப் பட்டிருக்கின்றன. பொதுமக்களும் அவர்களை அமோகமாக வழிபாடு செய்திருக்கிறார்கள். பல குற்றம் குறைகளைப் பொருட்படுத்தாமல் உற்சாகத்தோடு அன்பு செலுத்தியிருக்கிறார்கள். அதேபோல, நிராகரித்த நேரங்களில் மிகவும் கடுமையாக இருந்திருக்கிறார்கள். அளவுமீறியே கண்டனம் தெரிவித்திருக்கிறார்கள்.

ஜாக்குலின் பற்றிய புத்தகத்தைப் படித்தபோது எனக்கு இன்னொரு அமெரிக்க ஜனாதிபதியின் மனைவியின் நினைவு வந்தது. ஜாக்குலின் காலத்துக்குச் சரியாக நூறு ஆண்டுகள் முன்பு

இருந்த மேரி லிங்கன் பற்றி. இருவரும் தங்கள் கணவன்மார்களை அவர்கள் ஜனாதிபதியாகப் பதவிவகித்த காலத்திலேயே கொலையாளிகளுக்குப் பறி கொடுத்தவர்கள். இருவரும் பெரும் செலவாளிகள் என்று பெயர் வாங்கியவர்கள். இருவரையும் அவர்கள் விதவைநிலை அடைந்த பிறகும் பத்திரிகைகள் துரத்தித் துரத்தித் தாக்கியிருக்கின்றன. மேரி லிங்கன் அவளுடைய இறுதி நாட்களை ஒரு மனநோயாளிகள் இல்லத்தில் கழிக்க வேண்டியிருந்தது.

மேலும் யோசித்துப் பார்க்க இந்த இரு பெண்மணிகளிடமும் பல ஒற்றுமைகள் ஏற்படுகின்றன. இருவரும் ஜனாதிபதி மனைவியாக இருந்த காலத்தில் அவர்கள் நாடு, பெரும் நெருக்கடியை அனுபவித்திருக்கிறது. சொந்த வாழ்க்கையில் அந்த நாட்களில்தான் இந்த இருவரும் தங்கள் குழந்தைகளில் ஒன்றை இழந்திருக்கிறார்கள். இருவருக்கும் தங்கள் கணவன்மார் நடத்தைமீது சந்தேகம் எழுந்து சிக்கல் ஏற்பட்டிருக்கிறது.

இன்று இவர்களுடைய புறத்தகவல்கள் எல்லாம் கிடைத்து விட்டிருக்கின்றன. ஏபிரகாம் லிங்கனின் இளமைக் காலத்தில் ஒரு நிறைவேறாக் காதல் சம்பவம் நிகழ்ந்திருக்கிறது. ஆனால் அவர் ஜனாதிபதியாகப் பதவி வகித்த காலத்திலோ அதற்கும் முன்னராகவோ ஸ்திரீலோலனாக இருக்க வாய்ப்பு இல்லை. கென்னடி விஷயத்தில் அப்படி இல்லை என்று இன்று நினைக்கத் தோன்றுகிறது. ஜாக்குலின் ஒரு தருணத்தில் விவாகரத்து கூடக் கோரியிருக்கிறாள். கென்னடியின் தகப்பனார் அவளோடு வாதாடி விஷயத்தை அம்பலத்திற்கு வராமல் தடுத்துக் காத்திருக்கிறார்.

அமெரிக்க நாட்டில் கென்னடியை அவ்வளவு எளிதில் பொதுமக்களால் மன்னிக்க முடியவில்லை. கென்னடி சமாதிக்குப் போவோர் இன்று மிக மிகக் குறைவு. (ஒரு காலத்தில் அது ஒரு கோயிலாகக் காட்சியளித்திருக்கிறது.) இவ்வளவு தீவிரமான எதிர்விளைவு எதனால்?

நவீன தகவல் சாதனங்களினால் என்றுதான் விடை கிடைக்கும். ஒரு பிரமுகரின் ஒவ்வொரு அம்சத்தையும் உடனுக்குடன் அத்தாட்சியோடு உலகுக்குத் தெரிவிப்பது போலத்தான் இன்றைய தகவல் பரிமாற்றச் சாதனங்களாகிய பத்திரிகை, வானொலி, டெலிவிஷன் போன்றவை செயல்படுகின்றன. கென்னடி வாழ்ந்த காலம் டெலிவிஷன் அதன் உச்சக்கட்டத்தை எட்டிப் பிடித்த காலம். அமெரிக்க ஜனாதிபதியின் மாளிகையாகிய 'வெள்ளை இல்லம்' ஒவ்வொரு மூலைமுடுக்கும் பொதுமக்கள் பார்வைக்கு

முன் வைக்கப்பட்டிருக்கிறது. ஜனாதிபதி, அவர் மனைவி என்று மட்டுமல்லாமல் மாளிகையில் இருப்போர், பணிபுரிவோர் எல்லோரும் ஏதாவதொரு சந்தர்ப்பத்தில் இத்தகவல் சாதனங்கள் மூலம் பொதுமக்கள் கவனத்திற்கு முன்வைக்கப்பட்டிருக்கிறார்கள். இதெல்லாம் பொதுமக்களிடையே ஒரு நம்பிக்கையை வளர்த்து விடுகின்றது. அந்தப் பிரமுகர் அவர்களுக்கு மிக நெருங்கினவர் போலவும், அவருடைய அந்தரங்கங்கள் யாவும் அவர்களுடன் பகிர்ந்துகொள்ளப்பட்டன போலவும் ஒரு தோற்றம் ஏற்பட்டு விடுகிறது. திடீரென்று ஒருநாள் இது எல்லாம் பொய் என்று அதே பத்திரிகைகளும் அதே தகவல் பரிமாற்றச் சாதனங்களும் தெரிவிக்கும்போது பொதுமக்கள் அதிர்ச்சியும் அவநம்பிக்கையும் அடைகிறார்கள். இவ்வளவு நாட்கள் ஏமாற்றப்பட்டு, ஏய்க்கப்பட்டிருக்கிறோம் என்கிற உணர்வு அதிதீவிர வெறுப்புக்கு இடமளிக்கிறது.

இருப்பதையே காட்டி அதற்கு நேர் எதிரான விளைவுகளை இந்த இருபதாம் நூற்றாண்டுத் தகவல் சாதனங்கள் உண்டுபண்ணக்கூடிய விபரீத ஆற்றலை மேலை நாடுகளில் இன்று நன்கு உணர்ந்திருக்கிறார்கள். ஆனால் இந்த உணர்வே அவர்களை உண்மையிலிருந்து இன்னமும் அதிகமாக விலகி அழைத்துச் செல்வதைத் தடுக்க முடியவில்லை. உதாரணத்திற்கு ஈரான் நாட்டில் அமெரிக்கத் தூதரகத்தில் பிணையாட்களாக வைக்கப்பட்டிருப்பவர்களை எடுத்துக்கொள்ளலாம். தகவல் சாதன வெளிப்பாடுகளால் இச் சம்பவம் மிகக் கொடூரமானதும் அநியாயமானதுமாகும் என்று வலியுறுத்தலாம். அதே தகவல் சாதன வெளிப்பாடுகளால் இதே சம்பவம் மிகவும் நியாயமானதும் அவசியமானதுமாகும் என்றும் நிரூபிக்கலாம். இன்னொரு உதாரணம் நம் நாட்டிலேயே 1975–1977இல் நிலவிய நெருக்கடி நிலை.

நாலாப்புறங்களிலிருந்தும் இன்று நாம் செய்திகளாலும் தகவல்களாலும் தாக்குதலுககு உள்ளாகிறோம். நாம் விரும்பினாலும் விரும்பாவிட்டாலும் இத்தாக்குதல் நடந்து கொண்டே இருக்கிறது. நாமும் மிக நுண்ணிய முறையில் நமக்குச் சிறிதும் சம்பந்தமில்லாத தகவல்கள் செய்திகளால் கூட மனமாற்றமடைந்து கொண்டிருக்கிறோம். வாழ்க்கை வரலாறுகள் இன்று எழுதுவது மிகவும் எளிதான செயலாகப்படுகிறது. சென்னையில் உட்கார்ந்துகொண்டு ஒருவன் பத்தாயிரம் மைல்களுக்கப்பால் வாழ்ந்த ஒருவருடைய வாழ்க்கை வரலாற்றை எழுத முடிந்துவிடுகிறது. (கென்னடி பற்றியே அப்படிப் பல வரலாற்று நூல்கள் இந்தியாவில் எழுதப்பட்டன.) இந்த

நூல்களுடன் இன்று வெளிவந்திருக்கும் ஜாக்குலின் வாழ்க்கை வரலாற்றையும் ஒப்பிட்டுப் பார்த்தால் ஒரே நேரத்தில் சிரிப்பும் அதிர்ச்சியும்தான் நேரக்கூடும்.

எதை உண்மை என்று எடுத்துக்கொள்வது? ஒரு தலைமுறைக் காலம் முடிவதற்குள் முன்பு உண்மையெனக் கருதப்பட்டது பொய்யாகப் போய்விடுகிறது. விஞ்ஞானத்தின் எல்லைகள் மேன்மேலும் விரிந்து உலகத்தின் மூலைமுடுக்குக்கெல்லாம் கணக்கற்ற செய்திகளும் தகவல்களும் வெகு எளிதாக, உடனுக்குடன் கிடைக்கக்கூடிய சாத்தியக் கூற்றில் எதையும் நம்பிக்கையுடன் ஏற்றுக்கொள்ள முடியாத சூழ்நிலையும் உருவாகியுள்ளது. இந்த நூற்றாண்டின் ஆரம்பத்தில் ஏராளமான விஞ்ஞானத் தொழில்முறைக் கண்டுபிடிப்புகள் மனித வாழ்க்கையை அறிவாற்றலுக்கு அவசியமில்லாது இயந்திரமயமாக்கிவிடும் என்றுதான் அறிஞர்கள் எதிர்பார்த்தனர். ஆனால் இந்த நூற்றாண்டு முடியப்போகும் ஆண்டுகளில்தான் மனிதன் தன் ஆற்றல் அனைத்தையும் பயன்படுத்த வேண்டிய பிரச்னைகளை எதிர்கொள்ள வேண்டிவரும் என்று தோன்றுகிறது. அதில் முக்கியமானதாக முன் நிற்பது விசுவரூபமெடுத்திருக்கும் தகவல் பரிமாற்றச் சாதனங்களின் வெளிப்பாடுகளில் உண்மையைப் பிரித்தெடுப்பது.

10

மனைவிகள்

சமய அடிப்படையில் உபன்யாசம் செய்பவர் களை விட்டுவிடலாம். வருடத்தில் சில நாட்களே சென்னையில் தங்கும் ஜே. கிருஷ்ணமூர்த்தி அவர்கள் ஆறு, ஏழு பிரசங்கங்கள் செய்வார். புதன்கிழமை, ஞாயிற்றுக்கிழமைகளில், ஆலமரத்தடியில். ஒரு மணி நேரத்திற்குள்ளாகத்தான். பிரசங்கம் ஆரம்பித்துச் சில நிமிஷங்களுக்கெல்லாம் கேட்க வந்தவர்களில் பெரும்பாலோருடைய மனம் எங்கெல்லாமோ அலைய ஆரம்பிக்கும். கிருஷ்ணமூர்த்தி கைகூப்பிப் பிரசங்கம் முடிந்துவிட்டதென்று தெரிவிக்கும்போது எல்லோரும் பெரிய இக்கட்டு விலகியது போன்ற விடுதலை உணர்ச்சியோடு வெளியே விரைவார்கள். வருடத்தில் என்றோ ஒருநாள் ஒருமணிநேரத் தத்துவப் பேச்சு இப்படிச் செய்யக்கூடுமானால் பொழுது விடிந்து மறுபொழுது விடியும் வரை குடித்தனம் நடத்தச் சம்பாதிக்காமல், குழந்தை களைக் கவனிக்காமல், ஓயாமல் தத்துவப் பேச்சும் கேள்விகளுமாகவே பேசிப் பேசி, ஊரார்–அரசாங்கத்தார் துவேஷத்தையும் பெருக்கிக் கொள்ளும் சாக்ரடீஸுடன் ஜாந்திபி எப்படிப் பட்ட மீளாத வேதனை அனுபவித்திருப்பாள்? அவள் என்றாவது ஒருநாள் இரைந்திருப்பது பெருந்தவறில்லை. ஆனால் அவளைப் பற்றி 'இடி இடித்தது; இப்போது மழை பெய்கிறது' என்கிற கதைதான் நிலைத்திருக்கிறது. சாக்ரடீஸின் வீட்டைக் கவனித்துக் கொண்டு, அவருக்கு உணவு ஆக்கிப்போட்டு, நிறைய குழந்தைகளைப் பெற்றுக் கொடுத்து, அவருக்கு உற்ற துணையாகக்

கடைசிநாள்வரை ஜாந்திபி இருந்திருக்கிறாள். மாக்ஸ்வெல் ஆஸ்டர்ஸன் எழுதிய 'ஏதென்ஸில் வெறுங்காலோடு' *(Barefoot in Athens)* என்கிற நாடகம் இக்கோணத்தை எடுத்துக்காட்டுகிறது.

மிகவும் எளிய நிலைமையில் ஒரு சின்ன ஊரில் வாழ்க்கை நடத்திய லிங்கன் தம்பதிகள் திடீரென்று வாஷிங்டனில் குடியேற வேண்டியிருந்தது. அநேக பரம்பரைப் பணக்காரர்கள், சமூக வாழ்க்கையில் பெரும் செல்வாக்கு பெற்றவர்கள், அரசியல்வாதிகள், இவர்களின் நவ நாகரிகமான, ஜம்பமான, படாடோபமான ஆனால் போலியான உலகின் மத்தியில் லிங்கனின் மனைவி மேரி, நாட்டின் தலைமைச் சீமாட்டி என்கிற பெயரில் அநேக வைபவங்களில் கலந்துகொள்ள வேண்டியதாயிற்று. பலவற்றை அவளே தலைமை தாங்கி நடத்த வேண்டியிருந்தது. அமெரிக்க அரசியலில் மிகவும் கொந்தளிப்பு மிகுந்த காலம் அது. பல இடங்களில் லிங்கனைக் கொடும்பாவி கட்டி எரித்தார்கள். அருவருக்கத்தக்க சித்திரங்களைப் பத்திரிகை களில் வெளியிட்டார்கள். 'கொலை செய்துவிடுவேன்' என்று ஏராளமான பயமுறுத்தல்கள். உள் நாட்டு யுத்தம். இப்படிப்பட்ட சூழ்நிலையில் மேரி சில சந்தர்ப்பங்களில் நிதானம் தவறியது ஆச்சரியமில்லை. ஆனால் லிங்கனின் வாழ்க்கையையே குலைக்க வந்தவள் என்றுதான் லிங்கன் வாழ்க்கை வரலாறு எழுதியவர்கள் அனைவரும் அவளைப் பற்றி எழுதினார்கள். சுற்றிலும் ஏளனப் பார்வை, குற்றம் காணும் கண்கள், பொறாமை, அமைதியற்ற குடும்பநிலை, ஆசை மகனின் மரணம், இதற்கெல்லாம் சிகரம் போல் கணவனின் படுகொலை – பிற்காலத்தில் மேரி லிங்கன் தன் மகனாலேயே பைத்தியக்காரர் விடுதியில் சேர்ப்பிக்கப்பட்டாள். எல்லா மனிதர்களுக்கும் சாதாரணமாக உள்ள குறைபாடுகளுடன் ஓர் அசாதாரணச் சூழ்நிலையில் அவதிக்குட்பட வேண்டியிருந்த மேரி லிங்கன் பற்றிப் பதினைந்து ஆண்டுகள் முன்புதான் ஒரு பரிவான, கண்ணியமான வாழ்க்கை வரலாறு வெளிவந்தது. (ருத் ராண்டால் எழுதிய 'மேரி லிங்கன்').

டால்ஸ்டாய் திடீரென்று நினைத்துக்கொண்டு காது கொடுத்துக் கேட்க முடியாத வார்த்தைகளாகப் பொழிவார். ஆத்மீகச் சுத்திகரிப்பு வேகம் வந்து யார் யாரிடமோ எது எதையெல்லாமோ உளறிக் கொட்டுவார். காலத்துக்கும் மனித இயல்புக்கும் ஒவ்வாத திட்டங்களை வகுத்துக்கொண்டு 'தான் எளியனிலும் எளியன்' என்று சொல்லிக்கொண்டு தன்னைச் சுற்றி அண்டியிருப்பவர்கள் அனைவரையும் ஒரு சர்வாதிகாரிக்குரிய கடுமையுடன் அத்திட்டங்களை நிறைவேற்ற வற்புறுத்துவார். அவருக்கு அத்யந்த சிஷ்யர்கள் என்று ஏராளமான பேர் அவரைச் சுற்றி எப்போதும் கூட்டம் போட்ட வண்ணம் இருந்தார்கள்.

அவருடைய வீட்டுச் சாப்பாட்டைச் சாப்பிட்டுவிட்டு, அவருடைய புகழ், செல்வாக்கைப் பயன்படுத்திக்கொண்டு, அவருடைய வாழ்நாளிலேயே அவர் வீட்டின் அந்தரங்கங்களைத் திரித்து அவரைப் பற்றி ஏச்சுப் பிரச்சாரம் செய்தார்கள். டால்ஸ்டாயின் கொள்கைகளின் நுட்பங்களை எல்லாரும் எளிதில் அறியமுடியாது. அவருடைய ஆத்மீக வேகத்தையும் சுய சுத்திகரிப்பு வாக்குமூலங்களின் தன்மையையும் கற்றறிந்தவர்கள் கூடப் பொருத்தமான விளக்கங்களின் உதவியில்லாமல் புரிந்துகொள்வது கடினம். 'போலிச் சாமியார் டால்ஸ்டாய்', 'ஊரை ஏய்க்கும் ஆஷாடபூதி' என்றெல்லாம் அவருடைய அன்புக்குப் பாத்திரமானவர்களே பிரச்சாரம் செய்ததன் பலன் ஒரு சமையற்காரன் 'அந்த மதத் துரோகி டால்ஸ்டாயை மட்டும் நான் வெந்நீரில் முக்கி வேக வைக்க முடியுமானால்...' என்று பல்லைக் கடித்துக்கொண்டு வருவோர் போவோரிடம் சொல்லிக்கொண்டிருந்தான். முடி திருத்தம் செய்பவர் ஒருவர் டால்ஸ்டாயைப் பற்றி மிக அருவருப்பான புத்தகம் ஒன்று எழுத, புனித விரதங்கள் மேற்கொண்ட உள்ளூர்ப் பரதிரியார், 'இந்தப் புத்தகம் என் பூரண சம்மதம் பெற்றது' என்று பகிரங்கமாக அறிவித்தார்! உலக வாழ்க்கையில் பரவியிருக்கும் மிகச் சாதாரணமான கயமையைக் கூடக் கண்டுகொள்ள இயலாத 'அசடு' டால்ஸ்டாயுடன் ஐம்பதாண்டுகள் குடித்தனம் நடத்தி, நிறைய பிள்ளை பெண்கள் பெற்றெடுத்து, வீட்டு அதிகாரத்தில் ஒரு நிலையான இடம் இல்லாததாலும் என்றைக்கும் ஏராளமான மூன்றாவது மனிதர்கள் தலையீட்டின் மத்தியிலேயே பெரிய பண்ணையின் பொறுப்புகளையும் தன் குடும்ப வருவாய் செலவுக் கணக்குகளையும் பார்த்து வரவேண்டிய டால்ஸ்டாயின் மனைவியை இகழாதாரும் அவமானப்படுத்தாதவரும் கிடையாது. 'இல்லம் துறத்தல்' என்று 1910இல் டால்ஸ்டாய் தனியே வெளியே போகாமலிருந்தால் அந்த ஆண்டிலேயே அவர் மறைவு ஏற்பட்டிருக்காது என்று கூறுகிறார்கள். அவர் மரணப் படுக்கையிலிருக்கும்போதுகூட அவருடைய மனைவி வந்து பார்க்க அவருடைய 'நண்பர்கள்' அனுமதிக்கவில்லை!

டால்ஸ்டாயின் பெருமை பேச வேண்டுமானால் கூடவே அவர் மனைவியைத் தூற்ற வேண்டும் என்ற நிலைமை இருந்தபோது ஒரு எழுத்தாளர் மட்டும் அவளுக்காக அனுதாபக் குரல் எழுப்பினார். அவர் மாக்சிம் கார்க்கி.

மாக்சிம் கார்க்கிக்கு டால்ஸ்டாயின் மனைவி மீது பரிவுகொள்ள தனிக் காரணங்களே இல்லை. அவருடைய பிறப்பு, இளமைப் பருவத்தைக் கழிக்க நேர்ந்த வட்டாரம், அன்றாட வாழ்க்கை நடத்துவதே பெரும் பளுவாக இருந்த சந்தர்ப்பச்

சூழ்நிலைகள் – இவையே, வர்க்கத்துக்கு வர்க்கம், டால்ஸ்டாய் போன்றோரை கார்க்கி ஓர் ஆழ்ந்த வெறுப்புடன் நினைக்கத் தூண்ட வைக்கும். ஆனால் கார்க்கிக்கு ஏனோ அம்மாதிரி தோன்றியதே இல்லை. அவர் பெயரில் கசப்பை வைத்துக் கொண்டாரே தவிர எழுத்திலும் வாழ்க்கை நோக்கிலும் கசப்பும் வெறுப்பும் வைத்திருக்கவில்லை. உற்சாகத்தை எவ்வளவு ஒடுங்க வைக்கக் கூடிய சூழ்நிலை இருந்தாலும் எல்லாவற்றையும் மீறிப் பல ஆக்கப்பூர்வமான செயல்களில் ஈடுபடுவதே அவருடைய தனிச் சிறப்பாக இருந்திருக்கிறது.

அநேக சந்தர்ப்பங்களில் கருத்து முரண்பாடு ஏற்பட்டாலும் கார்க்கிக்குப் பிரபல பத்திரிகைகளின் பிரபல அறிமுகம் ஏற்பட உதவிய கொரலங்கோவின் தூண்டுதலின் பேரிலும் சிபாரிசினாலும் கார்க்கி *சமரா கெஜட்* என்னும் பத்திரிகையில் உத்தியோகம் புரிய சமரா சென்றார். அவருடைய மணவாழ்க்கை அங்கே தான் ஆரம்பித்தது. *கெஜட்டில்* புரூப் திருத்துபவராக இருந்த காடரீனா வால்ழீனாவை கார்க்கி 1896ஆம் ஆண்டில் திருமணம் செய்துகொண்டார். கார்க்கியின் ஒரே குழந்தையான மாக்சிம் பிறந்தான். கார்க்கியின் எழுத்து உள்ளூர் நிர்வாக ஊழல்களை வெளிப்படுத்த, கார்க்கி *கெஜட்டி*லிருந்து வெளியேற்றப்பட்டார்.

அந்த நாட்களிலேயே கார்க்கியின் படைப்புகள் தணிக்கையாளரால் மிகவும் வெட்டப்பட்டன. அப்படி இருந்தும் 1898இல் அவருடைய 'கதைகளும் கட்டுரைகளும்' வெளியான போது பொதுஜனங்கள் அளித்த வரவேற்பு மகத்தானது. படித்தவர்கள், மேல் தரப்பிலுள்ளவர்கள் கார்க்கியின் இலக்கிய வேகத்தையும் உயிர்த் துடிப்பையும் பாராட்ட, வசதியற்றோர், ஏழை எளியவர்கள் கார்க்கியை அவர்களுடைய அந்தரங்கமான பிரதிநிதியாகக் கொண்டாடினார்கள். அவருடைய அமோகமான பொதுஜன மதிப்பு, அரசைக் கடுமையான நடவடிக்கை ஒன்றும் எடுத்துவிடாதபடி தடுத்தது. 'அதல பாதாளம்' என்கிற கார்க்கியின் நாடகம் அதி கவனமான தணிக்கைக்கு உட்பட்டு, 'இனி இதை அடக்கி வைத்தாலும் வெளியிட்டாலும் ஒன்றுதான்' என்று தீர்மானித்த பிறகுதான் மேடைக்கு அனுமதிக்கப்பட்டது. ஆனால் இந்த எழுபதாண்டுக் காலத்தில் அபரிமிதமான வெற்றி பெற்ற முதல் பத்து உலக நாடகங்களில் அதுவும் ஒன்றாக இடம் பெற்றிருக்கிறது. இந்த நூற்றாண்டின் ஆரம்பத்தில் கார்க்கியின் புகழ் உலகில் பரவாத இடமில்லை.

ரஷ்யாவின் புரட்சி இயக்கத்திற்கு நிதி திரட்டவென கார்க்கி 1906ஆம் ஆண்டில் அமெரிக்கா சென்றார். அதற்குள் அவருடைய

மண வாழ்க்கையில் பிளவு ஏற்பட்டுவிட்டது. ஆண்டிரியீனா என்கிற நடிகைதான் கார்க்கியுடன் சென்றிருந்தாள். அவளைத்தான் அமெரிக்காவில் திருமதி கார்க்கி என்று அழைத்தார்கள். மார்க் ட்வெயின், எச்.ஜி.வெல்ஸ், ஆர்தர் பிரிஸ்பேன், வில்லியம் ஹாவெல்ஸ் போன்றோர் கூடி, கார்க்கிக்கு அமெரிக்காவில் மகத்தான வரவேற்பு கொடுத்தார்கள். பத்திரிகைகள் புகழாரம் சூட்டியவண்ணம் இருந்தன. கார்க்கியின் அமெரிக்க விஜயப் பட்டியலில் ஜனாதிபதி தியோடோர் ரூஸ்வெல்ட்டின் 'வெள்ளை மாளிகை' வரவேற்பு விருந்து முக்கியமானதாகக் குறிப்பிடப் பட்டிருந்தது.

'ஒரு கலவரக்காரன்' என்கிற பெயரில் கார்க்கியை மட்டந்தட்ட ரஷ்யத் தூதரகம் அமெரிக்காவில் எடுத்துக்கொண்ட முயற்சிகள் பலனளிக்கவில்லை. ஆனால் அதைவிட இன்னமும் சக்திவாய்ந்த ஆயுதமொன்றை அது உபயோகித்தது.

வில்லியம் ஹேவுட் என்பவர் அமெரிக்கத் தொழிலாளர் இயக்கத்தின் தலைவர். அவரும் மொயர் என்கிற இன்னொரு தலைவரும் கார்க்கியின் விஜயத்தின்போது சிறையிலிடப் பட்டிருந்தார்கள். கார்க்கி அவர்களுக்கென்று ஒரு விசேஷச் செய்தி விடுத்தார். அதே சமயத்தில்தான் 'சட்டப்பூர்வமாக மணம் செய்து கொள்ளாதவளை மனைவி என்று இழுத்து வந்திருக்கிறானே' 'இவனுக்கா இந்த ஆர்ப்பாட்ட வரவேற்பு அளிக்கிறீர்கள்?' என்று ரஷ்யத் தூதரகம் எல்லாப் பத்திரிகைகளுக்கும் குறிப்பு அனுப்பியது. அத்துடன் 'இதோ இருக்கிறாள் ரஷ்யாவில் இந்தக் கார்க்கியுடன் சேர்ந்து வாழ இயலாது என்று விலகிய அவனுடைய மனைவி' என்று காடரீனாவின் புகைப்படப் பிரதிகளையும் தந்து உதவியது. நடு இரவில் கார்க்கி தூக்கத்திலிருந்து எழுப்பப்பட்டார். அது மட்டுமல்ல. அந்த நேரத்திலேயே அவரும் அவர் குழுவினரும் அந்த ஹோட்டலிலிருந்து வெளியேற்றப்பட்டனர். ஏகமாகப் புகழ்ந்த பத்திரிகைகள் 'துன்மார்க்கன், இல்லறத் துரோகி' என்றெல்லாம் கார்க்கிமீது வசைமாரி பொழிந்தன. பிரமுகர்களும் பத்திரிகைகளும் சேர்ந்து தமது 'தங்கும் விடுதிகளின் புனிதத் தன்மையைக் காப்பாற்ற வேண்டும்' என்று ஓர் அறப்போர் தொடுத்து கார்க்கிக்கு அமெரிக்காவில் தங்க இடம் இல்லாமல் செய்தார்கள். ரூஸ்வெல்ட் கார்க்கிக்குத் தான் அளிக்கவிருந்த வரவேற்பை ரத்து செய்தார்.

கார்க்கியின் சிறுகதைகளில் 'வெட்ட வெளிச்சம்' (Exposure) என்றொரு மிகச் சிறிய கதை இருக்கிறது. அது 1895இல் எழுதப் பட்டது. கணையாழியில் ஒரு பக்கத்துக்கு மேல் சில வரிகளே இருக்கும். இருபது வயதுகூட அடையாத ஓர் இளம் மனைவி

நடத்தை கெட்டவளென்று நடுத்தெருவில் சித்திரவதைக்குட்பட்டு உடலெல்லாம் ரத்தமொழுக இழுத்துச் செல்லப்படும் கொடுமை பற்றியது அது. அந்தக் காட்சியை 1891 ஜூலை 15ஆம் தேதியன்று தான் நேரில் கண்டு அப்படியே எழுதியதாகக் கார்க்கி கூறியிருக்கிறார். மிகவும் அடக்கமாக எழுதப்பட்ட கதை இது. ஓரிடத்தில்கூடப் படிப்போரை வெறிகொள்ளச் செய்ய முயற்சிக்கவில்லை. இப்படித்தான் முடித்திருக்கிறார்: "இம்மாதிரி கொடூரங்கள் இரக்கமற்ற, கற்றறியா மக்கள் தார்மீக வெறியின் பேரில் புரியக்கூடும் என்று இன்று கண்கூடாகப் பார்த்துவிட்டேன்... மனிதர் விலங்குகளாக மாறுவதை நேரில் பார்த்துவிட்டேன்..."

ஒரு ரஷ்யக் குக்கிராமத்தில் சிறிது நேரம் தாண்டவமாடிய 'தார்மீக' வேகத்தின் இன்னொரு பரிமாணத்தைக் கார்க்கி தன் சொந்த வாழ்க்கையில் அயல் நாடாகிய அமெரிக்காவில் அனுபவித்துவிட்டார்.

எந்தத் தனி மனிதனையும் இழிவுபடுத்தும் வகையில் கார்க்கி தீர்ப்பளித்ததில்லை. 'மனிதன்! எத்துணை உயர்வாக இச்சொல் ஒலிக்கிறது!' என்றுதான் இறுதிநாள்வரை அவர் கூறிக்கொண்டிருந்தார். "அஞ்ஞானக் குப்பையைப் புறம் தள்ளி, தன் தவறுகள் தனக்கிடும் பனித் திரையை விலக்கிக்கொண்டு, பழமையைப் போக்கிப் பெரும் புதிராயிருக்கும் தன் எதிர்காலத்தை நோக்கி மனிதன் கம்பீரமாகவும் சுயேச்சையாகவும் மெல்ல முன்னேறிக் கொண்டே இருக்கிறான். அவன் பயணத்தில் கணக்கில்லாத இன்னல்கள் இருக்கத்தான் செய்கின்றன. ஆனால் அவன் முன்னேறிக்கொண்டே இருக்கிறான்."

அதனால்தான் கார்க்கிக்குக் கிராமத்துப் பேதைமீது கருணை காட்ட முடிந்தது. டால்ஸ்டாய் சீமாட்டி மீதும் பரிவுகொள்ள முடிந்தது.

11

மரிலின்

'மரிலின்' – இது மரிலின் மன்ரோ என்ற பெயரின் முதற்பாகம், அந்தப் பெயர் கொண்ட சினிமா நட்சத்திரத்தின் சினிமாப் பெயர். அவளுடைய இயற்பெயர் நார்மா ஜீன்.

'மரிலின்' – இது இன்று ஒரு புத்தகத்தின் பெயர். கிராஸ்ட் அன்ட் டன்லப் என்னும் அமெரிக்கப் பதிப்பகத்தாரின் 1973ஆம் ஆண்டு வெளியீடு. சமீபத்திய ஆண்டுகளின் தீபாவளி மலர்கள் பரப்பளவு, கனம். ஒரு வித்தியாசம்: 'மரிலின்' தடித்த அட்டை போட்டது; விலை சுமார் ரூ. 150.

காரணம் இந்த நூலின் ஒவ்வொரு தாளும் தடிமனான ஆர்ட் காகிதம். நூறு புகைப்படங்கள். பாதிக்கு மேல் வண்ணப் புகைப்படங்கள். மரிலின் மன்ரோவின் புகழ்பெற்ற காலண்டர் நிர்வாணப் படத்திலிருந்து தன் பொம்மை, பத்து நிமிடங்கள் முன்பு வளர்ப்புத் தாய் அடித்த அடி, எதிர்ப்புறக் கடையிலுள்ள மிட்டாயைப் பார்த்தே மனத்தை நிறைத்துக்கொள்ளும் ஏக்கம் – இதுவே தன் உலகமாயுள்ள மூன்று வயது சிறுமி நார்மா ஜீன் படம் வரை இதில் நிறைந்திருக்கின்றன. பல படங்கள் உலகத்தின் தலைசிறந்த புகைப்படக்காரர்கள் உரிமை பெற்றவை. இதெல்லாம் நூற்பதிப்பின் விலையை அதிகரிக்கக் கூடியவை.

இவ்வளவு புகைப்படங்களுக்கு நடுவே உள்ள இடைவெளிகளில் மரிலின் மன்ரோவின் வாழ்க்கை வரலாற்றைப் பற்றி ஒரு நூதனமான உரை. இந்த

உரை மட்டும் ஒரு சிறு நாவல் அளவில் இருக்கக் கூடும். 'மரிலின்' நூலின் விலையை இந்த அளவுக்கு உயர்த்திய பொறுப்பு இந்த வரலாற்று – உரையை எழுதியவரையும் சார்ந்தது. இதை எழுதியவர் நார்மன் மெய்லர்.

இந்த ஐம்பதாண்டு இலக்கிய வரலாற்றில் அமெரிக்க எழுத்தாளர்களில் ஹெமிங்வே, ஃபாக்னர் இவர்களுக்கு இணையாகச் செல்வாக்கும் திறமையும் கொண்ட அமெரிக்க எழுத்தாளர்கள் யார் என்று சர்ச்சை நேரும்போதெல்லாம் பல பெயர்கள் எழுந்து அமுங்கிய பின் இரு பெயர்களே ஓரளவு மேற்பரப்பில் மிதக்கின்றன. ஒருவர் ஸால் பெல்லோ; இன்னொருவர் நார்மன் மெய்லர்.

ஆனால் எடுத்த எடுப்பிலேயே சூறாவளிப் புகழ் அடைந்த எழுத்தாளர்களின் கதி மெய்லருக்கும் ஏற்பட்டுவிட்டதாகவே பலரும் கருதுகிறார்கள். அவர் இப்போதெல்லாம் இலக்கியம் படைப்பதில்லை செய்திகள்தான் படைக்கிறார். (பத்திரிகைத் தலைப்புகளில் அடிபடுகிறார்) என்கிறார்கள். அதற்குத் தகுந்தாற் போல் மெய்லரின் படைப்புகள் அடுத்தடுத்து அப்படைப்பிலக்கியமாகவே உள்ளன. இந்தப் புத்தகமும் நிறைய செய்திகளில் அடிபட்டுவிட்டது. டைம் பத்திரிகை ஒரு முழு நீளக்கட்டுரையைப் பிரசுரித்துவிட்டது. அமெரிக்கப் புத்தகக் கடைகளில் மிஞ்சியிருக்கும் சில 'மர்லின்' பிரதிகளும் மிகவும் நைந்துபோய்க் காணப்படுகின்றன. பல நூற்றுக்கணக்கான கைகள் இப்புத்தகத்தை அலமாரியிலிருந்து எடுத்து, விலை கொடுத்து வாங்க மன(பண)மில்லாமல் அங்கேயே படித்து முடிக்கப் புரட்டியிருக்கக்கூடும். *So we think of Marilyn who was every man's love affair with America* என்று மெய்லர் தொடங்குகிறார். மரிலின் ஒவ்வொரு அமெரிக்கனின் காதலியாகத் தோற்றமளித்ததைப் பற்றி நிச்சயமாகக் கூற முடியாது; ஆனால் இந்நூலில் நிச்சயம் மெய்லரின் காதற் கன்னியாகத் தோற்றமளிக்கிறாள். மரிலின் உயிரோடு இருந்த நாளில், அவள் உலகத்தின் ஆண்குலத்தைத் தவிர்க்க முடியாத சங்கடத்தில் ஆழ்த்திய நாளில், ஒருமுறை, ஒருமுறைகூட மெய்லர் அவளைப் பார்த்தது கிடையாது. மரிலின் மன்ரோ இறந்த வருடம் 1962. இன்று மெய்லருக்கு வயது ஐம்பதைத் தாண்டிவிட்டது. ஐம்பது வயதில் காதலில் விழுவது, அதுவும் நேருக்கு நேர் அறியாத கணக்கற்ற பிரச்சார விளம்பரச் சாதனங்களால், அவதூறுகளால், படங்களால், காமக்களிப்புச் சொட்டும் புகழுரைகளால்; உண்மை எதுவாக இருக்கக் கூடும் என்று ஊகிக்கக்கூட முடியாத அளவுக்குத் திரிந்துபோன சூழ்நிலையில் ஒரு மறைந்த உருவத்தின் பிம்பத்தின்

மீது காதலில் விழுவது மனித சக்திக்கு மீறிய சங்கடங்கள் நிறைந்தது. மெய்லரும் ஒரு மனிதர்தான்.

மரிலின் மன்ரோவின் வாழ்க்கையில் மேலோட்டமான எல்லாத் தகவல்களும் இந்த வரலாற்றிலும் உள்ளன. அவளுடைய அம்மாவைப் பற்றி, பாட்டியைப் பற்றி, அவளுடைய வளர்ப்புத் தாயைப் பற்றி, அவளுக்கு அப்பாவாக இருந்திருக்கக் கூடியவர்களைப் பற்றி (தான் பெரிய நட்சத்திரமான பிறகுகூடப் பல அரசாங்க, பொது நிலைய விண்ணப்பத் தாள்களில் 'அப்பாவின் பெயர்' என்ற வரியில் மரிலின் மன்ரோ "தெரியாது" என்று எழுதியிருக்கிறாள்). அவளுடைய குடும்பத்தில் பைத்தியம் பிடித்தவர்கள் பற்றி, அவள் நாடகாசிரியர் ஆர்தர் மில்லரோடு மணம் புரிந்துகொண்ட தினத்தன்று அவளைத் துரத்தி வந்த ஒரு பெண் நிருபர் அவள் கண்ணெதிரே ஒரு மோட்டார் காரில் அடிபட்டு இறந்தது பற்றி, சாலையில் அந்தப் பெண் நிருபரின் ரத்தம் சிதறிக் கிடந்த நேரத்தில் மரிலின் மன்ரோ மாதவிடாயுற்றிருந்தது பற்றி, படப்பிடிப்புக்குக் காலந்தாழ்த்தி வருவது ஒரு நோயாகவே மாறியது பற்றி, கென்னடியின் பிறந்த தின விழாவில் இருபதினாயிரம் விருந்தினர்கள் முன்பு அவள் Happy Birthday பாடியது பற்றி, அவளைப் பாட மூன்று முறை அழைத்து அதன் பின் அவள் மேடையேறிய பின் அவளை, 'the late Marilyn Monroe' என்று அறிமுகம் செய்ததுபற்றி, அவள் பிறந்தநாள் வாழ்த்து பாடிய பின் கென்னடி, "மிஸ் மன்ரோ எனக்குப் பிறந்தநாள் வாழ்த்து பாடியபின் நான் அரசியலிலிருந்து ஓய்வு பெற்றுவிடலாம் என்று நினைக்கிறேன்" என்று கூறியது பற்றி, இப்படிப் பல. பலவிதமான தகவல்கள். மெய்லரின் அபாரமான திறமைகொண்ட உரைநடையில் வெடித்துத் தெறிக்கும் தகவல்கள். ஆனால், மெய்லர் ஒரு முறை கூட அவளை நேருக்கு நேர் பார்த்தது கிடையாது. இந்த வாழ்க்கை வரலாற்றை எழுத நேர்ந்தது கூட நேரடியாக ஏற்பட்டது அல்ல. ஃப்ரெட் லாரன்ஸ் கைல்ஸ் என்பவரின் 'நார்மா ஜீன்' புத்தகத்துக்கு முன்னுரை எழுத அழைக்கப்பட்டு அதன் பின் நேர்ந்த விளைவே இந்த வாழ்க்கை வரலாறு. ஒரு சில மாதங்களில் அவசரம் அவசரமாக எழுதப்பட்ட வரலாறு. நூறு பெரிய புகைப்படங்கள், பாதிக்கு மேல் வண்ணப் படங்கள், பலவற்றில் வரலாற்று நாயகி ரேடியோ மட்டும் 'உடுத்திய படங்கள்' *("You had anything on at the time Miss Monroe?" "Yes, I had the radio on.")* இதெல்லாம் இலக்கிய ஆசிரியனாகத் தன்னைப் பாவித்துக்கொள்ளும் எழுத்தாளனின் திட்டத்தில் இருக்க முடியாதவை. 'மரிலின்' புத்தகத்திற்குப் பிறகும்கூட.

படைப்புக்கலை

ஆனால் மெய்லர் முழுக்க முழுக்கத் தோற்றுவிடுவதில்லை. சில கணங்களில் அவருடைய சூட்சும இயக்கம் வியக்கத்தக்க கூர்மையுடன் செயல்படுகிறது. இந்த 270 பக்கங்களில் இரு அரைப் பக்கங்கள் டென்னஸி வில்லியம்ஸையும் ஆர்தர் மில்லரையும் பற்றி விவாதிக்கின்றன. இந்த இரு நாடகாசிரியர்களைப் பற்றி இவ்வளவு சுருக்கமாக, மனத்தில் விரிவுகொள்ளத்தக்கதான, தெளிவான, நுணுக்கமான மதிப்பீடு இதுவரை யாரும் எழுதியதாகத் தெரியவில்லை.

'மரிலின்' இந்தியாவுக்கு வரும். தனிநபர்கள் இதை வாங்குவது பொருத்தமாகப்படவில்லை. நூலகங்களில், அமெரிக்க நூலகங்களில், இடம்பெறும். அப்போது இதைப் பார்த்து, படித்துக்கொள்ளலாம்.

மெய்லர் எது எழுதினாலும் அவரால் ஹெமிங்வேயின் பெயரையும் நினைவையும் திரும்பத் திரும்பத் திரும்பக் குறிக்காமல் முடிவதில்லை. இந்தப் புத்தகத்திலும், ஒரு சினிமா நட்சத்திரத்தின் வரலாற்றைப் பற்றிய இந்தப் புத்தகத்திலும், ஐம்பதாண்டு கலைந்து கரைந்து உருமாறி நிலைதடுமாறித் தத்தளிக்கும் கணக்கற்ற சோக – கோர – இனிய – வெறுக்கத்தக்க நினைவுகளினூடே உணர்ச்சிவயப்பட்டு எழுதப்பட்ட (இது உண்மையான உணர்ச்சிதானா) புத்தகத்திலும் பல இடங்களில் ஹெமிங்வே பெயர் வருகிறது. அதே அளவு இன்னொரு சொல் – broad – வருகிறது. இது ஒரு அமெரிக்கக் கொச்சை. இதை மிகக் கௌரவமாகத் தமிழில் எழுத வேண்டுமானால் குட்டி, சிறுக்கி எனலாம். மெய்லர் எவ்வளவுதான் வேறு ஏதேதோ விவரித்துத் தன் நாயகியை ஒரு சிறுதேவதையாக்க முயன்றாலும் 'மரிலின்' ஒரு சிறுக்கியைத்தான் உருவாக்குகிறது.

12

இன்றைய இந்திய நாவல் இலக்கியத்தின் முக்கியப் போக்குகளும் நாவல்களின் பாதிப்புகளும் வளர்ச்சியும்

எனக்கு இன்னும் நினைவிருக்கிறது. என் சிறு பிராயம் கழிந்த சிகந்தராபாதில் தமிழ், தமிழர்கள், தமிழ் எழுத்தின் தாக்கங்கள் அந்த நாளில், அதாவது முப்பத்தைந்து நாற்பதாண்டுகள் முன்பு, மிகவும் குறைவு. தென்னிந்தியாவில் அந்தப் பிரதேசத்தில் முக்கியமாகப் பேசப்பட்ட மொழி தெலுங்கு. அது ஒரு சமஸ்தானத்தில் இருந்து, அந்த சமஸ்தானத்தின் மன்னர் முஸ்லிமாக இருந்தபடியால், உருது ஆட்சிமொழியாக இருந்தது. சிறிதுநாட்கள் தங்கிவிட்டுப் போக எங்கள் உறவினர் இளைஞன் ஒருவன் வந்திருந்தான். அவன் ஒரு புத்தகம் படித்துக்கொண்டிருந்தான். என் தகப்பனார் அந்தப் புத்தகத்தை எடுத்துப் புரட்டிப் பார்த்துவிட்டு "ஏன் இந்த மாதிரி புத்தகங்களை எல்லாம் படித்துக் குட்டிச் சுவராகிறாய்? நாவல் படிப்பவன் உருப்பட மாட்டான்," என்றார். அந்த நாவல் ஆரணி குப்புசாமி முதலியாருடையது.

நாவல் படிப்பவன் உருப்படமாட்டான் என்பது என் தகப்பனாரின் கருத்து மட்டுமல்ல; அந்த நாளில் அம்மாதிரிக் கருத்து பலர் சொல்லக் கேட்டிருக்கிறேன். அவர்கள் நாவல் என்று தமிழ் நாவல்களைக் குறிப்பிட்டார்களா அல்லது

பொதுவாக எல்லா நாவல்களையுமே மனிதனை உருப்பட வைக்கமாட்டாத சாத்தானாகக் கருதினார்களா என்று நிச்சயமாகத் தெரியவில்லை. ஆனால், எனக்குத் தெரிந்த பல வீடுகளில், பல எதிர்பாரா இடங்களில் பெட்டிப் படுக்கைக்கடியில், சமையல் அலமாரியில், பண்டபாத்திரப் பெட்டியில் பலமுறை கையாண்டு நைந்து குலைந்திருக்கும் தமிழ் நாவல்களைப் பார்த்திருக்கிறேன். பல ஆங்கில நாவல்களும் இன்னும் சிறிது வெளிப்படையாகக் கிடக்கும். அதிகமாகத் தென்பட்டவை மிகச் சிறிய எழுத்துக்களில் அச்சடிக்கப்பட்ட ஜி.டபிள்யு.எம். ரெயினால்ட்ஸ் நாவல்கள். இன்றும் நான் அத்தகைய ஒரு நாவலை மிகவும் பத்திரமாகப் பாதுகாத்து வருகிறேன். அந்த நாவலின் பெயர் 'யங் டச்சஸ்'.

நாவல்கள் என்றொரு இனத்தைப் பற்றி அவ்வளவு தீவிரமாக இருந்த என் தகப்பனாரே எங்கள் வீட்டில் நாங்கள் எல்லோரும் கேட்டனுபவிக்கும் முறையில் இரு புத்தகங்களை அடிக்கடி உரத்துப் படிப்பார். அப்புத்தகங்களைப் பலமுறை முதலிலிருந்து கடைசிவரை தினசரிக் காட்சி போலப் படித்திருக்கிறார். அவற்றை இன்று நாம் நாவல்கள் என்று குறிப்பிட்டாலும் அவர்வரை அவை நாவல்கள் இல்லை; சிறுவர் முதல் முதியவர் வரை படித்துப் பயன்பெறக்கூடிய நல்ல நூல்கள் அவை. அவற்றின் பெயர்கள், 'பிரதாப முதலியார் சரித்திரம்', மற்றது 'கமலாம்பாள் சரித்திரம்.'

நாற்பதாண்டுகளுக்குப் பிறகு, மிகவும் மாறுபட்ட சூழ்நிலையில், என் குழந்தைகளுக்கு நான் 'பிரதாப முதலியார் சரித்திர'த்தில் சில பகுதிகளைப் படித்துக் காட்டினேன். நான் என் தகப்பனார் படிக்கக் கேட்டு அனுபவித்த மகிழ்ச்சி இன்று இரு தலைமுறைகள் தாவி என் சிறுவர்கள் அடைவதைக் கண்டேன். தமிழ் நாவலுக்கு நூற்றாண்டு கொண்டாடும் இந்நாளில் தமிழின் முதல் நாவல் இன்றும் பசுமையாக இருப்பதும், இன்றும் சிறுவர்களும் அனுபவிக்கத்தக்கதாக இருப்பதும் குறிப்பிடத் தக்கவை அல்லவா?

நான் சிறுவனாக இருந்த நாட்களில் புத்தகங்களாகப் படிக்க நாவல்கள் கிடைக்காவிடினும் பத்திரிகைகளில் அவை தொடர்கதையாக வெளிவந்தன. 'இந்திய நாவல்களின் போக்குகள்' என்று இன்று பேசத் தொடங்கும்போது என் நினைவுக்கு வரும் இந்திய நாவல்கள், பங்கிம் சந்திரரின் 'விஷ விருக்ஷம்', 'ஆனந்தமடம்', பிரேம்சந்தின் 'சேவாசதன்', சரத் சந்திரரின் நாவல்கள் காண்டேகரின் நாவல்கள், இவை தமிழ்ப் பத்திரிகை களில் தொடர்கதைகளாக வெளியிடப்பட்டன. ரவீந்திரநாத்

தாகூரின் சிறுகதைகள், கவிதைகள், நாவல்கள், இவையும் தமிழ் மொழிபெயர்ப்பில் கிடைக்கப் பெற்றன. இரண்டாம் உலக மகாயுத்தம் துவங்கும் வரையில், அதற்குப் பிறகும் கூட தாகூர், சரத் சந்திரர் மற்றும் காண்டேகரின் தாக்கங்கள் பல தமிழ்ச் சிறுகதைகளிலும் காணப்பட்டன.

வங்காள, மராட்டிய மொழிப்படைப்புகள் தமிழில் மொழிபெயர்க்கப்பட்ட அளவுக்குப் பிற தென்னிந்திய மொழிப் படைப்புகள் அந்நாளில் அதிகம் தமிழ் வாசகர்களுக்குக் கிடைக்கவில்லை. மாஸ்தி வெங்கடேச ஐயங்காரின் சில சிறு கதைகளும் பி.எஸ். கைலாசத்தின் நாடகங்களில் சிலவும் கன்னடத்திலிருந்து தமிழில் மொழிபெயர்க்கப்பட்டன. அன்று ‘கள்வனின் காதலி’ எழுதிய கல்கியிலிருந்து நேற்று ‘எங்கே போகிறோம்!’ எழுதிய அகிலன் வரை கவனித்துப் பார்த்தால் சம்பிரதாய நியாய – அநியாயக் கோட்பாடுகளுக்காக உணர்ச்சி பூர்வமாகப் போராடும் கதாநாயகன், அபலைகளாக உள்ள கதாநாயகிகள், பொதுவான பச்சாத்தாபம் இவையே நாவல்கள் முக்கியச் செய்திகளாகக் கொண்டு உள்ளன. இவை சரத் சந்திரர், பிரேம்சந்த், காண்டேகர் முதலான வடஇந்திய நாவலாசிரியர்கள் தமிழ் எழுத்தாளர்களிடம் ஏற்படுத்திய பிரதிபலிப்பு என்று கூறினாலும் இக்குணங்கள் அன்றைய சமுதாய வாழ்க்கை இந்தியாவெங்கும் உண்டுபடுத்திய சலனத்தின் விளைவே என்றும் கொள்ளக்கூடும். மகாத்மா காந்தி தேசவிடுதலைப் போராட்டத்துடன் சமூகச் சீர்திருத்த இயக்கங்களையும் இணைத்திருந்தபடியால் அவர் இயக்கங்களின் பிரதிபலிப்புகள் அல்லது எதிரொலிகள் தமிழ் நாவல்களில் ஏதாவது ஒரு வகையில் வெளிப்பட்டன. இந்த வகையில் மாறுபட்டதாக எனக்குத் தோன்றுவது ரவீந்திரநாத் தாகூரின் ‘கோரா’ என்ற ஒரு தீவிர நாவல், இதில் கதாநாயகனான கோரா ஒரு தீவிர சநாதன ஹிந்துவாகச் செயல்படுபவன். வங்காளச் சமுதாயத்தில் பல சமயச் சீர்திருத்தக் குழுக்கள் தோன்றிப் பரவிக்கொண்டிருக்கும் சூழ்நிலையில் அவன் மட்டும் புராதன மதத்தில் ஆழ்ந்த ஈடுபாடு கொண்டிருந்ததோடு மட்டுமல்லாமல் மற்ற மாற்றுக் குழுக்களை எதிர்ப்பதும் தன் கடமை என்று கொண்டிருப்பவன்; அவன் இறுதியில் வஞ்சிக்கப்பட்டவனாகிறான். அவன் பிறப்பில் ஒரு சிறு மர்மம் இருக்கிறது; அது இறுதியில் தீர்க்கப்படுகிறது. கோரா தான் ஒரு மிலேச்சன் என்று அறிகிறான். தன்னைச் சநாதன மதத்திற்குப் பாதுகாப்பாளனாகவும் புனிதப் போர் வீரனாகவும் கருதிக்கொண்டிருந்தவன் ஒரு வெள்ளைக்காரனுக்குப் பிறந்தவன் என்று தெரியவருகிறது. ஒரு கிரேக்கக் காவியத்தின் முரண் நகைச்சுவை எதிர்ப்படும் இந்த நாவலில் 19, 20ஆம்

நூற்றாண்டுகளின் சங்கம காலத்தில் வங்காளத்தில் நிலவிய சமயச் சீர்திருத்த இயக்கங்களும் சமுதாயச் சந்தர்ப்பச் சூழ்நிலைகளும் அந்த நாவலில் சித்திரிக்கப்பட்டிருக்கின்றன. இந்த அம்சத்தில், தமிழில் வெளியான ஆரம்பக்கால நாவல்கள் குறிப்பிடத்தக்க வெற்றிகளல்ல என்றுதான் கூறத்தோன்றுகிறது. அன்றைய அரசியல் துறையில் வெகுவாகத் தன்னை ஈடுபடுத்திக்கொண்ட கல்கிகூடத் தன் நாவல்களைக் கதாநாயகன்-கதாநாயகி கதைகளாகத்தான் புனைந்திருக்கிறாரே தவிர ஒரு குறிப்பிட்ட காலத்தின் ஒரு குறிப்பிட்ட சமுதாயத்தைப் பிரதிபலிக்கும் சித்திரமாக அமைக்கவில்லை என்று கூற வேண்டும்.

இந்தியருக்கு 1947ஆம் ஆண்டு ஒரு மகத்தான திருப்புமுனை யாகும். அந்த ஆண்டில்தான் இந்திய நாடு அந்நியர் ஆட்சி அகன்று விடுதலை பெற்றது. இந்திய இலக்கியத்தில் அரசியல் சுதந்திரம் எவ்வகை மாறுதல்களை உண்டுபண்ணியது?

சுதந்திரப் போராட்டம், அதன் இறுதி நாட்களின் கோரங்கள் பல வட இந்திய நாவல்களின் கருப்பொருள்களாக இருந்திருக்கின்றன. இந்திய சுதந்திரத்துடன் நிகழ்ந்த படுதுயரம் நாட்டுப் பிரிவினையால் லட்சக்கணக்கான நிரபராதி மக்கள் மதத்தின் பெயரால் உள்ளம் துடிக்கும், கொதிக்கும் வகையில் படுகொலை செய்யப்பட்டது தென்னிந்திய மொழிப் படைப்புகளில் மையப் பொருளாக எழுதப்படவில்லை. இந்தியா-பாகிஸ்தான் பிரிவினைப் பயங்கரங்கள் எங்காவது குறிப்பிடப்பட்டால் கூட அது இரண்டாம் நபர், மூன்றாம் நபர் செய்தி போலத்தான் உருவாகியிருக்கிறது. இது வியக்கத்தக்கதொன்றல்ல. ஏனெனில் தென்னிந்தியா வரையில் நாட்டுப் பிரிவினையால் வட இந்தியாவில் பஞ்சாப், வங்காளம் முதலிய இடங்களில் ஏற்பட்ட சூழ்நிலை தென்னிந்தியாவில் ஏற்படவில்லை. பார்க்கப் போனால் வட இந்தியாவில் இப்படிப் பயங்கரப் படுகொலைகள் நிகழ்ந்து வந்த காலத்தில்தான் தென்னிந்தியாவில் கல்கியின் பிரபலமான சரித்திர நாவல்கள் உருவாகிக்கொண்டிருந்தன. இந்தியச் சுதந்திரத்திற்குப் பின் பத்துப் பன்னிரண்டு ஆண்டுகளில் தமிழ் நாட்டின் வெகுஜனப் பத்திரிகைகள் தத்தம் விற்பனையைப் பல மடங்கு அதிகரித்துக்கொண்டன. அதில் பல காரணங்களில் ஒன்றாகப் பல வெகுஜனத் தொடர் கதாசிரியர்கள் தோன்றியதைக் கூறலாம். லட்சுமி, அகிலன், நா. பார்த்தசாரதி, சாண்டில்யன், ஜெகசிற்பியன், பி.வி.ஆர்., மணியன், எஸ்.ஏ.பி. போன்றோர் இப்பிரிவில் முக்கியமானவர்கள். வெகுஜனப் பத்திரிகைகளுக்காக, அவற்றின் பல்லாயிரக்கணக்கான வாசகர்களுக்காகவென்றே எழுதப்பட்டதனால் இவர்கள் எழுதிய நாவல்கள் சீரிய இலக்கிய மாகப் பரிணமிக்காமல் போனதுடன் வாசகர் ரசனையும்

நுட்பமாக இயலாத் தன்மையை உண்டு பண்ணி விட்டதாகக் கூறுவர். க.நா.சு. டாக்டர் கைலாசபதி போன்ற விமர்சகர்கள் இது பற்றி ஆணித்தரமாக எழுதியிருக்கிறார்கள்.

ஆனால் மலின, வெகுஜன எழுத்துடன் ஆழமான தீவிரமான எழுத்தும் தமிழில் பெருமளவில் தோன்றத் தொடங்கிய காலம் அதுதான். க.நா.சு., புதுமைப்பித்தன் ஏனைய *மணிக்கொடி* எழுத்தாளர்கள் தொடங்கிய பணி *சாந்தி, சரஸ்வதி, தாமரை, எழுத்து, இலக்கிய வட்டம்* போன்ற பத்திரிகைகள் மூலம் தொடர்ந்தது. இப்பத்திரிகைகளின் பக்கங்களில்தான் தமிழில் திட்டவட்டமான பிரக்ஞையுடன் எழுதப்பட்ட யதார்த்தமான நாவல்கள் தோன்றின. தி. ஜானகிராமன், ஜெயகாந்தன், சுந்தர ராமசாமி போன்றோர் சீரிய யதார்த்த எழுத்தாளராக மலர்ந்தனர். இக்குழுவிலிருந்து சிறிது விலகி, ஆனால் இவர்கள் இயக்கத்தோடு சேர்க்கக் கூடியவராக ஆர். ஷண்முகசுந்தரம் எழுதிய நாவல்களும் இக்கட்டத்தில்தான் வெளிவந்தன.

இந்தியச் சுதந்திரத்திற்கு முன் வெளிவந்து ஆதரவு பெற்ற அளவுக்குப் பிற இந்திய மொழியிலிருந்து தமிழுக்கு மொழிபெயர்க்கப்பட்ட நூல்கள் சுதந்திரத்திற்குப் பின் பெறவில்லை என்றே கூற வேண்டும். சுதந்திரத்திற்குப் பின் பிரதேசவாரிப் பிரிவினை சக்திகள், மொழிவாரிப் பிரிவினை சக்திகள் வலுவடைந்து ஆதிக்கம் பெற்றன. இதன் ஒரு நேரடி விளைவு தமிழிலக்கியப் படைப்பிலும் மதிப்பீட்டிலும் குறுகிய கண்ணோட்டம் ஏற்பட்டதேயாகும். இவற்றின் பாதிப்புக்கள் இன்றுகூட உணரப்படுகின்றன.

இந்திய சுதந்திரத்திற்குப் பின் வந்த இந்திய நாவல் களில் ஒரு குறிப்பிடத்தக்க அம்சம் அவை லட்சியவாதப் படைப்புகளாயிருப்பதிலிருந்து விடுபட்டு யதார்த்த இலக்கியப் பிரிவைச் சார்வதாக மாறியதுதான். யதார்த்தம் என்னும் சொல்லுக்கு இலக்கியத்தில் ஒரே பொருள் என்று திட்டவட்ட மாகக் கூறிவிட முடியவில்லை. பரபரப்புச் சாயல்கள், லட்சியவாதச் சாயல்கள், பழைமைவாதச் சாயல்கள் இவை அங்கங்கு காணப்பட்டாலும் பொதுவாக ஆசிரியரின் கண்ணோட்டம் யதார்த்த ரீதியாக அமைந்தாலே அந்தப் படைப்பை யதார்த்தமான, ரியலிஸ்டிக் நாவல் எனப்படும் பிரிவில் சேர்த்துக்கொள்ளலாம். இந்த யதார்த்த நாவல்களின் லட்சியங்களில் ஒன்று நாவல் பாத்திரங்களுக்குத் திட்டவட்டமான, மாறுபட்ட குணாதிசயங்கள் உண்டு. அவர்களுடைய பேச்சு, பழக்க வழக்கங்கள், தொழில் இவையெல்லாம் நுட்பமாக நிர்ணயிக்கப்பட்டிருக்கும். 'எடுப்பான மூக்கு, நெற்றியில் புரளும்

சுருட்டை மயிர், அகன்ற மார்பு, சிவந்த மேனி, சற்றே முன்கோபம்' என்றெல்லாம் தொடர்கதைக்குத் தொடர்கதை மாற்றமே இல்லாத பொம்மைக் கதாநாயகர்களாயில்லாமல் தசையும் ரத்தமும் கூடியவர்களாக, அவர்கள் நிஜத்தன்மையைச் சந்தேகிக்க இடமளிக்காதவர்களாக, படைக்கப்பட்டிருப்பார்கள். கதை மாந்தர்க்கு நிஜத்தன்மை ஊட்டுவதைத் தவிர்க்கப்படாததாகக் கருதும் நாவலாசிரியருக்குப் பரபரப்பான சம்பவக் கோவை நாவலுக்கு இன்றியமையாதது என்று தோன்றாது. கடந்த இருபது ஆண்டுகளில் தமிழில் வெளிவந்துள்ள குறிப்பிடத்தக்க நாவல்களில் போலி உணர்ச்சியும் பரபரப்புத்தன்மையும் அநேகமாகத் தவிர்க்கப்பட்டவை.

இரண்டாம் உலக மகாயுத்தம் முடிவுற்றதும் பல மேலைய நாடுகளில் வறட்சியே ஒரு தத்துவமாகவும் ஒரு வாழ்க்கை நெறியாகவும் நிலவத் தொடங்கியதில் அதன் வெளிப்பாடான சில நாவல்கள் தமிழ்ப் படைப்பாளிகளையும் கவர்ந்தன, பாதித்தன. ஏறத்தாழ அதே காலகட்டத்தில்தான் 'புதுக்கவிதை' என்னும் இலக்கிய உருவமும் இங்கு மக்களிடையே வேரூன்றத் தொடங்கியது. புதுக்கவிதையே நம்பிக்கை வறட்சியோடுதான் வெகுநாட்களுக்கு இணைத்துக் கருதப்பட்டது. நம்பிக்கை வறட்சியை ஓர் அறிவார்த்தத் தத்துவமாகக் கொண்டிருந்தாலும் அந்த நாவலாசிரியர்கள் சிறந்த கற்பனைத் திறனுடனும் படைப்பாற்றலுடனும், நாவல்களைப் படைத்திருந்தனர். மேலை நாட்டு நூல்கள் எளிதாகவும் விரைவாகவும் இந்தியாவில் கிடைக்கக்கூடிய சூழ்நிலை உண்டாகியிருந்தது. மேல்நாட்டு இலக்கியச் சர்ச்சைகள், புதுக் கருத்தோட்டங்கள் முதலியன உடனுக்குடன் கீழைநாடுகளில் கிடைக்கக் கூடிய வகையில் பிரச்சாரச் சாதனங்கள் வளர்ச்சியுற்று, அவை பயன்படுத்தப்பட்டன. இந்தி மொழி இலக்கியத்தில் சாயாவதம், நயிகஹானி, அகஹானி முதலான போக்குகள் தோன்றியதும் இந்த ஐம்பது – அறுபதுகளில்தான். தமிழைப் பொறுத்தவரையில் இந்த இலக்கியங்களின் தாக்கங்கள் உணரப்பட்டாலும் அவற்றின் விளைவுகள் பரவலாக ஏற்படவில்லை. நகுலன் என்ற நாவலாசிரியர், ந. முத்துசாமி என்ற சிறுகதை – சிறு நாடகாசிரியர், இருவரிடம்தான் எனக்குத் தெரிந்து இந்த நம்பிக்கை வறட்சித் தத்துவம் ஓரளவு கலாப்பூர்வமான படைப்புக்களைப் படைக்கத் தூண்டியிருக்கிறது. இதிலும் நகுலனின் முதல் நாவலாகிய 'நிழல்கள்', ந. முத்துசாமியின் ஆரம்பக்காலக் கதைகள் யதார்த்த எழுத்துப் பிரிவைச் சேர்ந்ததுதான். நகுலனின் 'நினைவுப் பாதை' தமிழ் மொழியில் நம்பிக்கை வறட்சித் தத்துவம் கலாப்பூர்வமான நாவலாகப் பரிணமித்திருப்பதற்குச் சிறந்த எடுத்துக்காட்டு.

ஆயிரத்துத் தொள்ளாயிரத்து அறுபதுகளில் ஒரு புதிய திருப்பம் தமிழ்நாவல் உலகத்தில் ஏற்பட்டது. இந்தியாவிலேயே, ஆனால் தமிழ் நாட்டுக்கு வெளியேயுள்ள கேந்திரங்களிலிருந்து எல்லா வகையிலும் தமிழ்நாட்டுப் படைப்புகளுக்கு இணை யானதும் அவற்றை விஞ்சுவதாகவும் கூடப் படைப்புகள் வெளிவரத் தொடங்கின. நீல. பத்மநாபனின் 'தலைமுறைகள்' இத்திருப்பத்தின் முதல் மைல்கல்லாகும்.

நீல. பத்மநாபனும் அவர் போன்ற வேறு பல எழுத்தாளர் களும் தமிழ்நாட்டு எல்லைக்கு வெளியிலிருந்து எழுதி, அவ்வப்போது தமிழ்ப் பத்திரிகைகளில் பிரசுரம் பெற்று வந்தனர். ஆனால் தற்காலத் தமிழ் இலக்கியத்திற்குப் புதுவளம் சேர்க்கக் கூடிய படைப்புகள் தமிழ்நாட்டின் எல்லைகளுக்கு வெளியிலிருந்து வரக்கூடும் என்று யாரும் எதிர்பார்த்திருக்க முடியாது. 'தலைமுறைகள்' நாவலைப் பதிப்பிக்கப் பல ஆண்டுகள் நீல. பத்மநாபன் பலரை அணுகி, ஏமாற்றமுற்று, கடைசியில் அவரே அந்த நாவலைத் தன் சொந்தச் செலவில் வெளியிட்டார். எவ்வளவோ 'அசல்' தமிழ்ப் படைப்புகள் இன்னும் ஒரு பதிப்புகூட விற்றுப் போகாமல் கிடக்கும்போது நீல. பத்மநாபனின் 'தலைமுறைகள்' இரு பதிப்புகள் வெளிவந்து மூன்றாவது பதிப்புக்குக் காத்திருப்பது வரவேற்கத்தக்கதாகும். இன்றைய தமிழ் நாவலின் போக்கைத் 'தலைமுறைகள்' நாவலைக் கொண்டு நன்கு விளக்கலாம். இதன் கதாமாந்தர்கள் அதிமனிதர்கள் அல்ல. சாதாரண மக்கள்போல பலம், பலஹீனம், தெளிவு, குழப்பம் முதலிய எதிர்மறைக் குணங்களை உடையவர்களாகக் காணப்படுகிறார்கள். ஒவ்வொருவருக்கும் தனி இயல்பு, மனப்பாங்கு, லட்சியம் முதலியன ஆதாரப்பூர்வமான விவரணங்களால் உறுதிப்படுகின்றன. கதை ஒரு குறிப்பிட்ட காலகட்டத்தினுடையது போலிருப்பினும் ஆழ்ந்த நோக்கில் கால தேச வரையறைகளைக் கடப்பதாக உள்ளது. மனிதனை மதிக்கக்கூடியவனாகவும் வளர்ச்சி பெறுபவனாகவும் சித்திரிக் கிறது. இந்த நாவல் ஆங்கிலத்தில் மொழிபெயர்க்கப்பட்டு நல்ல வரவேற்பும் பெற்றிருப்பது இதன் இலக்கியத் தரம் மொழி, பிரதேச வரம்புகளை மீறியது என்பதைக் காட்டுகிறது.

தன் கதைமாந்தர் சமுதாயத்தைத் திறம்படச் சித்திரித்துக் காட்டி, மாறிவரும் மதிப்பீடுகளையும் முரண்பட்டு நிற்கும் மத, பொருளாதார வர்க்கங்களையும் தெளிவுபட எழுதப்பட்ட நாவல் டி. செல்வராஜ் எழுதிய 'மலரும் சருகும்'. இந்த நாவலும் 1966–67 காலகட்டத்தில் வெளிவந்ததாகும். மற்றும் தமிழ் நாவல் இலக்கியத்தின் மைல்கற்களெனக் குறிப்பிடப்படும் 'அம்மா வந்தாள்' (தி. ஜானகிராமன் எழுதியது), 'ஒரு புளிய மரத்தின்

கதை' (சுந்தர ராமசாமி எழுதியது), 'தந்திரபூமி' (இந்திரா பார்த்தசாரதி எழுதியது) இவையெல்லாம் 'தலைமுறைகள்'–'மலரும் சருகும்' கால கட்டத்தில்தான் வெளிவந்தன. அந்தக் காலகட்டத்தில் நம்பிக்கை அளித்தவர்கள் இன்னும் தொடர்ந்து எழுதி வருகிறார்கள். புதிய நாவலாசிரியர்கள் குறிப்பிடத்தக்க வகையில் தோன்றவில்லை என்றே கூறவேண்டும். அதாவது இந்த ஐந்தாறு ஆண்டுகளில் வண்ணநிலவனின் 'கடல்புரத்தில்', ஆதவனின் 'காகித மலர்கள்' நல்ல முதல் நாவல்கள். இவ்விருவரும் தொடர்ந்து நாவலாசிரியர்களாக மலருவார்களா என்பது காத்திருந்து பார்க்க வேண்டியதாகும்.

ஒருமுறை இந்திய விடுதலைக்குப் பின் வெளியான தமிழ் நாவல்களின் மைல்கற்களைக் குறிப்பிட வேண்டிய சூழ்நிலையொன்று ஏற்பட்டது. அப்போது பின்வரும் ஆறு நாவல்களைக் குறிப்பிட்டேன்.

'மோகமுள்' – தி. ஜானகிராமன் எழுதியது – ஆண்டு 1955

'அசுரகணம்' – க.நா.சு. எழுதியது – ஆண்டு 1959

'அறுவடை' – ஷண்முகசுந்தரம் எழுதியது – ஆண்டு 1960

'ஒரு புளியமரத்தின் கதை' – சுந்தரராமசாமி எழுதியது – ஆண்டு 1966

'தலைமுறைகள்' – நீல. பத்மநாபன் எழுதியது – ஆண்டு 1968

'கரைந்த நிழல்கள்' – அசோகமித்திரன் எழுதியது – ஆண்டு 1969

இதை ஒரு பட்டியல் தரவேண்டும் என்ற நோக்கத்தோடு கூறவில்லை. தற்காலத் தமிழ் நாவல் இலக்கியத்தில் யதார்த்தவாதம் மலர்ச்சி பெற்றுவருவதைக் குறிக்கவே இப்பட்டியல்.

13

எழுத்தாளர் பிரச்னைகள்

சமீப காலத்தில் நிறுவப்பட்ட ராஜா சர் அண்ணாமலைச் செட்டியார் நினைவுப் பரிசு இதுவரை மும்முறை வழங்கப்பட்டிருக்கிறது. முதலாண்டுப் பரிசு மிக உன்னதப் படைப்பிலக்கிய மாகிய 'எங்கே போகிறோம்?' என்கிற அகிலன் நாவலுக்கு. இரண்டாவது ஆண்டு நான்கு நுண்கலை நூல்களுக்குப் பரிசு. கடைசியாக 1977ஆம் ஆண்டு படைப்பிலக்கியப் பரிசாக 'உறவுகள்' என்னும் நாவலுக்கு. பரிசளிப்பின் போது அந்நாவலை எழுதிய நீல. பத்மநாபன் அவர்கள் ஆற்றிய உரையில் ஒரு பகுதியை வெகுஜனப் பத்திரிகைகளான *ஆனந்த விகடன்*, *குமுதம்* இரண்டும் வெளியிட்டன. இரண்டும் ஏறத்தாழ ஒரே மாதிரிப் புகைப்படத்துடன் ஒரே மாதிரி அரைப்பக்கத் துணுக்காக இச்செய்தியையும் நீல. பத்மநாபன் உரையின் பகுதியையும் வெளி யிட்டன. இருவருக்கும் சுவாரஸ்யமான விஷயமாகத் தோன்றியது இதுதான்: நீல. பத்மநாபனின் 'உறவுகள்' கையெழுத்துப் பிரதியாக ஒரு சென்னை பதிப்பாளரிடம் பதின்மூன்று மாதம் தங்கியிருந்த பின் ஆசிரியரிடம் திரும்பி வந்தது; பதின்மூன்று மாத காலத்திற்குப் பின் கையெழுத்துப் பிரதி திருப்பிக் கொடுக்கப்பட்டதற்குக் கொடுக்கப்பட்ட காரணம் நாவல் மிகவும் நீளம். அடுத்த பத்தாண்டுகளில் தமிழ்ப் புத்தக வெளியீட்டுத் துறையில் எழுத்தாளர் பிரச்னைகள் அல்லது எழுத்தாளரின் பிரச்னைகள் என்று விவாதிக்கும்போது நீல. பத்மநாபனின் இந்த அனுபவத்தைக் குறிப்பிடுவது பொருத்தமல்லவா?

நீல. பத்மநாபனைக் கூடுதலாக அறிந்தவன் என்கிற முறையில் இன்னும் ஒரு தகவலையும் நான் உங்களுடன் பகிர்ந்து கொள்ளலாம். 'உறவுகள்' நாவலின் கையெழுத்துப் பிரதியைப் பதிப்பாளரிடம் அனுப்பியபோது அந்நாவலுக்கு விரிவாக எழுதப்பட்ட ஒரு முன்னுரையையும் சேர்த்து அனுப்பியிருந்தார். இம் முன்னுரை நீல. பத்மநாபனின் எழுத்தைத் தமிழிலக்கிய உலகில் விமர்சனப் பூர்வமாக அறிமுகம் செய்வித்த ஓர் எழுத்தாளரின் முன்னுரை. இம்முன்னுரை திரும்ப நீல. பத்மநாபனுக்குப் போய்ச் சேரவில்லை. பதின்மூன்று மாதங்களில் வரலாறும் வான சாஸ்திரமுமே மாறிவிடுகின்றன. ஒரு முன்னுரை தொலைந்து போயிருக்கக் கூடாதா? கஷ்ட காலத்திலும் ஒரு நல்ல காலம், நாவல் பிரதி மட்டும் பூரணமாகத் திரும்பிக் கிடைத்துவிட்டது.

எழுத்தாளர் பிரச்னைகள் என்று எழுதும்போது எனக்கும் இதே ரீதியில் பல அனுபவங்கள் நேரிட்டது நினைவுக்கு வருகிறது. நானும் நிறைய பதிப்பாளர்களை என் அறியாமையில் படியேறித் தொந்தரவு செய்திருக்கிறேன். அவர்களும் என் கையெழுத்துப் பிரதிகளை வெவ்வேறு காரணங்கள் கூறித் திருப்பித் தந்திருக்கிறார்கள். ஒன்றிரண்டு காரணங்களை எல்லாரும் பொதுவாகவும் கூறியிருக்கிறார்கள். ஆனால் ஏறத்தாழ ஓராண்டுக் காலம் – பதின்மூன்று மாதங்கள் என்று கூடக் கூறலாம் – ஒரு பதிப்பாளர் வைத்திருந்து திருப்பித் தந்த போது ஒரு காரணமும் தரவில்லை. நான் மிகவும் வேண்டிக் கேட்டபோது கூட, "சும்மா நீங்களே வைச்சுண்டிருங்க," என்றுதான் சொல்லப்பட்டது. நான் கையெழுத்துப் பிரதி சமர்ப்பித்ததற்கு முன்னும் பின்பும் இதே கூட்டுறவு நிறுவனம் பல நூல்களை வெளிக்கொண்டு வந்திருக்கிறது. அவையெல்லாவற்றைக் காட்டிலும் என்னுடையது மோசமானது என்று கூற முடியாது. இக்கூட்டுறவு நிறுவனத்தின் சார்பில் கையெழுத்துப் பிரதிகளைப் படித்துப் பரிசீலனை செய்யும் பெரியோர்களைப் பல நாட்கள் கழித்துச் சந்திக்கச் சந்தர்ப்பம் நேர்ந்தபோது அவர்களிடம் விசாரித்தேன். தூக்கிவாரிப் போடும்படியான ஒரு தகவல் எனக்குக் கிடைத்தது, என் கையெழுத்திப் பிரதி படிக்கப்படவே இல்லை. ஒருவரால்கூட.

இதுவும் ஓர் எழுத்தாளர் பிரச்சனை, வரும் பத்தாண்டுகளில் இப்படி நிகழாமல் நாம் பார்த்துக்கொள்ள வேண்டுமல்லவா?

தவிர்க்க முடியாத நிர்ப்பந்தம் காரணமாகப் பல எழுத்தாளர்கள் பதிப்புத் துறையிலும் ஈடுபட வேண்டியிருந்திருக்கிறது. இன்று வெளிவரும் கவிதைத் தொகுதிகள் அநேகமாக எல்லாமே அந்தந்தக் கவிஞர்கள் சுயமாகப் பண முதலீடு செய்து

அச்சிட்டதுதான். இவர்களுக்குப் பதிப்புத் துறையில் ஒரு தொழிற்திறமையோ பயிற்சியோ இல்லாததால் பல தொகுதி நூல்கள் உபயோகப் பொருளாகவும் இல்லாமல் அலங்காரப் பொருளாகவும் இல்லாமல் அமைய நேர்ந்திருக்கிறது. பல உரைநடை நூல்கள் கூட, குறிப்பாகச் சிறுகதைத் தொகுப்புகள், இப்படித்தான் தோற்றுவிக்கப் பெற்றிருக்கின்றன.

இன்றும் சரி, இன்னும் பத்தாண்டுகள் கழித்தும் சரி, நம் நாட்டைப் பொறுத்தவரை, எழுத்தாளர்களை இருவகையாக இப்படிப் பிரிக்க முடியும். சொந்தத் திருப்திக்காக எழுதுபவர்கள், எழுத்தை வாழ்க்கைச் சாதனமாக்கிக் கொண்டு எழுதுபவர்கள். இதில் முதல் ரகத்தினர் தொடர்ந்து எழுதி வர வேண்டும் என்கிற தேவையோ நிர்ப்பந்தமோ இல்லை. இவர்கள் பெரும்பாலும் ஒன்று அல்லது இரண்டு வெளியீடுகளுடன் திருப்தி அடைந்துவிடுகிறவர்கள். தங்கள் நூல் ஒரு சிலராலாவது படிக்கப் பெறும் என்பதே இவர்கள் எதிர்பார்க்கும் பிரதி லாபம். இவர்களால் பதிப்புத் துறையில் தீவிரப் பிரச்னைகள் ஏற்படுவதற்கு வாய்ப்பில்லை. பிரச்னைகள் உடையவர்களும் பிரச்னைகளை உருவாக்குபவர்களும் இரண்டாம் பிரிவு எழுத்தாளர்களான தொழில்துறை எழுத்தாளர்கள். எனக்குத் தெரிந்து இந்தப் பத்தாண்டுகளில் இந்தத் தொழில்துறை எழுத்தாளரின் நிலைமை போற்றத்தக்க வகையில் இருக்க வில்லை. உடனே சில எழுத்தாளர்களின் பெயர்களை எடுத்துக் கூறி இக்கூற்றைச் சிலர் மறுக்கக் கூடும். அந்த எழுத்தாளர்கள் விதி விலக்குகளே தவிர பொது நிலவரத்திற்கு எடுத்துக்காட்டுகள் ஆக மாட்டார்கள். எழுத்தாளன் – பதிப்பாளன் – வாசகன் என்ற முத்தரப்பு அமைப்பில் எழுத்தாளன் தரப்புதான் பெரும்பாலும் இழிவானதாயிருக்கிறது.

நாம் என்னதான் உன்னத இலக்கியத்தையே போற்றிப் பேணுபவர்கள் என்று நினைத்துக்கொள்ள விரும்பினாலும் பொருளாதாரக் காரணிகள்தான் நூல பதிப்புத் துறையில் ஸ்தூலமாகவும் சூட்சுமமாகவும் பல விஷயங்களை நிர்ணயிக் கின்றன. உள்தாள், மேலுறைத்தாள், அச்சடிக்கப்படும் பிரதிகள், விளம்பரம், நூலை விற்கப் பதிப்பாளர் மேற்கொள்ளும் முயற்சிகள் இவையெல்லாமே பிரதானமாகப் பொருளாதாரக் காரணிகளால்தான் நிர்ணயிக்கப்படுகின்றன. பொருளாதாரம் புறக்கணிக்கப்பட வேண்டும் என்று நான் கூறவில்லை. ஆனால் பொருளாதார அம்சங்களே முக்கியம் என்றாகிவிடும் போது இயல்பாக நிகழக்கூடிய சில நல்ல விளைவுகள் கூட நடைபெறாமல் போய்விடுகின்றன. உதாரணம் கூறுகிறேன். சென்னையில் தமிழ் நூல்கள் விற்கும் புத்தகக் கடைகள் மிகக் குறைவு, இன்னும்

படைப்புக்கலை 75

இங்கே சென்றால் இந்த நூல் கிடைக்க வாய்ப்பு இருக்கிறது என்று நம்பிச் செல்லும்படியான சூழ்நிலை உருவாகவில்லை. இருக்கும் ஒரு சில இடங்களில் சுற்றிப் பார்த்தால் இது தெளிவாகும். கடைக்காரரின் விசேஷ யத்தனங்கள் அதிகம் தேவைப்படாத வெகுஜன நூல்களே போன உடனேயே கண்ணுக்குத் தெரியும்படி ஜோடிக்கப்பட்டிருக்கும். நல்ல வெகுஜன நூல்கள் இல்லாமல் போகவில்லை. ஆனால், எல்லா நல்ல நூல்களும் வெகுஜன ஆதரவு பெறும் என்று கூறிவிட முடியாது. அப்படி வெகுஜன கவனம் பெற முடியாத, ஆனால் தரத்தில் உயர்ந்ததான நூல்கள் பத்திரமான மூலையில் அடுக்கி வைக்கப்பட்டுவிட்டால் அவை பத்திரமாக அந்த மூலையிலேயே இருந்துவிட வேண்டியதாகிறது. நன்றாக விற்கக் கூடிய நூல்களை இன்னும் விரைவாக விற்றுவிட வேண்டும் என்கிற அவசரம் வேறு பல நூல்களைப் பாதித்துவிடக் கூடும். புத்தகங்களைப் பார்வைக்கு ஜோடித்து வைப்பதில் கூட ஒருவித ஆர்வம் தவறான முறையில் செயல்பட்டு விளைவுகள் வருந்தத் தக்கதாகவே நீடித்துவிடுகின்றன. எவ்வளவு பேர்களுக்குப் புத்தகம் வாங்கச் செல்லும்போது மேஜைக்கு அடியில் குவித்து வைத்திருக்கும் புத்தகங்களைப் புரட்டித் தேடிப் பார்க்கப் பொறுமையும் திறனும் இருக்க முடியும்? அதிலும் முப்பது வயதிலேயே முட்டுவலி வந்துவிடும் இக்காலத்தில்?

இதெல்லாவற்றிற்கும், இன்னும் சொல்லக் கூடும் பல பிரச்னைகள் – குறைகளுக்கும் – ஒரு சொல்லில் பதில் கூறி விடலாம்: வசதியின்மை. தமிழ்ப் புத்தகப் பதிப்புத் துறையில் பணப் புழக்கம் குறைவு. ஆயிரம் பிரதிகள் விற்க மூன்றாண்டுகளும் நான்காண்டுகளும் ஆகும்போது என்ன பெரிய வசதியை அனுபவிக்க முடியும், ஏற்படுத்திக்கொள்ள முடியும்?

உண்மைதான். ஆனால் இந்த நெருக்கமான துறையின் நெரிசலை எழுத்தாளனை இவ்வளவு அதிகமாக அனுபவிக்கச் செய்ய வேண்டுமா?

சில சிறுசெயல்களால் எழுத்தாளனின் சிரமங்களை வெகுவாகப் பதிப்பாளர்கள் குறைக்கலாம். ராயல்டி விகிதம் அநேகமாக உலகெங்கும் ஒரே மாதிரிதான் இருக்கிறது. 7 1/2%. 10%, 15%. கேரளத்தில் எழுத்தாளர் கூட்டுறவுப் பதிப்பகத்தில் 20%, 30% தருவதாகக் கூறினார்கள். (ஆனால் எனக்கும் எழுத்தாளர் கூட்டுறவுக்கும்தான் ராசியில்லையே,) ஆயிரம் பிரதிகள் அச்சிட்டுப் பிரதிக்கு ஐந்து ரூபாய் விலையிட்டு, எழுத்தாளன் பங்காகிய ஐந்நூறு ரூபாயைப் பத்து, இருபதாக மூன்றாண்டுகளில் பிரித்துத் தருவதற்குப் பதிலாக நூல் வெளியான உடனேயே கொடுத்துத் தீர்த்துவிடலாம். காகிதம் வாங்கும் கடைக்கும் அச்சிடும்

அச்சகத்திற்கும் நூல் விற்பனைக்கேற்ப அவ்வப்போதாகப் பணம் தரப்படுவதில்லை. அதேபோல ஒரேயடியாக எழுத்தாளனுக்கும் கணக்குத் தீர்த்துவிடலாம். நான் விதிவிலக்குகள் என்று கூறிய மிகச் சில எழுத்தாளர்களைத் தவிர மற்ற எழுத்தாளர்கள் அனைவருக்குமே பெரிய தொகைகள் தேவைப்படாது. இந்த ராயல்டி விஷயத்தை நூல் வெளியான தருணத்திலேயே முடித்துவிடலாம். தமிழ் மொழி சம்பந்தப்பட்டவரை இது சாத்தியமே. ஆனால் இது சாத்தியமாகாத அளவுக்கு நூற் பிரதிகள் அச்சிடப்பட வேண்டும், ராயல்டி தொகை பெருக வேண்டும் என்பது என் விருப்பந்தான். வரும் பத்தாண்டுகளில் அப்படி ஒரு நிலைமை ஏற்பட்டால் நாமெல்லோருமே மகிழ்ச்சியடைவோம் என்று நம்புகிறேன்.

ஒரு நூலுக்கு அதை எழுதிய எழுத்தாளனுக்கு உரிய சிறிய தொகை உடனுக்குடனும் உரிமையுடனும் பெறுவதற்கான மனப்பாங்கு எழுத்தாளன் – பதிப்பாளன் இருவருக்குமிடையே ஏற்பட வேண்டும். அடுத்தபடியாக, ஓர் எழுத்தாளன் அவனுடைய நூல் அவன் மனத்தில் வைத்திருக்கும் வாசகர் குழாமை எட்டுவதற்கு வேண்டிய முயற்சிகளை அவனுடைய பதிப்பாளர் எடுத்துக்கொள்வதைத்தான் விரும்புவான். தமிழ் வாசகர்களைப் பொறுத்தவரையில் கடந்த இருபது முப்பது ஆண்டுகளாகத் தமிழ் நூல்களுக்கும் பொதுமக்களுக்கும் இடையே உள்ள உறவு வளர்ந்து வருவதாக இல்லை. ஒரு காலத்தில் இப்படி ஓர் உறவே இனி கிடையாது என்று தோன்றுமளவுக்குக் கூட நிலைமை சீரழிந்திருந்தது. சமீப காலத்தில் சிறிது அபிவிருத்தி ஏற்பட்டிருக்கிறது – ஆனால் இது போதாது. இன்றும் ஒரு நூலின் பிரதிகள் பெருமளவுக்கு நூலகங்கள் அல்லது ஸ்தாபன ரீதியாக வாங்குவோரிடம்தான் 'தள்ளிவிடப்'படுகின்றன. இந்தத் 'தள்ளி விடுவது' என்கிற சொல்லை நானாகப் பயன்படுத்தவில்லை. பல பதிப்பாளர்கள் இதைப் பயன்படுத்திக் கேட்ட பிறகுதான் நானும் இதை உபயோகித்திருக்கிறேன். நூலகங்களில் தன் படைப்புகள் வைக்கப்படுவதில் எந்த எழுத்தாளனுக்கும் வருத்தம் இருக்காது. அதுவும் பொது அறிவு, விஞ்ஞானம், சமூகவியல் போன்ற துறைகளில் வெளிவரும் நூல்களின் முழுப்பயன் அத்துறைகளில் வேறு பல கருத்துக்கள் கொண்ட பிற நூல்களுடன் ஒப்பு நோக்கி ஆராயப்படுவதில்தான் இருக்கிறது. ஆனால் புனைகதை, கவிதை படைக்கும் எழுத்தாளன் வாசகனுடன் ஓர் அந்தரங்கமான உறவை அடிப்படையாக வைத்தே இயங்குபவன். நூலக வாசகனை அவன் துவேஷிப்பவன் அல்ல – ஆனால் இன்னும் நேரடியாக உறவு வைத்துக்கொள்ளும் வாசகனை அவன் அதிகம் விரும்புவான். அதாவது அவன் நூல் தனித்தனிப்

பிரதிகளாக வாங்கி வாசிக்கப்படுவதில் அவன் அதிகப்படி மகிழ்ச்சி அடைவான். பொதுவாக நமது பதிப்பாளர்கள் தங்களது வெளியீடுகளை எந்த அளவுக்குப் பொதுமக்கள் கவனத்திற்குக் கொண்டு வந்து அவர்கள் நூல்களை வாங்கிப் படிக்கக் கூடிய சூழ்நிலையை ஏற்படுத்த முயலுகிறார்கள் என்பது பரிசீலிக்க வேண்டிய விஷயம். சமீபத்தில் சென்னையில் சரத் சந்திரரின் நூற்றாண்டு விழாவையொட்டி ஒரு கண்காட்சி ஏற்பாடு செய்யப்பட்டிருந்தது. முப்பது நாற்பதாண்டுகளுக்கு முன்தான் எவ்வளவு நூல்கள் – அதுவும் மொழிபெயர்ப்பு நூல்கள் வெளிக் கொணரப்பட்டிருக்கின்றன! கண்காட்சியில் பல வரிசைகளில் சரத் சந்திரரின் நூல்களின் தமிழ் மொழி பெயர்ப்பு வெளியீடுகளைக் காண்பதற்குப் பெருமையாகவும் மகிழ்ச்சியாகவும் இருந்தது. அது நூலக இயக்கம் வளர்ச்சி பெறாத காலம். அதாவது நூற்றுக்கணக்கில் ஒரேயிடத்தில் பிரதிகளை விற்றுவிட முடியாத காலம். தனித்தனியாகப் பிரதிகள் வாங்குவோரையே எதிர்பார்த்திருந்த காலம். அன்று சாத்தியமான அந்த மொழிபெயர்ப்பு வெளியீடுகள் இன்று சாத்தியமா? சாத்தியமாகும், மீண்டும் பொதுமக்களுக்கும் பதிப்பாளர்களுக்கும் பரஸ்பர நம்பிக்கையும் மரியாதையும் ஏற்பட்டு வளரும்போது.

இப்போது மட்டும் இல்லையா? இன்றும் சில தமிழ் நூல்கள் பதினாயிரக் கணக்கில் விற்றுப் போகவில்லையா? ஜெயகாந்தனின் ‘ஜய ஜய சங்கர’ புத்தகமும் கண்ணதாசனின் ‘அர்த்தமுள்ள இந்து மத’மும் மிகச் சமீபத்திய உதாரணங்கள், ஒரு நூல் பதினாயிரக் கணக்கில் விற்றுப் போனதற்கு. எனக்கு இன்னும் சில நூல்களும் ஞாபகத்திற்கு வருகின்றன. பத்துப் பதினைந்து ஆண்டுகளுக்கு முன்பே “நீங்களும் உங்கள் மோட்டாரும்” அப்படித்தான் விருவிரென்று ஆயிரக் கணக்கில் விற்பனையாயிற்று. ஏகப்பட்ட பதிப்புகள். முதலில் வைக்கப்பட்ட விலையைப் போலப் பல மடங்கு விலையில் இன்றும் அதே நூலை நிறைய பேர் வாங்கிப் போவதைப் பார்க்கிறேன். பல தையற்கலை நூல்கள், சமையற்கலை நூல்கள் நிறைய பதிப்புகளுக்குத் தேவையுண்டு பண்ணியிருக்கின்றன. பல ஸ்தோத்திர நூல்களும் நிறைய பதிப்புகள், நிறைய பிரதிகள் செலவாகியிருக்கின்றன. ஆனால் இவை எல்லாமே விதி விலக்குகள் பிரிவைச் சேர்ந்தவைதான். இவை எழுத்தாளர் – பதிப்பாளர் – வாசகன் என்கிற வட்டத்திற்கு அப்பாற்பட்டவை. இவை அந்தந்த நூல்களின் திட்டவட்டமான பயன்களை எண்ணி வாங்கப்படுபவை. ‘ஜய ஜய சங்கர’வை நூல்கள் பிரிவில் சேர்த்துக் கொள்வதா அல்லது இப்போது பழக்கமாகிவிட்டிருக்கும் மாதமொரு புத்தகம் என்கிற பத்திரிகைப்

பிரிவில் சேர்த்துக் கொள்வதா என்ற தயக்கம் வேறு இருக்கிறது. ஸ்தூலமான பயன் அல்லது விளைவின் எதிர்பார்ப்பு இல்லாமல் இந்தப் பதிப்பாளர் அல்லது இந்த ஆசிரியர் நமக்கு நல்லதொரு அனுபவத்தைப் பகிர்ந்துகொள்ள வாய்ப்பு அளிப்பார் என்கிற நம்பிக்கையில் வாங்கப்படும் நூல்கள் ஏற்படுத்தும் உறவு போற்றி வளர்க்கத் தக்கது. வாசகர்களுடன் ஒரு பிணைப்பு ஏற்படுத்தவல்லவை. நூல்கள் என்கிற எண்ணமே நூலின் தரம், புத்தகத் தயாரிப்பின் தரம், பிரதிக்கு நிர்ணயிக்கப்படும் விலை இவையெல்லாவற்றையும் நுணுக்கமான வகையில் பாதிக்கச் செய்யும்.

இன்று தமிழ்நாட்டில் வெளியிடப்படும் நூல்களின் விலையைப் பதிப்பாளர்களைக் காட்டிலும் நூலக அதிகாரிகளே நிர்ணயித்துவிடுவதாகத் தெரிகிறது. ஒரு நூலைப் பொறுத்த காரணிகள் அனைத்தும் மாறிலியாக இருப்பதானால் இவ்வளவு பக்கங்களுக்கு இவ்வளவு விலை என்ற திட்டம் சரியானதுதான். ஆனால் காகிதத்தின் விலை அச்சின் தரத்திற்கேற்பக் கூலி, தயாரிப்புத் தரத்திற்கேற்பச் செலவு இதெல்லாம் மாறக்கூடும்போது 'இவ்வளவு பக்கங்களுக்கு இவ்வளவு விலை' ஆணை மறு பரிசீலனைக்குரியது. நூலுக்கு விலை நிர்ணயிப்பதில் எழுத்தாளனும் பாதிக்கப்பட நேருகிறது. நூலக அதிகாரிகளை மனதில் வைத்துத்தான் அட்டை ஓவியம் கூடத் தயாரிக்கப்படுகிறது என்று ஒருவர் எடுத்துச் சொல்லும் போது மிகைக் கூற்றாகத் தோன்றலாம். ஆனால் தமிழ் நூல்கள் ஏன் பெரும்பாலும் அட்டையைப் பொறுத்தவரையில் ஆர்வம் தூண்டக் கூடாத வகையில் இருக்கின்றன? அட்டையில் கதாநாயகனை யும் கதாநாயகியையும் சித்திரிக்கும் பழக்கம் பிற எல்லாப் பகுதிகளிலும் கைவிடப்பட்டாகிவிட்டது. மற்றவர்கள் செய்கிறார்கள், நாமும் செய்ய வேண்டும் என்பதற்காக இதைக் கூறவில்லை. ஆனால் அட்டையில் கதாநாயக நாயகியின் முகங்களைத் தருவதைக் காட்டிலும் இன்னும் வலுவான அனுபவத்தைத் தர முடியும் என்கிற உணர்வு பரவலாக எல்லாத் தரப்பினரிடமும் உண்டாகி வளர்ந்திருக்கிறது. அட்டை ஓவியம் வரைவது ஒரு நெருக்கமான தொழில் தேர்ச்சியை வற்புறுத்தும் துறையாகிவிட்டது. இந்தியாவிலேயே கூடப் பிறமொழி நூல்களுடன் தமிழ் நூற்களும் கண்காட்சிக்கு வைக்கப்பட்டிருக்கும்போதெல்லாம் அட்டை ஓவியத்தின் சாத்தியக் கூறுகள் இன்னும் தமிழ்நாட்டில் பூரணமாக உணர்ந்துகொள்ளப்படவில்லை என்றே தோன்றியிருக்கிறது. எழுத்தாளனுக்குத் தன் புத்தகம் எப்படி அமையுமோ என்கிற சந்தேகமும் சிந்தனையும் ஆழ்ந்த வேதனை தரக்கூடியது.

எல்லாவற்றிற்கும் விதிவிலக்குகள் இருப்பது போல இதிலும் விதிவிலக்குகள் இருக்க வேண்டும். இங்கே ஒன்றைக் குறிப்பிட வேண்டும். தமிழ் எழுத்து வடிவம் ஆங்கிலம் போல (அல்லது ஏனைய மேற்கத்திய மொழிகள் போல) வரைவதில் அதிகப் பரிசோதனைகளுக்கு இடமளிக்கா வண்ணம் இருப்பதாகக் கருதப்படுகிறது. தமிழ் அச்செழுத்துக்கள் கூட அதிகமான ரகங்கள் கொண்டதாக இல்லை. அப்போது அட்டை அமைப்பில் புதுச் சாதனங்களுக்கு மிஞ்சும் பிரிவுகள் வண்ணமும் ஓவியமும்தான்.

இதெல்லாம் எழுத்தாளனுக்குப் பதிப்பாளருடன் 'நேரடியாக அமையக் கூடிய பிரச்னைகள் அல்லது சங்கடங்கள். இவற்றை ஒருமுறை இங்கு வரிசைப்படுத்திவிடுவோம் :

1) ராயல்டி தொகை சிறிதாக இருக்கும் பட்சத்தில் நூல் வெளியாகும் தருணத்திலேயே மொத்தமாகக் கொடுத்து விடுவது.

2) கையெழுத்துப் பிரதிகளை உடனுக்குடன் பரிசீலித்து முடிவைக் காலாகாலத்தில் தெரிவித்துவிடுவது.

3) எல்லா நூல்களையும் முறையாகப் பாரபட்சமின்றி விற்பனைப் பகுதியில் காட்சிக்கு வைக்க முயலுவது.

4) நூலகங்கள் போன்ற ஸ்தாபனங்களுக்கு மொத்தமாகப் பிரதிகளை விற்றுவிடுவதோடு விற்பனை முயற்சிகளைத் தளர விட்டுவிடாமல் நூலின் பிரதிகள் பொதுமக்களையும் தனி வாசகர்களையும் எட்டுவதற்கு யத்தனங்கள் மேற்கொள்ள வேண்டும்.

5) அட்டை ஓவியமும் விசேஷ கவனத்துக்குரியதாகக் கருதப்பட வேண்டும்.

இதெல்லாம் எழுதிப் பார்க்கும்போது உண்மையிலேயே இவைதானா எழுத்தாளனின் பிரச்னைகள் என்ற தயக்கம் வருகிறது. பணத்தைக் கொடுங்கள், படத்தைச் சரியாக வரையுங்கள் – இவையா ஓர் எழுத்தாளனின் அசலான பிரச்னைகள்? நிஜமான பிரச்னை – ஓர் எழுத்தாளன் எழுது வதற்கு உந்துதலளிக்கும் சூழ்நிலை வேண்டும். கதையோ கவிதையோ, அறிவியல் – சமூகவியல் ஆராய்ச்சிக் கட்டுரையோ – எதுவாயினும், எழுத்தாளன் அவனுடைய சிந்தனைகளையும் கண்டுபிடிப்புகளையும் எதிர்பார்ப்புகளையும் மற்றவருடன் பகிர்ந்துகொள்வதற்கான உற்சாகம் இருக்க வேண்டும். அவனும் சமூகத்தில் ஒரு முக்கியமான அங்கத்தினன். இந்த நாடும் நாகரிகமும் வளர்ச்சியடைவதில் அவனுக்கும் ஒரு பங்குண்டு

என்கிற நம்பிக்கை உறுதிப்பட வேண்டும். எழுத்தாளனைச் செயல்படவிடாமல் ஒடுக்கிவிட ஏழ்மையால்கூட முடிவதில்லை. ஆனால் இழிவுபடுத்தல் இரு வகைகளில் நடக்கக்கூடும். ஒன்று, நல்லது மதிக்கப்படாது ஒதுக்கிவிடப்படும்போது. இரண்டு, தரமற்றது உயர்வானதாகக் கொண்டாடப்படும்போது. அன்றாட வாழ்க்கையையே நடத்துவது பெரும்பாடாக உள்ள வெகுஜனப் பிரிவினரால் எளிதானதும் பொழுதுபோக்குத் தன்மையே நிரம்பியதுமான படைப்புகளுக்கே அதிக வரவேற்பு அளிக்க முடியும். ஆனால் நிபுணர்கள், எழுத்துத் துறையில் அந்தஸ்து கோரி இடம் வகிப்பவர்கள், தலைவர்கள் – இவர்கள் நல்லதை உதாசீனப்படுத்தி, தரக்குறைவான படைப்பைப் போற்றிவிட்டால் அதை விடப் பெரிய வினை வேண்டியதில்லை. வரும் பத்தாண்டுகளில் நல்லதையும் உயரியதையும் படைக்கும் எழுத்தாளன் மனம் புழுங்கவிடப்பட மாட்டார் என்கிற நம்பிக்கை ஏற்பட்டாலே வேறு பிரச்னைகளெல்லாம் பிரச்னைகளாகவே தோன்றாமல் போய்விடும். யாருக்குத்தான் எப்போதுதான் பிரச்னைகளே இல்லாமல் இருந்திருக்கிறது? பிரச்னைகளைப் பெரிதுபடுத்தி ஓய்ந்து போய்விடாத அளவுக்கு எழுத்தாளனுக்கு மன உறுதியும் மன வலிமையும் வேண்டும். வரும் பத்தாண்டுகள் அத்தகைய மன உறுதியைச் சாத்தியமானதாக்க வேண்டும்.

14

தற்காலத் தமிழ் எழுத்தில் வாழ்க்கையின் நிலையான - நிலையற்ற பயன்களின் பிரதிபலிப்பு

மனித இனத்தின் நீண்டகால வரலாற்றைப் பார்க்கையில் இலக்கியம் மிக மிகச் சமீபத்தில் தோன்றியதொன்று. எழுத்து வடிவத்தில், சொற்கள் வடிவத்தில், வாக்கிய வடிவத்தில், கோர்வையான பல வாக்கியங்களின் வடிவத்தில் மனிதனின் மேதாவிலாசம் வெளிப்பட ஆரம்பித்துச் சில ஆயிரம் ஆண்டுகளே ஆகியிருக்கின்றன என்று கூறிவிடலாம். நம்முடைய இன்றைய வாழ்க்கையோட்டத்தில் எழுத்தும் புத்தகமும் செய்திப் பத்திரிகையும் இன்றியமையாததுபோலத் தோன்றினாலும் மனித இனப் பரிணாமத்தைத் தொடக்கத்திலிருந்து பார்க்கையில் இலக்கியம் நேற்று வந்ததொன்றாகும். எண்ணற்ற பரிணாமக் கட்டங்களில் இலக்கியம் இருக்கும் கட்டமும் ஒன்று. அந்த அளவுக்கே அதன் முக்கியத்துவம் ஆகும். மனிதப் பரிணாமத்தில் மிகச் சிறிய-சமீபத்திய-வெளிப்பாடாகிய இலக்கியத்தை மட்டும் குறிப்பாக நோக்குகையில் அது உலகப் பரப்பில் பல்வேறு விதங்களில், பல்வேறு உருவங்களில், பல்வேறு காலங்களில் தோன்றியிருக்கிறது. ஒரு பிரதேசத்தில் அதன் இலக்கியத்திற்கு உருவம் கொடுப்பது அப்பிரதேச மொழியென்றால், வெவ்வேறு பிரதேச

இலக்கியங்கள் வெவ்வேறு தாளகதியில், வெவ்வேறு வேகத்தில் வளர்ச்சியடைந்திருக்கின்றன.

இலக்கியத்திற்குப் பல அறிஞர்கள் இலக்கணம் தந்திருக்கிறார்கள். ஆனால் இலக்கியத்தின் தன்மை, அடிப்படையில், இறந்ததைக் குறிப்பிடுவதாகும். இன்று எழுதுவதெல்லாம் நேற்றைப்பற்றி. நேற்று என்பது இன்றில்லாதது. அதாவது இறந்தது. நம்முடைய விமர்சனங்களிலும் பாராட்டுரைகளிலும் நாம் சிலரை இவர் நாளைய எழுத்தாளர், இவர் ஒரு தலைமுறை முன்னால் பிறந்த தீர்க்கதரிசி என்றெல்லாம் கூறிவிடுகிறோம். ஆனால் அடுத்த தலைமுறை எழுத்தாளர்கள் என்று இன்று எழுதுபவர்களெல்லாம் நேற்றைப் பற்றித்தான் எழுதுகிறார்கள். நேற்றைப் பற்றித்தான் எழுத முடியும். ஜூல்ஸ் வெர்ன், எச்.ஜி.வெல்ஸ், திருவள்ளுவர், சங்கரர், ஜான் என்ற பெயர்களைக் கொண்டு இந்த மேதைகள், ஞானிகள் எல்லாரும் அவர்கள் வாழ்ந்த காலத்தில் அவர்கள், பார்வைக்குட்பட்டவற்றை வைத்துத்தான் அவரவர்களுடைய படைப்புகளை உண்டாக்கினார்கள். அவர்களுடைய கவனத்தில் பரப்பு, அவர்களுடைய பார்வையின் கூர்மையை எல்லோரும் படைத்திருக்கவில்லை; அல்லது செலுத்தவில்லை; அல்லது செலுத்த அக்கறை கொள்ளவில்லை. தகவல் பரிமாற்றல் சாதனங்கள் ஏராளம் படைத்த நாம், இன்று, நூறாண்டுகளுக்கு முன்பு ஜூல்ஸ் வெர்ன் படைத்த '20,000 Leguaes Under the Sea' படைப்பை, அவர் காலத்தில் அவருக்குக் கிடைத்த தகவல்கள் கொண்டே படிப்படியாகச் சிருஷ்டித்துவிட முடியும். ஜூல்ஸ் வெர்னின் மேதாவிலாசம் எதில் தெரிகிறதென்றால் அவருடைய சமகாலத்தவர் அவர் சிந்தனைக்குப் பொறுக்கியெடுத்த அந்நாளைய உண்மைகளைக் கண்டுகொள்ளாததில்தான்.

எப்படிப்பட்ட இலக்கியமும் இறந்ததையே கூறுமானால் அது நிலையானது பற்றி என்ன கூறமுடியும் என்ற கேள்வி எழும். ஒரு விதத்தில் முடியாததுதான் ஒவ்வொரு கணமும் ஒரு புதுக் கணம். நாமே ஒவ்வொரு காலத்திலும் பலவித மாற்றங்களுக்கு உட்பட்டுத்தான் இருக்கிறோம். ஆனால் நாம் என்று, சில மனிதர்கள் என்று ஒரு வேலியிட்டுக் கொள்ளாமல் நம்மையும் நம் உலகத்தையும் விலகியிருந்து பார்த்தால் ஒரு தொடர்ச்சி தெரிகிறது. மனிதர்கள் இறந்துவிடுகிறார்கள். மனிதன் தொடர்ந்து இருக்கிறான். ஓர் உயிர் பிறந்து, முதுமை பெற்று இறந்துவிடுகிறது. ஆனால் வாழ்க்கை தொடர்ந்து இருக்கிறது. வாழ்க்கையை, வாழ வேண்டும் என்கிற உந்துதல் தொடர்ந்து அழிவே பெறாமல் இருந்து வருகிறது. நம்முடைய நடைமுறை வாழ்க்கையும், நாகரிகப் பரிணாமமும், சமூக சமுதாய அமைப்புகளும்,

அவற்றின் மாற்றங்களும், இன்று நாம் அனுபவிக்கும் வாழ்க்கை வசதிச் சாதனங்களும், இந்த மேசை, இந்த நாற்காலி, இந்த மின்விசிறி, இந்தக் காகிதம் இவையெல்லாம்கூட நாம் வாழ வேண்டும் என்கிற அடிப்படை உந்துதல், மனித சிருஷ்டியிலிருந்து வரும் அந்த ஓர் உந்துதல் சக்தியின் விளைவுகளே. ஆதலால் இலக்கியத்திற்கு ஒரு நிலையான பயன் இருக்கக்கூடுமாயின் அது இந்த உந்துதல் சக்திக்குத் துணையாக, இந்த உந்துதல் சக்தியை இன்னமும் பூரணமாக்குவதாகத்தான் இருக்கவேண்டும். இப்படிப் பார்க்கும்போது பத்தாண்டு கோர யுத்தத்தை விவரிக்கும் இலியடும் எண்ணற்ற விபத்துகள், மரணங்கள், கொலைகள், தியாகங்கள் இவற்றை விவரிக்கும் பைபிளும் மற்றும் இந்தியருக்கு மிக நெருக்கமான ராமாயணமும் மகாபாரதமும் பல உண்மைகளைத் தோற்றுவிக்கின்றன. இவற்றில் தற்காலிகமாக மாந்தர் அழிக்கப்பட்டாலும், வீரர்கள் கொலை செய்யப்பட்டாலும், அவை மனிதன் தொடர்ந்து, முன்னிருந்ததை விட இன்னும் உயரிய தளத்தில் வாழ வேண்டும் என்ற இலக்கையே கொண்டதாகத் தெரிகின்றன.

ஒட்டுமொத்தமாக மனித இனப் பரிணாமம் ஒரு கோடி ஆண்டுகள் நீண்டது என்று கூறினாலும் அப்பரிணாமத்தில் பல பிரிவுகள் அவ்வளவு நீண்ட ஆயுள் கொண்டதில்லை. கணவன்–மனைவி, குடும்பம், சமூகம், தலைவன், அமைச்சர்கள் கூடிய மன்னராட்சி, பொதுச் சட்டங்கள் இவையெல்லாம் சமீப காலத்தவைதான். இன்று நமக்கு மிக சகஜமாகப் போயிருக்கும் வாக்கெடுப்பு முறை, வயது வந்த ஒவ்வொரு ஆணும் பெண்ணும் அரசியல் வாக்கு செலுத்தும் உரிமை இவையெல்லாமே மிகமிகச் சமீபத்தியவை.

அப்படிப்பட்டதொன்றுதான் தமிழில் உரைநடைப் புனைகதையும். *Prose fiction* என்ற குறிப்புக்கிணங்கத் தமிழில் முதலில் தோன்றிய புதினம் 'பிரதாப முதலியார் சரித்திரம்' என்று இன்று அநேகமாக ஒப்புக்கொள்ளப்படுகிறது. உரை நடைப் புனைகதையின் இன்னொரு பிரிவாகிய சிறுகதை, முறையாக வ.வே.சு. ஐயர் தொடங்கி வைத்ததிலிருந்து என்றும் ஒப்புக்கொள்ளப்படுகிறது.

உரைநடைப் புனைகதை இலக்கியத்தைப் பொறுத்த வரையில் தமிழில் சிறிது காலம் தாழ்த்தியே முயற்சிகள் செய்யப்பட்டன. மேல் நாட்டு இலக்கியங்கள் அதற்குள் ஒரு நூற்றாண்டுக்கும் மேலாகச் செல்வாக்கும் வளர்ச்சியும் பெற்றுவிட்டன. 'பிரதாப முதலியார் சரித்திரம்' எழுதப்படுவதற்கு முன்னால் டால்ஸ்டாய் தன் 'War and Peace'-ஐ முடித்துவிட்டார். 'Uncle Tom's Cabin'

எழுதப்பட்டு அமெரிக்காவில் ஒரு மாபெரும் சமூகப் புரட்சிக்கு ஒரு குறியீடாகவும் கொள்ளப்பட்டுவிட்டது. 'பிரதாப முதலியார் சரித்திர'த்திற்குப் பல சிறப்புகள் இருக்கத்தான் செய்கின்றன. ஆனால் அச்சிறப்புகள் எல்லாமே இலக்கியச் சிறப்புகளாகக் கொள்ளப்படாமல் போகக்கூடும். பல காரணங்களால் நவீன உலக இலக்கியங்களில் தமிழ் உரைநடை இலக்கியம் காலம் தாழ்த்தியேதான் துவங்கியது. அந்த இடைவெளியைக் குறைக்கவும் கடக்கவும் தொடர்ந்து முயற்சிகள் செய்யப்பட்டு வருகின்றன.

என்றைக்கு டார்வின் தன்னுடைய பரிணாமத் தத்துவத்தை வெளியிட்டாரோ அன்றே இறைவன் இறந்துவிட்டார் என்று ஒரு கூற்று இருக்கிறது. இது சொல்லுக்குச் சொல் உண்மை என்று எடுத்துக்கொள்வதற்கில்லை. இது ஒரு குறியீடு. டார்வினின் பரிணாமத் தத்துவம் லட்சியவாதக் காலகட்டத்திற்கு ஒரு முடிவு ஏற்படுத்தி, பகுத்தறிவுவாதம், யதார்த்தவாதம் இவற்றுக்கு ஒரு அங்கீகாரம் தந்தது. இலக்கியம் வாழ்க்கையின் பிரதிபலிப்பு. அந்த மாபெரும் சிந்தனைப் புரட்சிக்குப் பின் இலக்கியம் பகுத்தறிவுவாதத்தை அதிகம் பிரதிபலிக்கத் தொடங்கியதில் வியப்பில்லை.

நம் நாடு, அதுவும் இத் தென் பிராந்தியம், அநேகத் தத்துவ விளக்கங்களுக்குப் பிறப்பிடமாகும். கற்றார் கல்லாதார் அனைவரிடமும் இத்தத்துவங்கள் தலைமுறை தலைமுறையாக ஊறிப்போயிருப்பதை நாம் உணர முடியும். எவ்வளவோ கொந்தளிப்புகள், இன்னல்கள், துன்பங்கள், கொடுமைகள் இவற்றுக்கிடையில் அக வாழ்க்கையில் மற்ற பிராந்தியங்களில் காண முடியாத அளவுக்கு மக்களுக்கு அமைதி இருக்கக் கூடுமானால் அது இத்தத்துவங்கள் மக்களிடையே எவ்வளவு ஆழமாக ஊறியிருக்கின்றன என்பதைக் காட்டுகிறது. தமிழின் ஆரம்பக் காலத்திய புனைகதைப் படைப்புகள் அனைத்திலுமே இத்தத்துவங்கள் பெற்றிருந்த முக்கியத்தை எளிதில் காணலாம். 'பிரதாப முதலியார் சாத்திரம்' எழுதிய வேதநாயகம் பிள்ளை அவர்கள் தன் நாவலுக்கு ஒரு பல சுருதி தருகிறார். 'பல சுருதி' என்பது பொதுவாக மனிதனை இறைவனுடன் இணைக்கக்கூடிய புராண இதிகாச ஸ்தோத்திரங்களின் இறுதியில் அவைகளைப் படிப்பதால் உண்டாகும் பலனைக் குறிப்பது. 'பிரதாப முதலியார் சரித்திரம்' இப்படி முடிகிறது: 'இந்தச் சரித்திரத்திலே பிரஸ்தாபிக்கப்பட்ட பலரும் இந்த நிமிஷம் வரையில் ஒரு குறைவும் இல்லாமல் சுக ஜீவிகளாயிருக்கிறார்கள். இப்படியே இதை வாசிக்கிறவர்கள் எல்லாரும் வச்சிர சரீரிகளாய், நித்திய மங்களமாய் வாழ்ந்திருக்கக் கடவார்கள்.'

இது ஒரு மனப்போக்கைக் குறிக்கிறது. நாம் ஈடுபடும் முயற்சிகள் யாவும் ஓர் ஆத்மீக இலக்கையே அடைவதாக இருக்கவேண்டும்; இருக்கும் என்கிற மனப்போக்கைக் காட்டுகிறது. 'திக்கற்ற இரு குழந்தைகள்' படித்ததன் பயனாக நாம் நூறாண்டு காலம் சகல செளபாக்கியங்களையும் பெற்று வாழ்வோம் என்பதை அறிவுரீதியாக விளக்குவது கடினம். இது பண்டித நடேச சாஸ்திரி அவர்களுக்கோ அவர்களைத் தொடர்ந்து 1930, 40 வரை புனைகதைகள் எழுதிய அநேக அறிஞர்களுக்கோ தெரியாததல்ல. ஆனால் எவ்வளவோ நூற்றாண்டுகளாக ஊறிப்போயிருந்த மரபின் மீதுள்ள நம்பிக்கைதான் அவர்களுக்கு அவர்களின் படைப்புகள் எப்படிப்பட்டதாயினும் அவற்றின் விளைவுகள் ஆத்மீக வளர்ச்சியாக இருக்கும் என உறுதிகொள்ள வைத்தது. ஆதலால் தமிழ்ப் புனைகதைகள் ஆரம்ப நாளிலிருந்து இன்றைக்கு வெகுசமீபம்வரை மிகவும் வெளிப்படையாகவே வாழ்க்கையின் நிலையுள்ள, அதாவது ஆத்மீகப் பலன்களை உறுதிப்படுத்துவதாக இருந்திருக்கின்றன. இதில் சில வெற்றி கண்டிருக்கின்றன.

ஆனால் மரபில், தத்துவ நம்பிக்கைகளில் ஊறிப் போயிருந்த நம் நாடும் நம் மக்களும் கூட உலகத்தின் பிற பாகங்களில் ஏற்பட்டுக் கொண்டிருந்த மாறுதல்களின் பாதிப்புகளுக்கு உள்ளானார்கள். இதன் விளைவாக, சாதாரண புனைகதைகளைக்கூட ஓர் ஆத்மீகச் சாதனையாகக்கொள்ளும் மனப்போக்கு சிறிது சிறிதாக வலுவிழக்க ஆரம்பித்தது. வெளிப்படையாக நீதி போதனை, தர்ம போதனை, ஆத்மீக போதனை இருக்கும் தமிழ்ப் புனைகதைகள் இவ்வம்சங்களைச் சிறிது சிறிதாகக் குறைக்கத் தொடங்கின.

நீதி போதனைப் போக்கு மாறிப் பகுத்தறிவு வாதம் அல்லது யதார்த்தவாதப் போக்கு இடம் பெற்றது தமிழ்ப் புனைகதைகளில் ஒரு முக்கியமான திருப்பமாகும். இத்திருப்புமுனையில் நமக்குப் பளிச்சென்று காணக்கிடைப்பவர் புதுமைப்பித்தன்.

இலக்கிய விமர்சனக் கண்ணோட்டத்தில் இது தர்மம் இது அதர்மம் என்ற திட்டவட்டமான செய்தி அல்லது நீதியை வெளிப்படையாகப் புகட்டாமல் அன்றைய யதார்த்தத்தைச் சித்திரிக்கையிலேயே மனித இனத்தின் அடிப்படை இயல்புகளைக் கோடி காட்டுவதே சிறந்த இலக்கியமாகக் கருதப்படுகிறது. இப்பணியில் புதுமைப்பித்தனின் பாதையில் அவருடைய சம காலத்தவர்கள் பல அரிய படைப்புகளைத் தமிழுக்குத் தந்திருக்கிறார்கள். அவர்களில் சிலர் இன்றும் நம்மிடையே இருப்பது தமிழின் பாக்கியவசமாகும்.

நிலையற்ற பயன்கள் என்ற குறிப்புக்குத் தற்காலிகப் பயன்கள் என்றும் பொருள்கொள்வது பொருத்தமாகும். மனிதச் சமூகம் தொடர்ந்து மாற்றமடைந்துகொண்டே வருவது. ஒவ்வொரு காலகட்டத்தின் சக்திகளின் எழுச்சி வீழ்ச்சிகளைக் குறிக்கும் இலக்கியமும் முக்கியத்துவம் பெற்றதொன்றாகும். ஒவ்வொரு காலகட்டத்திலும் நேரடியாக அதிகப் பாதிப்புகளை ஏற்படுத்துவது இவ்விலக்கியங்கள்தான். இந்த நாற்பது ஐம்பது ஆண்டுகளில் தோன்றிய குறிப்பிடத்தக்க எழுச்சிகள் அன்னிய ஆதிக்கம் அகற்றல், தீண்டாமையொழித்தல், பால்ய விவாகம் ஒழித்தல், பெண்கள் விடுதலை, ஜாதி சமய வேறுபாடுகளையொழித்தல், மதுவிலக்கு இயக்கம், ஜனநாயக மனப்பான்மையைத் தோற்றுவித்தல், குறுகிய பிராந்திய–தேசியப் பார்வையைச் சர்வதேச சர்வஜனப் பார்வையாக மாற்றுதல் போன்றவை. தமிழ்ப் புனைகதை இலக்கியத்தில் இப்பிரிவுகளில் பல படைப்புகளைப் பொறுக்கி எடுக்க முடிகிறது.

அவர் ஒரு தீவிர ஆசார சீலர். ஒரு சிற்றூரில் போஸ்ட் மாஸ்டராகப் பணியாற்றுகிறார். அவருக்கு விஷ வைத்தியம் கை கண்ட சித்தியாகும். பாம்பால் தீண்டப்பட்டவருக்குத் தன்னுடைய மந்திர சக்தியால் புனர்ஜன்மம் தரக்கூடிய ஆற்றல் பெற்றவர். அப்போதுதான் அந்த ஊரில் புதிதாகப் பதவியேற்ற உயர் அதிகாரியிடம் பேசிக்கொண்டிருக்கிறார். அப்போது யாரையோ பாம்பு தீண்டிவிடுகிறது. மரக்கட்டையாக அவன் உடல் அவர்முன் கொண்டுவந்து போடப்படுகிறது. போஸ்ட் மாஸ்டர் உடனே ஸ்நானம் செய்து ஈரத்துணியுடன் மந்திரிக்கத் தொடங்குகிறார். விஷம் இறங்க ஆரம்பிக்கிறது. சிறிது நேரத்தில் பாம்புக் கடிபட்ட மனிதன் தன்னிலை பெற்று, எழுந்து வணங்கிச் செல்கிறான். மந்திரத்தால் பாம்புக் கடிக்குச் சிகிச்சை தருவது இன்றும் நம்நாட்டில் இருந்துவருகிறது. இதன் பலனைக் கண்கூடாகக் கண்டவர்களையும் நாம் பார்த்திருக்கிறோம்.

பாம்புக் கடிக்கு இவ்வாறு வெற்றிகரமாக நிவாரணம் செய்த போஸ்ட் மாஸ்டர் அவ்வளவு நேரமும் அந்நிகழ்ச்சிக்குச் சாட்சியாக இருந்த தன் உயர் அதிகாரியிடம் தொடர்ந்து பேசுகிறார். கடவுள் ஏதோ காரணத்திற்காக இந்த ஒரு ஆற்றலை அவரிடம் கொடுத்திருக்கிறார். அவரும் அவரால் இயன்ற அளவு அதை மனிதகுல நலத்திற்கே பயன்படுத்துகிறார். ஆனால் ஒரு சிறு விஷயம். அவருடைய மந்திரம், அவருடைய சக்தி அவர் பக்கத்திலோ அவர் பார்வையிலோ யாராவது தீண்டாதவர் இருந்துவிட்டால் பலன் தருவதில்லை.

இது கூறியபின் ஒரு கணம் மௌனம். அப்போது அந்த அதிகாரி விழுந்து விழுந்து சிரிக்க ஆரம்பிக்கிறார். போஸ்ட் மாஸ்டருக்கு ஒன்றும் புரியவில்லை. அந்த அதிகாரி இன்னும் சிரித்தபடியிருக்கிறார். போஸ்ட் மாஸ்டர் கேட்கிறார், 'என்ன? ஏன்!'

அப்போது அந்த அதிகாரி பதில் தருகிறார்: 'என்னை மன்னிக்கவேண்டும் போஸ்ட் மாஸ்டர்வாள். நான் ஒரு பறையன்.'

முப்பது ஆண்டுகள் முன்பு இதைப் படித்தபோது ஏற்பட்ட கிளர்ச்சி எனக்கு இப்போதும் ஏற்படுகிறது. இன்னும் சில ஆண்டுகளில் தீண்டாமை, பறையன் முதலிய சொற்களுக்குப் பிரத்யட்சமான அர்த்தம் தெரியும்படியான சூழ்நிலை இருக்காது. ஆதலால் இக்கதை நிலையற்ற இலக்கியம்; இதன் பயனும் நிலையற்ற பயனே. ஆனால் இது வெளிவந்த 1927ஆம் ஆண்டில் இது எவ்வளவு பொருள் பொருந்தியதாக இருந்திருக்கக்கூடும்? வைதீகரான போஸ்ட் மாஸ்டர், அவர் வர்க்கத்தினருக்கு மட்டும் இக்கதை ஒரு படிப்பினை என்றில்லை. தீண்டாதவரான அந்த அதிகாரி கூறுகிறார்: 'போஸ்ட் மாஸ்டர்வாள், உங்கள் கண்கள் திறந்தன என்று கூறுகிறீர்கள். என் கண்களும் இன்று தான் திறந்தன. இதுவரையில் என்னுடைய பிறப்பில் ஏதோ தாழ்வு இருப்பதாகவே எண்ணியிருந்தேன். நான் பறையன் என்று சொல்லிக்கொள்ள வெட்கப்பட்டேன். ஆனால் இப்போது இறைவன் எல்லா மனிதர்களையும் ஒரு தரமாகவே படைத்துள்ளார் என்பதை அறிந்துகொண்டேன். இன்று என் கண்களும் திறந்தன.'

வெளிப்படையாகப் பிரச்சார நோக்குகொண்ட இலக்கியப் படைப்புகள் இலக்கியமே ஆகாது என்றொரு கணிப்பு இருக்கிறது. ஆனால் இலக்கியத்தின் விரிந்த பரப்பில் சற்றுமுன் கூறப்பட்டது போன்ற கதைகளும் ஓரிடம் பெறத்தான் செய்கின்றன. வெறும் கதைகளாலும் புதினங்களாலும் அப்படியே ஒரு வீச்சில் தீண்டாமையை ஒழித்துவிட முடியாது. மதுவிலக்குத் தத்துவத்தை நிலைநாட்டிவிட முடியாது. மக்களிடம் சுதந்திர வேட்கையை உண்டுபண்ணிவிட முடியாது. ஆனால், காலக்கிரமத்தில் இவ்விலக்கியங்களுக்குப் பாதிப்புகள் இருக்கத்தான் செய்கின்றன. இலக்கியத்தின் தாற்காலிகப் பயன்களைப் பற்றிக் கூறுகையில், அதுவும் காலம் தாழ்த்தியே உலக அறிவுவாத இயக்கத்தில் பங்குபெற முடிந்த நம் நாட்டைப் பார்க்கையில் இப்பலன்கள் குறிப்பிடத்தக்கவை.

தீண்டாமை என்பது மிகவும் வெளிப்படையாகக் காட்சி தந்த விஷயம். ஆனால் ஜாதிப் பிரிவினை சிறிது மறைமுகமாகவே

செயல்படும் இயக்கமாகும். வெளிப்படையாக மனிதனுக்கு மனிதன் சமம் என்பது ஒப்புக்கொள்ளப்பட்ட ரீதியில் மக்கள் நடந்து வந்தாலும் ஜாதிப் பிரிவினை, இனவேற்றுமை மிக நுண்ணியமாகக் கடைப்பிடிக்கப்பட்டு வருவதாகும். மக்கள் வாழ்க்கை முறையில் வேற்றுமைகள் இருப்பது இயற்கையில் ஏற்பட்டதாகும். அந்தந்தச் சந்தர்ப்பச் சூழ்நிலைக்கேற்ப, சீதோஷ்ண நிலைக்கேற்ப, வெளியார் படையெடுப்பு மற்ற பொருளாதார கலாசாரப் பாதிப்புகளுக்கேற்ப வேற்றுமைகள் இருப்பது வெறுக்கத்தக்கதாகாது. இன்றும் சென்னை நகரிலேயே ஒரு பிராந்திய மக்களோடு இன்னொரு பிராந்திய மக்கள் சிலபல விஷயங்களில் மாறுபடக் கூடும், மாறுபடுகிறார்கள். எங்கள் வீட்டினுள் சில பகுதிகளில் செருப்பு போட்டுக்கொண்டு போவதில்லை. தரையில் உட்கார்ந்துதான் சாப்பிடுகிறோம். இது வேறு பல வீடுகளில் கடைப்பிடிக்கப்படாமல் இருக்கலாம். ஆனால் இம்மாறுபாடுகள் மனிதனிலிருந்து மனிதனைப் பிரிப்பதாகாது. இம்மாறுபாடுகளுக்கான அறிவுப்பூர்வமான காரணங்களோ அல்லது உணர்வுப் பூர்வமான காரணங்களோ பொதுவாக எல்லோருக்கும் தெரிந்துவிடுமாயின் இம்மாறுபாடுகள் ஏற்றத் தாழ்வு உணர்ச்சிகளை ஏற்படுத்தாது. இந்தத் திசையில் தமிழ்ப்புனை கதை இலக்கியம் மிகவும் பணிபுரிந்திருக்கிறது என்றே கூற வேண்டும்.

இதை நல்லது – கெட்டது என்ற ரீதியில் கூறவில்லை. ஆனால் நம்நாட்டில் பல சமூகங்கள் சமீபகாலம்வரை மூட்டத்தில் இயங்கிய சமூகங்களாக இருந்திருக்கின்றன. உதாரணத்திற்குப் பார்ப்பனர் சமூகத்தை எடுத்துக்கொள்வோம். அச்சமூகத்தின் புற வாழ்க்கை பற்றி எல்லாரும் தெரிந்திருக்கலாம். குடுமி வைத்துக்கொள்வார்கள். பூணூல் போட்டுக்கொள்வார்கள். மணமான பெண்கள் ஒன்பது கஜப் புடைவையைத் தனி மாதிரியாகக் கச்சம் வைத்துக் கட்டிக்கொள்வார்கள். யாராவது இறந்தால் அதிக நேரம் காத்திராமல் சுடுகாட்டிற்குக் கொண்டு போய் எரித்துவிடுவார்கள் . . . இதெல்லாம் வாழ்க்கையின் மேலெழுந்தவாரியான அம்சங்கள். இத்தகவல்களாலும் சில தனி மனிதர்களின் கட்டுப்பாடற்ற தன்மையாலும் – அதாவது குடிப்பது, புலால் உண்பது, தாசிகளுடன் தொடர்புகொண்டிருப்பது போன்றவையும் – அதே நேரத்தில் அசாதாரணமான, சில சமயங்களில் இங்கிதமுமற்ற – ஆசார சடங்குக் கண்டிப்பாலும் இந்த நூற்றாண்டின் ஜனநாயக எழுச்சியில் இச்சமூகம் அதற்குரிய பங்கு பெறவில்லை. ஆனால் தமிழில் புனைகதை எழுத முற்பட்டவர்களில் பலர் இச்சமூகத்தைச் சேர்ந்தவர்கள். புனைகதை கற்பனை என்றாலும் கற்பனை அனுபவத்தில்

எழுவது. இச்சமூகத்து எழுத்தாளர்கள் தங்கள் அனுபவங்களைத் தான் புனைகதைகளுக்கு ஆதாரமாகக் கொண்டிருக்கிறார்கள், இந்த முப்பது நாற்பதாண்டு காலத்தில் இச்சமூகம் பற்றி ஏராளமான கதைகளும் புதினங்களும் வெளிவந்திருக்கின்றன. இச்சமூகத்து மனிதர்கள் – தகப்பனார், தாய், மகன், மருமகள், மாமியார், நாத்தனார், மைத்துனன், தாத்தா, பாட்டி, தாயாதிகள் – இவர்கள் எல்லாரும் பாத்திரங்களாகப் பல கோணங்களில் சித்திரிக்கப்பட்டிருக்கிறார்கள். இலக்கிய நயம் என்ற ஓர் அம்சத்தின் கண்ணோட்டத்தில் மட்டும் இதைக் கூறவில்லை. இலக்கிய நயம் ஏறுமாறாக இருப்பினும் இச் சமூகத்தின் எல்லா அங்கத்தினர்களைப் பற்றியும், அவர்களுடைய மிக அந்தரங்கமான மன நெளிவு சுளிவுகள், ஆசாபாசங்கள், தியாகம், சுயநலம், பொறாமை, கண்ணியம், லட்சிய நோக்கு, விருப்பு, வெறுப்பு இவ்வாறு மனித இயல்பில் தோன்றும் எல்லா மன உணர்வு, ஆத்மீக அசைவுகளும் எழுத்து வடிவத்தில் வந்து தமிழர் எல்லாருக்கும் படிக்கக் கிடைத்திருக்கின்றன. சமீபத்தில் ஒரு பிரபல வாரப் பத்திரிகை அது வெளியிட்ட ஒரு தொடர்கதையில் பிராமண வாடை அதிகம் இருக்கிறது என்று அதை ஒரு குறையாக அக் கதாசிரியருக்கு எடுத்துக் கூறியது இங்கு பலருக்குத் தெரிந்திருக்கலாம். நம்மிடை மனித உறவு வலுப்பட வேண்டுமாயின் ஒருவர் பற்றி, இன்னொருவர் நன்கு புரிந்துகொள்வது மிக மிக அவசியம். நான் என்னைப் பற்றி, என் குடும்பத்தாரைப் பற்றி, என்னோடு நெருங்கியிருப்பவரிடமும் என்னை அண்டியிருப்பவரிடமும் நான் நடந்துகொள்ளும் விதங்களைப் பற்றியும் இன்னொருவருக்கு வெளிப்படுத்தா விட்டால் நான் எவ்வாறு அந்த இன்னொருவரின் நம்பிக்கைக்கும் அந்தரங்கத்திற்கும் பாத்திரமாக முடியும்? வெவ்வேறு இனங்கள் பற்றியும் வெவ்வேறு பிராந்தியத்தாரைப் பற்றியும் நேரடியான, அந்தரங்கமான, யதார்த்தமான படைப்புகள், அடிப்படையில் எல்லாருமே மனிதர்களே என்ற ஒருமைப்பாட்டையே உறுதிப்படுத்துகின்றன, வளர்க்கின்றன. பிராமணச் சமூகத்தைப் பற்றிய பல ஆராய்ச்சி நூல்கள் சாதிக்க முடியாததைக் கையிலடங்கும் எண்ணிக்கையில் உள்ள லா.ச.ரா.வின் கதைகள் சாதித்துவிடுகின்றன.

15

ஒரு வெகுஜனப் பத்திரிகைக்கு

'மூன்று பார்வைகள்' என்ற நூலில் நான் எழுதிய பகுதியிலிருந்து சில வரிகளை எடுத்துக் காட்டித் தங்கள் பத்திரிகையில் வந்ததையொட்டி இதை எழுதுகிறேன்.

பல்லாயிரம் ஆண்டுத் தொடர்ச்சி கொண்ட ஒரு கலாச்சாரம் பல நுணுக்கமான மாறுபாடுகள் கொண்ட பல்வேறு பிரிவுகளாகவும் குழுக்களாகவும் இருப்பதைத் தவிர்க்க முடியாது. இந்த வகைகளைப் பிரித்து அடையாளம் காட்ட ஜாதிப் பெயரைப் பயன்படுத்துவதாலேயே தவறாகிவிடாது. இதற்கெல்லாம் மேலாக மனித இனமே ஒன்று என்ற ஒரே செய்தியைத்தான் என் முப்பதாண்டுப் படைப்புகள் கூறி வருகின்றன. (அவற்றில் சில பக்கங்களைப் படித்தாலே புரிந்து விடும்.) தனித்தனி வரிகளைப் பொறுக்கி எடுத்து மேற்கோள் காட்டுவதானால் பைபிளைக் கூட நாத்திகப் பிரசார நூல் என்று நிரூபித்துவிடலாம்.

இலக்கிய விமர்சனத்தில் உட்பொருள் பற்றிக் கூறும்போது வர்க்க – வகுப்புப் பின்னணி பற்றியதொரு தகவல் அவசியம் நேரும். மேலைய இலக்கியத்தில் யூத எழுத்து, யூத எதிர்ப்பு எழுத்து, கத்தோலிக்க எழுத்து, கறுப்பர் எழுத்து, கிறிஸ்து மறுப்பு எழுத்து என்று வகைப்படுத்துவது உண்டு. வகைப்படுத்துவதை யாரும் தப்பர்த்தம்

கொள்வதில்லை. *மணிக்கொடிக்* கதைகளை மொத்தமாக ஒரு சேரப் படிக்கும்போது பெரும்பான்மை எழுத்தாளர்கள் பிராமணர்களாயிருப்பதும் பெரும்பான்மைக் கதைகள் பிராமணச் சமூகத்தைப் பற்றி இருப்பதும் யாருக்கும் காணக் கிடைக்கும் வரலாற்று உண்மைகளான தகவல்கள். *மணிக்கொடி* பழைய இதழ்களைத் தேடிப் படிக்க இயலாதவர்கள் மணிக்கொடி எழுத்தாளர்கள் பற்றிச் சற்று விரிவாகவே எழுதப்பட்ட ‘மணிக்கொடிக் காலம்’ என்ற நூலைப் படிக்கலாம். இது எளிதில் இன்று கிடைக்கிறது. இதிலிருந்தும் நான் கூறிய தகவல் தெரிய வரும். நான் பாராட்டியவர்கள் எல்லாரும் பிராமணர்கள், குறைகண்ட ஒரே நபர் புதுமைப்பித்தன், அதற்குக் காரணம் இதுதான் என்று தங்கள் பத்திரிகையில் கண்டிருப்பதுதான் சற்று மணம் வீசுகிறது. நான் குறை கண்டது புதுமைப்பித்தன் எழுத்தில் சில அம்சங்களே தவிர அவர் பேசினால் எச்சில் தெறிக்கும் என்றல்ல. நல்ல வேளையாக முப்பதாண்டுகள் முன்னரே தி.க.சி. என்ற விமர்சகர் புதுமைப்பித்தன் பற்றி வீரவணக்கம் வேண்டாம் என்று கூறியிருக்கிறார். தங்கள் பத்திரிகைக்கு மிகவும் பரிச்சயமான ஒரு வெகுஜன எழுத்தாளர் அவருடைய மானசீகச் சிறுகதைத் தொகுப்பில் புதுமைப்பித்தன் கதையைச் சேர்க்க முடியாது என்று பகிரங்கமாகக் கூறியிருக்கிறார். இதெல்லாம் இலக்கியப் பரிச்சயம் உள்ளவர்கள் நன்கறிவார்கள். புதுமைப்பித்தன் பற்றி ஒரு முழு அத்தியாயம் நான் எழுதியிருப்பதே அவருக்களிக்கப்பட்ட முக்கியத்துவத்தைக் குறிக்கும். இதே முக்கியத்துவம் மௌனி, ந. பிச்சமூர்த்தி, பி.எஸ். ராமையா, சிதம்பர சுப்பிரமணியன் போன்ற பல எழுத்தாளர்களுக்குத் தரப்படாதது விவரமறிந்த, இலக்கியப் பரிச்சயம் கொண்டவர்களுக்குப் புரியும். இன்னும் பல சமகாலத்தவர்களை (எல்லோரும் பிராமணர்கள்!) நான் கணக்கிலேயே எடுத்துக்கொள்ளவில்லை என்று குறை கூறுபவர்கள் உண்டு. இதெல்லாம் ‘மூன்று பார்வைகள்’ நூல் படிப்பவர் ஒருவருக்குத் தோன்றவில்லை என்றால் அது அவர் பார்வை காரணம். இருவர் எழுதிய ஒரு நூலைப் பற்றி விரிவாக எழுதி அதன் இன்னொரு ஆசிரியர் பற்றி ஒரு கருத்தும் தெரிவிக்காதது அவருக்கு நியாயம் செய்வதாகாது.

‘மூன்று பார்வைகள்’ நூல் வெளியாகி ஒரு வருடத்துக்கு மேலாகிறது. ஆறு மாதங்கள் முன்பு அது ஒரு பரிசு பெற்றபோது பரவலான கவனம் பெற்றது. பொதுவாக *ஆனந்த விகடனின்* அக்கறைகள் இத்தகைய நூல்கள் நிகழ்ச்சிகள்பால் இருந்ததில்லை.

இனப் பிரிவுக்கும் வெறிக்கும் வித்திடும் பேச்சும் பிரசாரமும் சுவர் வாசகங்களும் தமிழ் நாடெங்கிலும் நீண்ட நாட்களாகவே

காணப்படுகின்றன. ஆனந்த விகடன் நானறிந்து கடந்த இருபது ஆண்டுகளில் இது பற்றி ஒரு எதிர்ப்பு அல்லது கண்டனம் தெரிவித்தது கிடையாது. ஆனால் ஓராண்டு முன்னால் வெளியான ஓர் ஆராய்ச்சி நூலிலிருந்து ஒரு தகவலாகக் கூறப்பட்டதைக் காரணம் காட்டி ஒரு எழுத்தாளரைத் தாக்கியிருப்பதைக் கண்டால் இதற்கு ஏதோ உள்நோக்கமோ பின்னணியோ உள்ளது என்றுதான் சந்தேகிக்கத் தோன்றுகிறது.

16

இந்தியாவில் நடந்ததோர் அமெரிக்கக் கருத்தரங்கு

இந்த மே மாத ஆரம்பத்தில் CLS-க்குச் சில முறைகள் நான் வர நேர்ந்தது. அப்போது நண்பர் பாக்கிய முத்து அவர்களிடம் நான் ஒரு கருத்தரங்குக்குப் போக வேண்டியிருப்பதைச் சொன்னேன். அவர் உடனே அதைப் பற்றி நண்பர் வட்டத்தில் பேசச் சொன்னார். நானும் ஒப்புக் கொண்டேன். இன்றைய கூட்டம் கூடுவதற்கு அதுதான் காரணம்.

நான் பங்குபெற்ற கருத்தரங்கு சிம்லாவில் நடந்தது. இதை அமெரிக்கச் செய்தி நிறுவனம் ஏற்பாடு செய்திருந்தது. கருத்தரங்கு ஜூன் 1ஆம் தேதியிலிருந்து 3ஆம் தேதிவரை நடந்தது. சிம்லாவுக்குச் செல்ல போக்குவரத்துச் சாதனங்கள் அமைந்திருக்கும் விதத்தில் முதல் தேதி கருத்தரங்குக் காக எல்லாரும் மே 31ஆம் தேதியே சிம்லா போய்ச் சேர வேண்டியிருந்தது. ஊர் திரும்ப வசதியும் 4ஆம் தேதிதான் இருந்தது. ஆதலால் சுமார் ஐந்து தினங்கள் சிம்லாவில் நான் தங்க நேரிட்டது.

சிம்லா ஓர் அழகிய ஊர் என்று நான் சொல்லித் தெரிய வேண்டியதில்லை. கடல் மட்டத்திலிருந்து சுமார் 8000 அடி உயரத்தில் இமயமலைத் தொடரில் அது அமைந்திருப்பதால் கோடை நாட்களுக்கு மிகவும் உகந்த இடம். இந்தியக் கடும் கோடை நாட்களுக்கு ஒரு மீட்சிப் பிரதேசமாக பிரிட்டிஷ் ஆட்சி நாட்களிலிருந்தே அது போற்றி

வரப்பட்டிருக்கிறது. பிரிட்டிஷார் சிம்லாவை இந்தியாவின் 'கோடை வாசஸ்தலம்' என அமைத்திருந்தார்கள், இந்தியாவின் கடைசி விடுதலைப் போரில் லின்லித்கோ வைஸ்ராயாக இருந்த நாட்களில், 1942இல் துவங்கப்பட்டு, இந்திய தேசியத் தலைவர்கள் அனைவரும் சிறையில் அடைக்கப்பட்டார்கள். அப்போது போலீசார் சிறைப் பிடிக்க முடியாமல் தப்பி underground சென்றவர்களில் ஒருவர் ஜெயபிரகாஷ் நாராயணண். பிறகு வேவல் துரை வைஸ்ராயானார். உலக யுத்தம் முடிந்தது. இந்திய தேசத் தலைவர்கள் விடுதலை செய்யப்பட்டார்கள். அப்போது அவர்களுடன் முதன்முதலில் வேவல் துரை பேச்சு வார்த்தை நடத்தியது சிம்லாவில்தான். பின்னர் 1946இல் காபினெட் மிஷன் என்பது வந்தது. அப்போதும் பேச்சு வார்த்தைகள் சிம்லாவில் நடந்தன. இந்தியச் சுதந்திர ஒப்பு மூலம் சிம்லாவில் நடந்தது. இந்தியா-பாகிஸ்தான் என்று பிரிவினை செய்ய முடிவு செய்தது சிம்லாவில்தான். அப்பிரிவினை கையெழுத்திடப்பட்ட அறையை நான் பார்த்தேன். மிகவும் சாதுவாக இருந்தது.

நான் சென்றிருந்த கருத்தரங்கு இந்தியப் பிரிவினை கையெழுத்திடப்பட்ட அறை உள்ள மாளிகையில்தான் நடந்தது. அன்று அது வைஸ்ராய் மாளிகையாக இருந்திருக்கிறது. மிகவும் அழகான கட்டடம். மலைப் பிரதேசமாதலாலும் அந்நாளில் செல்வந்தர் மாளிகைகள் அமைக்கப்பட்ட வழக்கத்தில் இக்கட்டடத்தில் மர வேலை முக்கிய அம்சம் கொண்டது. முழுச் சுவர்கள் மரப்பலகைகளால் மூடப்பட்டு இருக்கின்றன. மற்றபடி தூண்கள், நிலைப்படிகள், கதவுகள், ஜன்னல்கள் இவையெல்லாம் விசேஷ மரவேலைப்பாடுகள் கொண்டவையாக இருக்கின்றன. இது கட்டி 100 ஆண்டுகள் ஆகிறது. இன்றும் உறுதியும் அழகும் குறையாததாகவே இருக்கிறது. இப்படி மரவேலை நிறைந்திருக்கும் பல கட்டடங்கள் சிம்லாவில் கடந்த காலத்தின் சின்னங்களாக மட்டுமில்லாமல் இன்றும் உபயோகத்தில் இருக்கின்றன. இந்த வைஸ்ராய் மாளிகையில் இன்று இண்டியன் இன்ஸ்டிட்யூட் ஆஃப் அட்வான்ஸ்டு ஸ்டடீஸ் செயல்படுகிறது. எங்கள் கருத்தரங்கு நடந்த இடத்தின் இன்றைய முகவரி அதுதான்-அதாவது இண்டியன் இன்ஸ்டிட்யூட் ஆஃப் அட்வான்ஸ்டு ஸ்டடீஸ்.

இக் கருத்தரங்கைக் கூட்ட முதற்காரணம் ஓர் அமெரிக்க இலக்கிய விமர்சகர் இந்தியாவுக்கு விஜயம் செய்திருந்தார். பெயர் டாக்டர் லெஸ்லி ஃபீட்லர் (Dr. Leslie Fiedler). வயது 58. 23ஆம் வயதில் பிஎச்.டி. பட்டம் பெற்றவர். யூதர். எட்டுக் குழந்தைகளுடன் கூடிய தன் குடும்பத்தாருடன் நியூயார்க் நகரில்

வசிப்பவர். இவருடைய இந்திய விஜயம் சிறிது விரிவானது அவர் விஜயத்தையொட்டி USIS (அமெரிக்கச் செய்தி நிறுவனம்) இக்கருத்தரங்கை ஏற்பாடு செய்திருந்தது.

கருத்தரங்கும் சிறிது விரிவானதுதான். மூன்று முழு நாட்கள் – காலை 9.30லிருந்து மாலை 5 வரை. நாற்பதுக்கும் மேற்பட்ட அங்கத்தினர்கள். சென்னையிலிருந்து நானும் ஆக்ஸ்போர்டு யூனிவர்சிடி பிரஸ்ஸில் உள்ள கவிஞர் ஆர். பார்த்தசாரதியும் சென்றிருந்தோம்.

மற்ற அங்கத்தினர்கள் பெரும்பாலும் வட இந்தியாவிலிருந்து அழைக்கப்பட்டவர்கள். இதில் வடக்கு – தெற்கு என்ற பாகுபாட்டுக்காக இல்லை. பீட்லரை முன் வைத்து பங்களூரில் ஒரு கவிதைப் பட்டறை நடந்திருக்கிறது. அதில் தென்னிந்தியர்கள் பெரும்பான்மையினர். சிம்லாவில் வட இந்தியர்கள் பெரும் பான்மையினர். இதில் நான் போய்ச் சேர்ந்ததற்குச் சில விசேஷக் காரணங்கள் உண்டு.

பங்களூர் கவிதைப் பட்டறை கவிஞர்களுக்கு என்றில்லை. பார்க்கப் போனால் ஃபீட்லர் இந்திய விஜயம் செய்ததின் முக்கிய நோக்கம் இன்று இந்தியப் பல்கலைக் கழகங்களில் கற்றுக்கொடுக்கப்படும் அமெரிக்க இலக்கியப் பிரிவினருக்கு நேரடியாக ஓர் அமெரிக்க இலக்கிய விமர்சகரைச் சந்தித்துப் பேசிப் பழக வாய்ப்பு தருவதற்குத்தான். ஆதலால் பங்களூரில் அநேகமாக எல்லாருமே கல்லூரிப் பேராசிரியர்களும் ஆங்கிலப் பிரிவு விரிவுரையாளர்களுமாக இருந்திருக்க வேண்டும். ஃபீட்லர் சில படைப்பாளிகளையும் சந்திக்க விருப்பம் தெரிவித்திருக்கிறார். ஆதலால் படைப்பாளி என்ற முறையில் என்னை அழைத்திருந்தார்கள்.

கருத்தரங்குக்கு வந்திருந்த மற்ற படைப்பாசிரியர்கள் ஆர். பார்த்தசாரதி, பி. லால், நிஸ்ஸிம் எஸகியல், கங்காதர் காட்கில், லட்சுமி நாராயண் லால், வாத்ஸ்யாயன், நிர்மல் வர்மா, ரமேஷ் பக்ஷி, அரவிந்த் மெஹ்ரோத்ரா, லோகநாத் பட்டாச்சார்யா, கே. எஸ், துக்கல், கிருஷ்ணகுமார், ஷிவ்குமார், மீனாட்சி முகர்ஜி, கேஷவ் மாலிக், சுசீல் ரே, க.நா.சு. இதில் வாத்ஸ்யாயன் பி. லால், நிஸ்ஸிம் எஸகியல், கங்காதர் காட்கில், ஷிவ்குமார் போன்றவர்கள் பல்கலைக் கழகங்களிலும் பேராசிரியராக இருப்பவர்கள், சுமார் 15 ஆங்கிலப் பேராசிரியர்கள் வந்திருந்தார்கள். இரண்டு பத்திரிகை ஆசிரியர்கள். ஐந்து கட்டுரையாளர்கள். இக்குழுவில் ஹிந்தி எழுத்தாளர்கள் ஐந்தாறு பேராக இருந்தால்கூட அங்கத்தினர் மொழி அடிப்படையில் அழைக்கப்படவில்லை. க.நா.சு. ஒருவரைத் தவிர மற்ற இந்தியக் கட்டுரையாளர்

ஒருவர் கூட ஒரு குறிப்பிட்ட மொழி இலக்கியமென்றோ, ஒரு குறிப்பிட்ட படைப்பைப் பற்றியோ பேசவில்லை. பொதுப்படையாக இலக்கிய, சமுதாயவியல் இலக்கண விதிகளை வைத்துப் பேசினார்கள். ஆதலால் அந்நேரத்தில் விவாதங்களும் பொதுப்படையான அம்சங்களைப் பற்றித்தான் இருந்தன. ஆனால் அநேகமாக ஒவ்வொரு அமர்விலும் ஃபீட்லர் பேசினார். இது பெரும்பாலும் அமெரிக்க இலக்கியத்தைப் பற்றி இருந்தது. கருத்தரங்கின் பொதுத் தலைப்பு “எழுத்தாளனும் சமூகமும்”, இதில் பிரிவுகளாக வெவ்வேறு தலைப்புகளில் கட்டுரைகள் வாசிக்கப்பட்டன. அப் பிரிவுகள்: வெகுஜன எழுத்துக்கும் உயர்ந்த எழுத்துக்கும் இடையே உள்ள உறவு, சமூகத்தின் பொறுப்பு, எழுத்தாளனின் பொறுப்பு, எழுத்தாளனும் அவனுடைய வாசகனும், எழுத்தாளனும் விமர்சகனும். பொதுவாக இலக்கியத்தின் எல்லா அம்சங்களுமே இவற்றில் சேர்க்கப்பட்டிருந்தன.

முன்னமேயே கூறினபடி ஃபீட்லரின் இந்திய விஜயம் ஆங்கிலக் கல்வித் துறையினருக்கே பெருமளவு பயன்படும் வகையில் ஏற்பாடு செய்யப்பட்டிருந்தது. இன்று இந்தியாவின் சுமார் 100 பல்கலைக் கழகங்களில் 68 பல்கலைக்கழகங்களில் அமெரிக்க இலக்கியம் என்று தனியாக, விரிவான பாடமாகக் கற்றுத் தரப்படுகிறது. இதில் பல ஆங்கிலப் பேராசிரியர்கள் அமெரிக்க நாட்டுக்குச் சென்றிருப்பினும் சுமார் ஐந்து நாட்கள் அவர்களுக்கென்றே ஃபீட்லர் தரத்தில் அவர்போன்ற முழு நேர அமெரிக்க இலக்கிய விமர்சகர் கிடைப்பது அரிய சந்தர்ப்பம். கருத்தரங்கில் அநேகமாகக் கேள்விகள் கேட்டு விவாதம் நடத்தியவர்கள் எல்லாரும் இப்பேராசிரியர்கள்தான். பல சந்தர்ப்பங்களில் இவர்களுடையது நீண்ட உரைகளும் கேள்விகளும் சிறிது *academic* அல்லது வறட்டுத்தனமாக இருந்தாலும் அவர்களுக்கே எது முக்கியம், எது முக்கியமல்ல என்பது அவசியம் தெளிவு ஏற்பட்டிருக்கும். இந்தியாவில் கிடைக்கும் அமெரிக்க இலக்கிய விமர்சன நூல்கள் இன்றைய காலகட்டத்தில் ஓரளவு *outdated* ஆகியிருக்கக் கூடியவை. சுமார் முப்பதாண்டுகளுக்கும் மேலாகத் தொடர்ச்சியாக வாழும் விமர்சன இயக்கத்தில் இன்றும் செயல்பட்டு வரும் ஃபீட்லரின் பதில்கள், திருத்தங்கள், சரியல்ல என்று நிராகரிப்பு இதெல்லாம் அவர்களுக்கு மிகவும் பயன்பட்டிருக்கும். ஆனால் இலக்கியப் பரிச்சயத்திலோ பல்வேறு நாட்டு இலக்கியங்களைப் பற்றிச் சுயமாகச் சிந்தித்து முடிவுகள் வைத்திருப்பதிலோ க.நா.சு. அவர்கள்தான் அனைவரிலிருந்தும் மாறுபட்டிருந்ததை எல்லாரும் உணர முடிந்தது. அங்கு வந்திருந்த அனைவருமே க.நா.சு.விடம்

விசேஷ மதிப்பு கொண்டவர்களாக இருந்தார்கள். தான் interview செய்யப்படுவதை மறுத்துக்கொண்டே வந்த ஃபீட்லர் கடைசியில் அப் பத்திரிகையாசிரியர் க.நா.சு.வை interview நடத்தித் தரும்படிக் கேட்டுக்கொண்டபோது நாங்கள் எல்லோரும் ஊருக்குக் கிளம்பச் சில மணி நேரங்களே இருக்கும்போது ஒத்துக்கொண்டார். க.நா.சு.வும் அந்தப் பேட்டியை நடத்தித் தந்தார். இரு ஆழ்ந்த அனுபவமிக்க இலக்கியவாதிகள் சந்திப்பாக அது இருந்தது.

கருத்தரங்கு நேரம் பேராசிரியர்களுக்குப் பயன்பட்டது போல மிகுதி நேரங்கள் மற்ற இலக்கிய நண்பர்களுக்குப் பயனளிப்பதாக இருந்தது. ஃபீட்லர் எளிமையானவர். அவருடன் பேசிக் கருத்துப் பரிமாறல் செய்துகொள்வது அங்கு வந்திருந்த இந்தியப் பேராசிரியர்கள் சிலரிடம் பேசுவதைக் காட்டிலும் எளிதாகவும் இனிமையாகவும் இருந்தது.

ஃபீட்லரின் இலக்கிய விமர்சனங்களை நாம் முழு அளவில் தெரிந்துகொள்ள அமெரிக்க ஐரோப்பிய இலக்கியங்களை நன்கு உணர்ந்தவர்களாக இருந்தாலே சாத்தியம். ஆதலால் சில பெரும்பத்திரிகைகள் *எஸ்கொயர்* அவருடைய கட்டுரைகளை வெளியிட்டாலும் பெரும்பாலும் அவை *ஸாட்டர்டே ரிவ்யூ, பொயட்ரி காமன்ட்ரி, நியூ ரிபப்ளிக்* போன்ற பத்திரிகைகள்– இவை அமெரிக்காவிலேயே பெருமளவு விற்பனை இல்லாத பத்திரிகைகள்–இவற்றில்தான் இவர் கட்டுரைகள் பல வந்திருக்கின்றன. காரணம் இவரது கட்டுரைகள் பொதுஜனப் பத்திரிகையளவுக்கும் மீறிய நுணுக்கம் கொண்டவை என்று தெரிகிறது.

ஃபீட்லர் இலக்கிய விமர்சனத் துறையில் இறங்கிய காலம் – அதாவது 1941 முதல் – அமெரிக்க இலக்கியம் உச்சக் கட்டத்தை அடைந்ததாக எல்லாராலும் ஒப்புக்கொள்ளப் பட்டது. நாடகங்களில்–ஓனீல், நாவல் இலக்கியத்தில் ஹெமிங்வே, ஃபாக்னர், டாஸ் பாஸோஸ், ஃபிட்ஸ்ஜெரல்டு, சிங்க்ளேர் லூயிஸ். கவிதையில் டி. எஸ். எலியட், ராபர்ட் ஃபிராஸ்ட் என்று மிக உன்னத நிலையை அமெரிக்க இலக்கியம் அமைந்ததை அனைவரும் ஒப்புக்கொண்ட நேரம். அமெரிக்க நாவல்களை ஃபீட்லர் ஒரு புதிய கண்ணோட்டத்தில் விமர்சித்தார். பல நாவல்களின் இலக்கியத் தரம் போன்ற நுணுக்கம் – உண்மையில் ஒரு சத்திய தரிசனத்தைத் தவிர்த்து அதிலிருந்து தப்பவே இந்தச் செயற்கை நுணுக்கம் – மற்றும் அளவு மீறிய பலாத்காரம், கொடூரம், குரூரம், முறைகேடான பாலுணர்ச்சி, சாவு பற்றிய அளவு மீறிய கவனம் இதெல்லாமே பிரத்யட்சத்தைத் தவிர்ப்பதற்காகக்

கையாளப்பட்ட உத்திகள் என்றார். அவர் எடுத்து வைக்கும் சத்திய தரிசனம் ஆரம்ப நாட்கள் கொண்டே வெள்ளையனுக்குச் சுயமாகவே வேற்று நிறத்தினர் மீது ஒரு தவிர்க்க முடியாத கவர்ச்சி உண்டு. ஆனால் அந்தச் சுபாவ உணர்ச்சியை அடக்கி, தான் மேலோன், அவர்கள் தாழ்ந்தவர் என்ற அடிப்படையில் வாழ்வதே அன்றைய நியதியாக இருந்தது. அவர்கள் இலக்கியங்களும் இந்த நியதியையொட்டியே பெரும்பாலும் படைக்கப்பட்டன. ஆனால் சில எழுத்தாளர்கள் இதை மீறிப் படைப்புகள் வெளிக் கொணர்ந்தார்கள். அவை வெகுஜனக் கவனம் பெற்றிருந்தன. ஆனால் அப் படைப்புகள் சமீபகாலம்வரை இலக்கிய அந்தஸ்தைப் பெறவில்லை. அவை இலக்கிய அந்தஸ்து பெறுவதற்கு ஃபீட்லர் முக்கியக் காரணமாயிருந்திருக்கிறார். அவர்மீது இன்றும், இந்தக் கருத்தரங்கிலேயே வீசப்பட்ட குற்றச்சாட்டு அவர் வெகுஜன எழுத்துக்கு ஆதரவாளராயிருக்கிறார் என்பது. ஆனால் ஃபீட்லர் வெகுஜன எழுத்து என்பதற்கு வேறு இலக்கணம் வைத்திருக்கிறார். இலக்கியத் தரமல்லாததைக் குறிக்க *Low literature* (தாழ்ந்த எழுத்து) என்ற பதத்தை உபயோகிக்கிறார். வெகுஜன எழுத்தாக ஒன்று மக்கள் மனத்தில் நிலைப்படுவதற்கு முக்கியக் காரணம் அது அந்த மக்கள் சமூகத்தின் *myth*-களை வெளியிடுவதாக அல்லது அடிப்படையாகக் கொண்டதாக இருப்பதே என்கிறார். அமெரிக்க இலக்கியத்தின் தொடக்க காலப் பெயர்: ஜேம்ஸ் ஃபெனிமர் கூப்பர். கூப்பர் மிகச் சிறு வயதிலேயே முழுநேர எழுத்தாளராக மாறி எழுதத் தொடங்கினார். சுமார் 20 நாவல்கள் எழுதியிருக்கிறார். இவர் இன்னும் நிறைய எழுதியிருக்கக் கூடும். ஆனால் இவருடைய நேரத்தின் பெரும் பகுதி அன்றைய விமர்சகர்களுடன் போராடுவதில் சென்றுவிட்டது. கூப்பர் இங்கிலாந்தின் வால்ட்டர் ஸ்காட்டால் மிகவும் கவரப்பட்டவர். ஸ்காட் எழுதிய சரித்திர நாவல்கள் – அதாவது இங்கிலாந்து சரித்திர நாவல்கள் போல – இவர்தான் அமெரிக்கச் சரித்திர நாவல்கள் எழுத வேண்டும் என்று ஆசை கொண்டவர். ஆனால் இன்று நாம் சரித்திரம் என்று அறியப்படுவது போன்ற ஒன்று அன்று அமெரிக்காவுக்குக் கிடையாது. அந்த நாடு தோன்றிச் சில பத்தாண்டுகள் நிறைந்திருந்தன. கூப்பர் இந்தியர்கள் என்று அறியப்படும் சிவப்பு இந்தியர்களைக் கதாபாத்திரங்களாக வைத்து நாவல்களை எழுதினார். வெகுநாட்கள்வரை அது ஒரு சாகச இலக்கியம், குழந்தைகள் இலக்கியம் என்ற அளவில்தான் கருதப்பட்டது. ஆனால் கூப்பரின் மேதை இந்தியனின் ஆன்மாவை வெளிப்படுத்துவதிலும், இந்தியனுக்கும் வெள்ளையனுக்கும் உறவு சாத்தியக் கூறுகளையும் தன் நாவல்களில் எழுத வகை செய்தது. வெள்ளையன் சிவப்பிந்தியர்களைப் போர் போன்ற துறைகளில்

அடக்கி வெற்றிகண்டாலும் உள்ளூர அவன் ஆன்மாவின் வளர்ச்சியையும் திடத்தையும் கண்டு அவனையறியாமல் வியந்திருக்கிறான், இக் கண்ணோட்டத்தில் கூப்பர் நாவல்களைப் பார்க்கும்போது அவற்றின் ஆழம் கூடுதலாகிறது. உண்மையிலேயே தன் உள்ளுணர்வு உந்துதல்களைத் தானே அதிகம் அறிந்திருந்தால் அவர் விளக்கம் கொடுத்திருக்கக் கூடும். கூப்பரைப் பல அமெரிக்க எழுத்தாளர்களே கேலி செய்திருக்கிறார்கள். அதில் ஓரளவு நியாயமும் இருக்கிறது. ஸ்காட்–ஐப் பின்பற்றிய தால் கூப்பரின் நடை, விவரிப்புகள் முதலியன பதினெட்டு, பத்தொன்பதாம் நூற்றாண்டு வாசகர்களுக்கு நகைப்பைத் தந்தன. மார்க் ட்வெயின் ஒரு சிறு நூலாகவே வெளியிட்டிருக்கிறார்: *The Literary offences of James Fennimore Cooper,* மார்க் ட்வெயின் அப்படியொன்றும் விமர்சகர்களிடமிருந்து தப்பினவராக இல்லை. அவரும் ஒரு வெகுஜன எழுத்தாளராக, வெறும் ஒரு ஜனரஞ்சக எழுத்தாளர் என்றுதான் புறக்கணிக்கப்பட்டவர். ஆனால் இன்று மார்க் ட்வெயினின் நாவல் – *Huckleberry Finn* என்னும் நாவல்தான் – அமெரிக்க நாவல் இலக்கியத்தின் ஆணிவேர் என்று கருதப்படுகிறது. ஃபீட்லர் *30* ஆண்டுகளுக்கு முன்பு முதன்முதலாகக் கவனம் பெற்றது கூட 'ஹக்கில்பெரி ஃபின்' பற்றிய ஆராய்ச்சியும் கண்ணோட்டமும் வெளியிட்டதில்தான். *Come back to the raft ag' in, Huck Honey* என்ற தலைப்புகொண்ட கட்டுரை. இதில்தான் வெள்ளையன் – கறுப்பன் உறவு. உள்மன ஆவல்கள் பற்றி ஃபீட்லர் எழுதினார்.

ஃபீட்லர் 'தந்த கோபுர இலக்கியம்', 'தந்த கோபுர இலக்கிய விமர்சனம்' இரண்டையுமே பெரிதும் தாக்குபவர். இலக்கியம் என்பது தனிப்பட்ட ஒருவரின் மனோரதக் கற்பனையின் பூர்த்தியல்ல என்று கருதுபவர். அவருடைய ஒரு விமர்சனத்தில் அவர் ஓர் உண்மையான எழுத்தாளனை இப்படி விவரிக்கிறார்: *He must write, as he has always written, for neither man nor sect but for that pure fiction, the ideal understander, for whom we no longer have a name but who was once called the 'gentle reader'.*

அவர் இன்னோரிடத்தில் கூறுகிறார்: *I distrust the writer who claims to know black from white, left from right, Hip from Square, Them from Us-no matter which of the sides he chooses. And I distrust especially the characters in whom he embodies his presumable insights.* இந்தக் கூற்றின் அடிப்படை: எழுத்தாளனின் அகம்பாவம், ஆணவம் இவற்றில் ஃபீட்லருக்கு நம்பிக்கையில்லை. நானே அறிந்தவன், பிறருக்கு நிர்ணயிக்கக் கூடியவன், நானே மேலோன் என்னும் மனப்போக்கு கொண்ட எழுத்தாளர்களோ அவர்களது பாத்திரங்களோ சந்தேகத்திற்கு இடமானவர்கள் என்று கூறுகிறார்.

ஃபீட்லர் தாக்குதலுக்கு உட்படும் இன்னொரு popular concept, the concept of 'little man'. சாது மனிதன், அப்பாவி மனிதன், சராசரி மனிதன், இவனுக்குப் பரிந்து எழுத வேண்டும், இவனை உயர்த்தி எழுத வேண்டும் என்ற ஒரு தோரணை ஃபீட்லர் நிராகரிக்கும் ஒன்றாகும். பொதுவாக இந்த little man அமெரிக்க இலக்கியத்தில் யூதனாகவோ நீக்ரோவாகவோ இருப்பான். அப்படியே வெள்ளையனாக இருந்தாலும் சமூகத்திலிருந்து பிரிந்து, சமூகத்துடன் ஒட்டாமல் தனித்திருந்து அவதிப்படுபவனாயிருப்பான். ஃபீட்லர், இந்தத் தோரணை மனிதனான, அவனுடைய இயல்பான கம்பீரத்தை அவமதிப்பு செய்வதாகும் என்று கருதுகிறார். இர்வின் ஷா, ஜான் ஹெர்சி போன்ற எழுத்தாளர்களுக்கு ஃபீட்லரால் அதிகம் மதிப்பு தர முடியவில்லை. ஃபீட்லரின் வாதம் இப்படி இருக்கக் கூடும்: முதலிலேயே ஒரு கதாபாத்திரத்தைச் 'சிறிய மனிதன்' என்று தொடங்கிய கணத்திலேயே அவன் மனிதனுக்குரிய முழு வளர்ச்சியும் உலகில் வாழ முழுத் தேர்ச்சியும் இல்லாதவனாகப் போய்விடுகிறான். அப்படிப்பட்டவர்கள்மீது நாம் பரிதாபப்பட முடியும். ஆனால் இலக்கிய நாயகர்களாக நாம் அவர்களைப் போற்ற முடியாது. இக் காரணம் கொண்டே இவர் பல யூத எழுத்தாளர்கள்மீது குற்றம் காணுகிறார். இந்த Little man concept ஸால் பெல்லோ, பெர்னார்டு மாலமுட் படைப்புகளின் ஆணிவேர் போன்றது.

ஃபீட்லர் போன்ற இலக்கிய விமர்சகர்களிடமிருந்து நாம் நேரிடையாக, உடனுக்குடனே பயனைப் பெறுவது அதிகம் இல்லை. இதன் முக்கியக் காரணம் அமெரிக்க இலக்கியம் – நாவல் – சிறுகதை – கட்டுரை ஆகிய உரைநடைப் பிரிவுகளில் அடைந்திருக்கும் வீச்சும் அளவும் நாம் நம் தென்னிந்திய மொழிகளில் இன்னும் அடையவில்லை. இந்த உருவங்கள் நாவல், கட்டுரை, சிறுகதை – இவை மேற்கத்திய சிந்தனையில் உருவாகி வளர்ந்த இலக்கிய உருவங்கள். கால அளவிலும் நாம் சுமார் நூறாண்டுகளாகத்தான் இந்த வடிவங்களைக் கையாண்டு வருகிறோம். நமது கலாச்சாரப் பாரம்பரியம், இலக்கிய மரபு – இவையும் இந்த வடிவங்களைச் சில திசைகளில் வளர வழிசெய்திருக்கின்றன. சில திசைகளில் அப்படிச் சொல்ல முடியாது. வாசகர்களும் பெருமளவுக்கு ஒரு ஆரம்ப அளவு கிரகிப்புநிலையில்தான் வைக்கப்பட்டிருக்கிறார்கள். இதற்குப் பொருளாதார, சமுதாயக் காரணங்களும் இருக்கின்றன. ஆனால் படிப்பு வசதி பெற்றவர்களால் கூடத் தமிழ்மொழியில் ஓரளவு நுணுக்கம்தான் ஏற்றுக்கொள்ள முடிகிறது. இவர்கள் ஆங்கிலம் போன்ற மொழியில் பல தரப்பட்ட நுணுக்கங்கள்கொண்ட

இலக்கியங்களை ரசிக்க முடிந்தாலும் தமிழில் என்னும் போது அது முடியாமல் போய்விடுகிறது. இது ஒரு காரணம், தீவிரமாக எழுதப்பட்ட தமிழ்ப் படைப்புகள் மிகக் குறைவாக விற்பதற்கு. அமெரிக்கச் சமூகத்தில் ஜேம்ஸ் ஜாய்ஸ் புரியவில்லை என்ற காரணத்திற்காக விற்பனை குறைந்திருப்பதில்லை. நிறைய வாசகர்களுக்கு ஜேம்ஸ் ஜாய்ஸ் பிடிக்கவில்லை என்ற காரணத்திற்காகத்தான். ஆதலால் தமிழ்மொழியில் உரை நடை இலக்கியத்தைப் பொறுத்தவரையில் ஃபீட்லர் போன்ற விமர்சகர்கள் இன்றைய அவசியமாக எனக்குத் தோன்றவில்லை. படைப்பிலக்கியம், இன்னும் பெருமளவுக்கு அளவு, தரம் இரண்டிலும் சாதித்த பிறகே இத்துறைக்கு இவ்வளவு விரிவாகவும் முழுமூச்சுடனும் செயல்படக் கூடிய விமர்சகர்கள் தேவைப்படும்.

அப்படியென்றால் விமர்சனமே தேவையில்லையா என்ற கேள்வி எழலாம். விமர்சனத்தின் பங்கு இலக்கிய வளர்ச்சியில் இன்று எவ்வளவு சாத்தியக்கூறு உடையதாயிருக்கிறது என்று பார்த்தால் நாம் மிகவும் கவனமாக அடியெடுத்து வைக்க வேண்டியிருக்கிறது.

விமர்சனத்தின் தன்மை பற்றியும் ஒன்று தோன்றியது. மேலை வடிவங்களை விமர்சிக்கையில் அவ்வடிவங்களின் மிகப் பெரிய சாதனைகளை நேரில் படித்தறிந்த விமர்சகர்களே சரியான விமர்சனம் தரமுடியும் என்று தோன்றுகிறது. ஆதலால் ஒன்றுக்கு மேற்பட்ட மொழி இலக்கியங்களை ஒரு புதுமை இலக்கிய விமர்சகன் நன்கு அறிந்திருக்க வேண்டும். நம்முடைய பல விமர்சகர்கள் மேல்நாட்டு இலக்கிய இலக்கணங்களிலிருந்து மேற்கோள் காட்டிப் பல கட்டுரைகள் எழுதியிருக்கிறார்கள், வெறும் இலக்கண மேற்கோள்கள் நம்மை வழிதவறிவிடச் செய்து விடும். ‘எல்லோரும் நல்லவராயிருக்க வேண்டும்’ என்பது மிக நல்ல உபதேசம்தான். ஆனால் ஒவ்வொரு குறிப்பிட்ட சந்தர்ப்பத்தில் எப்படியிருப்பது நல்லதாகும், எது அல்லாததாயிருக்கும் என்ற விளக்கம் எடுத்துக்காட்டு மூலம்தான் தெரிவிக்க முடியும். ஆதலால் அடிப்படை இலக்கியங்களுக்கு நாம் சென்ற பிறகுதான் இலக்கிய இலக்கணங்களையும் மேற்கோள் வாக்கியங்களை யும் உள்ளர்த்தத்துடன் உபயோகிப்போராவோம். ஒரு தமிழ்ச் சிறுகதையை உலகத்துச் சிறந்த சிறுகதையோடுதான் ஒப்பிட்டு விமர்சிக்க வேண்டும். இது நாவல், கட்டுரை இலக்கியங்களுக்கும் பொருந்தும். நமது புதுமை இலக்கியம் உண்மையிலேயே முன்னேற, உலக அரங்கில் இடம் பெற அதுதான் வழி செய்யும்.

அச்செழுத்தே இன்னும் எவ்வளவு நாளைக்கோ என்றொரு ஐயம் நேர்ந்திருக்கிறது. எலெக்ட்ரானிக்ஸ் பிரிவு

கடந்த முப்பது ஆண்டுகளில் பிரமாண்டமாக வளர்ந்து விட்டதில் மனிதனின் வரலாற்றில் அவன் *literate stage* என்னும் கட்டத்தின் இறுதிப் பகுதியில் இருப்பதாகக் கூறுகிறார்கள். நாம்–அதாவது இந்தியா போன்ற நாடுகள் இன்னும் *literate stage*-இன் முழுவீச்சில் பாதிதான் அடைந்திருக்கிறோம் என்று தெரிய வருகிறது. முன்னேறிய நாடுகளில் இப்போதே *post-literate stage* வந்துவிட்டதாகக் கூடக் கூறுகிறார்கள். இதற்கு நிரூபணமாகப் புத்தக விற்பனை, பத்திரிகைகளின் எண்ணிக்கை குறைவதைக் கூறுகிறார்கள். ஃபீட்லர் கூட இதைத் தன் உரை ஒன்றில் கூறினார். இன்று பல அமெரிக்க இளைஞர்கள் புத்தகங்கள் படிப்பதை, அதாவது இலக்கியத்தைப் புத்தகமாகப் படித்து அணுகுவதை, பொருந்தாததாக நினைக்கிறார்கள். அவர்கள் ஒன்றிரண்டு நூல்கள் படிப்பார்கள், அதை வேதம் போலப் போற்றுவார்கள். இது விரைவில் இன்னும் தீவிரமாகக் கூடும்.

மேலை நாடுகளில் *pre-literate, literate* காலங்களின் முழுப் பரிணாமத்தையடைய எடுத்துக்கொண்ட காலத்தைக் காட்டிலும் இந்தியா போன்ற நாடு இன்னும் விரைவில் முழுப் பரிணாமம் அடையக் கூடும், நவீன சாதனங்களால். அமெரிக்க மக்களின் வாழ்க்கைத் தரம் மிகவும் முன்னேறிய பிறகுதான் அந்த முன்னேற்றத்தின் பரிணாமத்தில் டெலிவிஷன் அந்த நாட்டில் வந்தது. இங்கே கோடிக்கணக்கான மக்கள் அரைப் பட்டினி, உடுக்க உடை கிடையாது, ஆனால் டெலிவிஷன் உண்டு. இதனால் ஆரம்பத்தில் முரண்பாடு இருப்பினும் பரிணாமத்தின் சில கட்டங்களை அப்படியே தாண்டிவிடலாம் என்று எண்ணுபவர்கள் இருக்கிறார்கள். இதை நம் காலத்திலேயே காண முடியுமா, பார்க்க வேண்டும்.

17

மூன்று நாவல்கள்

பிலிப் ராத் என்னும் அமெரிக்க எழுத்தாளரின் சமீபத்திய நாவல் 'தி கோஸ்ட் ரைட்டர்' (The Ghost Writer). இப்போது இந்தியாவில் கிடைக்கிறது. தலைப்பைப் படித்ததும் இன்று தமிழ்ப் பத்திரிகையுலகில் பிரபலமாயிருக்கும் சிலர் ஞாபகம் வரக்கூடும். ஆனால் பிலிப் ராத் நாவல் ஒரு நிஜ எழுத்தாளன் பற்றித்தான். பேரும் புகழும் பெற்று நன்கு ஸ்தாபிதமான (ஓரளவு மறக்கப்பட்டும் உள்ள) முதிய எழுத்தாளனை அப்போதே எழுதத் துவங்கும் 23 வயது இளைஞன் சந்திக்கச் செல்வதிலிருந்து நாவல் தொடங்குகிறது; இப்படித்தான் ஸால் பெல்லோ நோபல் பரிசுபெற்ற நாவலாகிய 'ஹம்போல்ட்ஸ் கிஃப்ட்' நாவலின் முக்கிய இழை இருக்கும். ஸால் பெல்லோவும் யூத இனத்தவர். இன்று ஆங்கில மொழியில் எழுதும் பல அமெரிக்க எழுத்தாளர்கள் யூத இனத்தவர். இன்றைய விமர்சனத்தில் இந்த எழுத்தாளர்களின் யூத இன உணர்வு இயல்பானதாகவும் முறையான சமூகவியல் ஆய்வுக்கு உரிய பொருளாகவும் கருதப்படுகிறது.

யூதர்களில் பலர் வரலாற்றில் வெவ்வேறு துறைகளில் மேன்மையடைந்திருக்கிறார்கள். கணிதம், விஞ்ஞானம், சங்கீதம், இலக்கியம், பொருளாதாரம் எனப் பல்வேறுபட்ட துறைகளில் முன்னணியில் இருந்திருக்கிறார்கள். அறிவுத் துறைகள் மட்டுமின்றி, லௌகீகமான வணிகத் துறையிலும் தலைவர்களாயிருந்திருக்கிறார்கள்.

ஆனால் அதே நேரத்தில், காலம் காலமாக யூத இனம் பிற இனத்தவரால், குறிப்பாகக் கிறிஸ்துவ இனத்தவரால், இன ஒதுக்குதலுக்கும், ஒடுக்குதலுக்கும் ஆட்பட்டதாகும். ஷேக்ஸ்பியரின் 'தி மெர்ச்சண்ட் ஆப் வெனிஸ்' நாடகமும் சார்ல்ஸ் டிக்கின்ஸின் 'ஆலிவர் டிவிஸ்டும்' இந்த அம்சத்தில் இலக்கியச் சான்றுகளாகவும் அமைகின்றன. யூதத் துவேஷத்தின் உச்சக்கட்டம் ஹிட்லர் தலைமையில் நாஜிக் கட்சி ஜெர்மனியை ஆண்ட சுமார் பன்னிரண்டு ஆண்டுகள். இரண்டாம் உலக மகாயுத்தம் நடந்த ஆறு ஆண்டுகளில் மட்டும் லட்சக்கணக்கில் யூதர்கள் துரத்தித் துரத்தி மிகக்கொடூரமான வகைகளில் கொலைத் தொழிற்சாலைகளில் படுகொலை செய்யப்பட்டிருக்கிறார்கள். யுத்தம் முடிந்த சில மாதங்களுக்குள் இக்கொடூரத்தின் தகவல் அனைத்தும் மேற்குலகை மூச்சடைத்துப் போகச் செய்தது. இன்று உலகில் யூத இனத் துவேஷம் செல்வாக்கு மங்கியதொன்றாகும். இதன் ஒரு சின்னம் சமீபகால யூத எழுத்தாளர்களின் படைப்புகள். சமூக ஒடுக்கத்துக்கும் கொடுமைக்கும் உள்ளான ஒரு பிரிவு இலக்கியத்தில் தன்னைப் பற்றி மிகுந்த ஜாக்கிரதை உணர்வோடு செயல்படும். தன் குறைகள் பற்றி அதிகம் பொது விவாதத்திற்கு இடம் தராதபடிப் பார்த்துக்கொள்ளும். யூத எழுத்தாளர்கள் இன்று தம்மைப் பற்றித் தங்கு தடையின்றி எழுதிக்கொள்வது அச்சம் தவிர்த்து இருக்கும் நிலையைக் குறிக்கிறது.

யூத இனத்திற்கும் இங்கு இருக்கும் பிராமணருக்கும் நிறைய ஒற்றுமையிருக்கிறது. இருவருக்கும் எதிராக எழுப்பப்படும் கோஷங்கள் வியக்கத்தக்க வகையில் ஒரே மாதிரியிருக்கின்றன. இருவருக்கும் எதிராக ஒரே மாதிரியான பிரசாரங்கள், செயல்பாடுகள். தமிழ் எழுத்து, சினிமா முதலிய துறைகளில் இந்தியச் சுதந்திரம்வரையில் பிராமணப் பாத்திரங்கள் கதை பேச்சு, பழக்க வழக்கங்கள் தாராளமாகக் கிடைக்கப் பெற்றன. ஆனால் ஐம்பதுகளிலிருந்து அந்த இனம் தன்னைப் பற்றித் தெரியப்படுத்திக்கொள்வதில் ஆர்வம் இழந்தது. பத்திரிகை, சினிமா, எழுத்து இவற்றில் ஒரு *neutral* தன்மை வர ஆரம்பித்தது. இந்த *neutral* தன்மையின் ஆதிக்கம் அதிகமாகும் வேளையில் படைப்பில் எளிமைப்படுத்துதலும் பொதுமைப்படுத்துதலும் அதிகமாகும். இது தேக்கத்திற்கே வழி செய்யும். இந்தத் தேக்கத்தையும் மீறிச் சிறந்த இலக்கியவாதிகளாகவும் அந்த நேரத்தில் தாம் சேர்ந்த இனத்தை விவாதப் பொருளாக்க யாதொரு அச்சமும் கொள்ளாமல் எழுதியவர்களில் லா.ச.ரா.வும் தி. ஜானகிராமனும் மிகவும் முக்கியமானவர்கள். இந்த இரு எழுத்தாளர்கள் படைப்புகளின் பயனாகத் தமிழ் வாசகர்கள் வேறு எந்த இனத்தைக் காட்டிலும் பிராமண

சமூகம் பற்றிப் பன்மடங்கு நுட்பமாகவும் விவரமாகவும் அறிய வாய்ப்பிருந்திருக்கிறது.

பிலிப் ராத் எழுதிய 'தி கோஸ்ட் ரைட்டர்' ஒரு யூதரால் எழுதப்பட்டது என்பதோடு அல்லாமல் யூதப் படுகொலை வரலாற்றில் நெஞ்சை உருக்கும் இடம் வகிக்கும் ஓர் இளம் பெண்ணைப் பற்றியதாகும். – 'தி டயரி ஆஃப் ஆன் ஃபிராங்க்' எழுதிய ஆன் ஃபிராங்க் பிலிப் ராத் எழுதிய நாவலில் ஒரு பாத்திரம். நிஜமாக வாழ்ந்த பிரமுகர்களைப் பாத்திரங்களாக அமைத்துச் சில நாவல்கள் சமீபத்தில் வெளிவந்திருக்கின்றன. ஆன் ஃபிராங்க் அவளுடைய பதினாறாவது வயதில் நாஜிகளால் கொல்லப்பட்டுவிட்டாள் என்பது ஒத்துக் கொள்ளப்பட்ட வரலாறு. ஆனால், பிலிப் ராத் நாவலில் அவள் உயிர் பிழைத்திருக்கிறாள்! உலகத்தைப் பொறுத்தவரையில் அவள் இறந்தவளாகவே இருந்துவிட்டுப் போகட்டும் என நினைக்கிறாள். காரணம், உலகத்தினர் திடீரென்று யூதர்கள் மீது காட்டும் பச்சாத்தாபம். "உங்களை ஏனம்மா நாஜிகள் இப்படிக் கொடுமைப்படுத்தினார்கள்?" என்ற கேள்வி.

"அந்த மூர்க்கர்களைப் போய்க் கேளுங்கள்." என்று அவளால் பதில் கூற முடியவில்லை; அது ஒன்றுதான் சரியான பதிலாயிருந்தும் கூட.

பொறுப்புக்கும் விளைவுக்கும் உட்படுத்திக்கொள்ளாமல் சேற்றை வாரியிறைப்பதே தன் வாழ்வின் பிரதான குறிக்கோள் என்பது போல இயங்கும் ஒருவர் பற்றி "அவர் ஏன் இப்படித் தாக்கிக்கொண்டே இருக்கிறார்?" என்று யாராவது கேட்டால் "அந்தக் குறைப் புத்திக்காரனையே போய்க் கேளுங்கள்" என்ற பதில்தான் சரியானதாகும். ஆன் ஃபிராங்க் இக்கேள்வி தரும் எரிச்சலுடன் கேள்வி கேட்போரின் போலிப் பச்சாத் தாபத்தையும் சகித்துக்கொள்ள இயலாமல் தன்னையே ஒளித்துக்கொள்கிறாள். ஆனால் நிர்த்தாட்சண்யமற்ற வாழ்க்கை அவளை இன்னொரு சிக்கலில் ஆழ்த்திவிடுகிறது. அவள் காதல் வயப்படுகிறாள். யாருடன்? அறுபது வயது தாண்டிய, தான் மணந்த மாதுடன் மிக அந்நியோன்யமாக முப்பத்தொரு ஆண்டுகள் வாழ்க்கை நடத்திய முதிய யூத எழுத்தாளருடன்! ஒரு நெருக்கடி நேரும் போது அந்த எழுத்தாளர் தன் எஞ்சிய ஆண்டுகளைத் தன் மனைவியோடு கழித்துவிடவே தேர்ந்தெடுக்கிறார்.

ஸால் பெல்லோவின் 'ஹம்போல்ட்ஸ் கிஃப்ட்' நிறைய் நிகழ்ச்சிகளும் சிக்கல்களும் கொண்டது. பிலிப் ராத் எழுதியிருக்கும் நாவலைப் போல அதிலும் இளம் எழுத்தாளன் முதிய எழுத்தாளனின் அன்பைப் பெறுகிறான். ஆனால் அவன்

முதியவருக்குத் துரோகம் செய்துவிடுகிறானோ என்பது ஒரு சலனமாக விட்டுவிடப்படுகிறது. இந்த முதிய-இளம் எழுத்தாளர் உறவு பற்றி நாற்பதாண்டுகள் முன்பு இன்னொரு நாவல் வந்தது. சாமர்செட் மாம் எழுதிய 'கேக்ஸ் அண்ட் ஏல்', இன்று இந்த மூன்று நாவல்களை ஒப்பிட்டுப்பார்க்கும்போது ஸால் பெல்லோவின் நாவலில் நிகழ்ச்சிகள், சிக்கல்கள், பரபரப்பு, திடீரென்று கூரையைக் கிழித்துக் குபேரன் கொட்டுவது, எல்லாம் இருக்கிறது. பிலிப் ராத் நாவலில் உருக்கம், வேதனை, பூதாகாரமான சமுதாய அக்கிரமத்தின் பாரம், சிறு பழக்கவழக்கங்களுக்காக மகத்தானவற்றைப் புறக்கணிக்க வைக்கும் மனித இயல்பு முதலியன சித்திரிக்கப்படுகின்றன. ஆனால் மனிதனின் சிறுமை பெருமை எல்லாம் அறிந்து அதற்கு அப்பாற்பட்ட நிலையில் இருந்துகொண்டு அதே நேரத்தில் மனிதனிடம் குன்றாத கவனம் வெளிப்படுவது மாம் நாவலில்தான் என்று எனக்குப் படுகிறது. இந்த மூன்று நாவல்களையும் *கணையாழி* வாசகர்கள் படிக்க வேண்டும், நேரமும் முயற்சியும் வீணாக்கப்பட்டதாகாது.

18

'லைஃப், லிபர்ட்டி, பர்ஸ்யூட் ஆஃப் ஹாப்பினஸ்'

சமீபத்தில் ஒரு அமெரிக்கர் இந்தியா வந்திருந்தார். பெயர் வில்பர் புளூம். 'லிங்கனின் முகம்' என்ற டாக்குமெண்டரி படத்திற்காக ஆஸ்கார் விருது பெற்றவர். தியாஸபிகல் சொஸைட்டியைத் தோற்றுவித்தவரும் அச்சபையின் முதல் பிரசிடெண்டுமான கர்னல் ஆல்காட்டு வாழ்க்கை வரலாறு திரைப்படத்தைத் தயாரித்து டைரக்டு செய்தவர். இப் படம் இவ்வாண்டு பிப்ரவரி மாதம் 17ஆம் தேதி வெளியிடப்பட்டது. ஆல்காட்டு துரையின் வாழ்க்கையில் முக்கியமான நிகழ்ச்சிகள் இந்தியா மற்றும் இலங்கை சம்பந்தப்பட்டவை. ஆகவே இப்படத்தின் பெரும் பகுதி இந்தியாவில் உருவாக்கப்பட்டது. டாக்குமெண்டரி திரைப்படத் துறையில் நிபுணரான புளூம் இந்தியாவில் சில நகரங்களில் சொற்பொழிவாற்ற ஏற்பாடு செய்யப்பட்டிருந்தது. திரைப்படத் துறையினர் குழுமியிருந்த இக் கூட்டங்களில் புளூம் இப்படித்தான் தன் உரையைத் துவக்கினார்: "இது எங்கள் நாட்டுக்கு ஒரு விசேஷ ஆண்டு. ஐக்கிய அமெரிக்கா தோன்றி இருநூறு ஆண்டுகள் ஆகிறது. எங்கள் நாடெங்கிலும் மற்றும் உலகின் பிற பகுதிகளிலும் இந்த இருநூறாண்டு பூர்த்திபெறுவது சிறப்பாகக் கொண்டாடப்படுகிறது. இருநூறாண்டுகள் நீண்ட பெரும் இடைவெளி. ஆனால் இந்தியாவுக்கு வந்து

இந்த இருநூறாண்டுகள் பூர்த்திபெறுவதைப் பற்றிக் குறிப்பிட்டுச் சொல்ல சிறிது தயக்கமாக இருக்கிறது. இங்கு ஒவ்வொரு இடமும் பல நூறு ஆண்டுகள் வரலாறு கொண்டவை. நுணுக்கமானதும் பிரமாண்டமானதும் சிறப்பானதுமான பல இந்திய வரலாற்றுச் சின்னங்கள் பல ஆயிரம் ஆண்டுகளைக் கடந்தவை. இவ்வளவு தொன்மையும் சிறப்பும் வாய்ந்த உங்கள் நாடு, கலாச்சாரத்திற்கு மத்தியில் எங்கள் இருநூறு ஆண்டு மிகக் குறுகிய காலமாகத் தோன்றுகிறது ...”

புளூம் கூறியது அமெரிக்கப் புரட்சியின் ‘பைசென் டின்னியல்.’ அமெரிக்கா சுதந்திரப் பிரகடனம் செய்யப்பட்டு இந்த ஜூலை 4ஆம் தேதியுடன் இருநூறு ஆண்டுகள் பூர்த்தியா கிறது. அமெரிக்கக் கண்டத்தில் ஆங்கிலேயர்கள் குடியேறிச் சுமார் நானூறு ஆண்டுகள் ஆகிறது. முதலில் குடியேற்றப் போட்டியில் பிரெஞ்சு, ஸ்பானிஷ்காரர்களும் பங்கு பெற்றார்கள். ஆனால் கணிசமான பிரிட்டிஷ் காலனியாகப் பதின்மூன்று மாநிலங்கள் 1776ஆம் ஆண்டு செயல்பட்டன. அம்மாநிலங்கள்தான் அந்த ஆண்டு ஒன்றுகூடிச் சுதந்திரப் பிரகடனம் செய்தன.

அதற்கு முன் சுமார் பத்தாண்டுகளுக்கு முன்பு துவங்கிய எதிர்ப்பு அவ்வளவு குறுகிய காலத்தில் பிரிட்டிஷ் ஆட்சியை அகற்றிவிடும் அளவுக்கு வளர்ந்துவிட்டது. சுதந்திரப் பிரகடனத்திற்கு முந்தின ஆண்டில் பல ஆயுதம் தாங்கிய கைக்கலப்புகள் பிரிட்டிஷ் படைகளுக்கும் அமெரிக்க விடுதலை வீரர்களுக்குமிடையே நடந்தது. சிறுசிறு கலகங்களாக நடந்து வந்ததற்குச் சுதந்திரப் பிரகடனம் விடுதலைப் போராக அந்தஸ்தும் கம்பீரமும் அளித்தது. இன்றும் உலகின் எந்த மூலையிலும் அடக்குமுறையை எதிர்க்கும் சுதந்திர வேட்கைக்கு இந்த அமெரிக்கச் சுதந்திரப் பிரகடனம் உத்வேகமும் இலக்கும் அளிக்கும் வாக்குமூலமாக அமைகிறது.

வடதுருவத்திலிருந்து தென்துருவம்வரை நீண்டு படர்ந்திருக்கும் அமெரிக்கக் கண்டங்கள் கண்டுபிடிக்கப்பட்டது எதேச்சையாகத்தான். அமெரிக்கக் கண்டத்தையொட்டிய தீவுகளில் 1492இல் காலடி எடுத்துவைத்த கொலம்பஸ், அவர் வாழ்நாள் இறுதிவரை இந்தியா அடங்கிய ஆசியாவைத்தான் அடைந்திருக்கிறோம் என்று எண்ணியிருந்தார். அப்போது அவர் கண்ணுற்ற குடிமக்களை இந்தியர்கள் என்று அழைத்தது இன்றுவரை அப்பெயர் நிலைத்துவிட்டது. அந்த அமெரிக்க ஆதிமக்களே இன்று தங்களை இந்தியர்கள் என்றுதான்

கூறிக்கொள்கிறார்கள். அவர்கள் வசிக்குமிடங்கள் 'இந்தியன் ரிசர்வேஷன்' என்றே அழைக்கப்படுகிறது. கொலம்பஸுக்கும் வெகுநாட்கள் முன்னராகவே லீஃப் எரிக்ஸன் என்ற நார்வேக்காரர் கி.பி.1000 அளவில் அமெரிக்காவை அடைந்திருக்கக் கூடும் என்றும் கூறுகிறார்கள்.

ஆறாண்டுகளுக்கும் மேலாக நடைபெற்ற இந்த அமெரிக்கப் புரட்சி புகழ்பெற்ற பிரெஞ்சுப் புரட்சிக்கு முன்னோடியாக அமைந்தது. பிரெஞ்சு அரசு அமெரிக்கப் புரட்சியாளர் களுக்குப் பலவகைகளில் உதவியது. அமெரிக்கப் புரட்சி முடிந்து பத்தாண்டுகள் ஆவதற்குள் பிரெஞ்சு அரசும் அரச பரம்பரையும் வீழ்த்தப்பட்டுப் புதிய ஆட்சி தோன்றியது. அமெரிக்கச் சுதந்திரப் போருக்குப் பின் இன்னொரு முறை இங்கிலாந்துடன் அமெரிக்கா போர் தொடுத்தது. 1812 தொடங்கி இரண்டரை ஆண்டுகளுக்கு இருதரப்புப் படைகளும் தரையிலும் கடலிலும் கடுமையாகப் பலமுறை மோதிக்கொண்டன. வாஷிங்டன் நகரம் தீக்கிரையாக்கப் பட்டது. பல பிரிட்டிஷ் கப்பல்கள் மூழ்கடிக்கப்பட்டன. சமாதான உடன்படிக்கை ஏற்பட்டு இருவாரங்களுக்குப் பிறகுதான் போரின் மிகப்பெரிய கைக்கலப்பு நிகழ்ந்தது. அன்றுள்ள தகவல் பரிமாற்ற வசதிகள் போர் நிறுத்தப்பட்ட செய்தியை எல்லாவிடங்களுக்கும் தெரிவிக்கப் பதினைந்து நாட்கள் போதவில்லை. நியூ ஆர்லியன்ஸ் துறைமுகப் பட்டணத்தில் நடந்த இந்தச் சண்டையில் மட்டும் 2000 பிரிட்டிஷ் துருப்புகள் சேதமடைந்தனர். அமெரிக்கத் துருப்பில் 131 நியூ ஆர்லியன்ஸில் அமெரிக்கப் படைகளுக்குத் தலைமை தாங்கிய ஆண்ட்ரூ ஜாக்ஸன் பின்னாளில் ஜனாதிபதியாகத் தேர்வு பெற இது உதவியது. பாரம்பரியம் மிக்கதொரு வல்லரசை வெற்றிகரமாக எதிர்த்து நின்றதில் இளம் அமெரிக்க நாடு உலக அரங்கில் அந்தஸ்து உயர்வு பெற்றது.

அமெரிக்கக் கண்டத்தின் விசாலமான நிலப்பரப்பை அன்றுள்ள சிறுவசதிகள் கொண்டு மிகக் குறுகிய காலத்தில் பரிசோதித்துப் பதப்படுத்திப் பயன் படைப்பதாகவும் மாற்றியிருப்பது அமெரிக்கர்களின் துணிச்சலும் தளராத உழைப்பும். அப்பூமியும் பிரதிபலனை வாரி வழங்கியது. பல்லாயிரக் கணக்கான மைல்கள் கடலைத் தாண்டி வந்து குடியேறிய பூமியில் எந்தவொரு முன்மாதிரியும் இல்லாமல் அமெரிக்கர்கள் பாடுபட வேண்டியிருந்தது. ஒவ்வொரு நபரும் கடும் உழைப்புக்கும் சாகசத்துக்கும் நிரந்தர உஷார்த் தன்மைக்கும் தயாராக இருக்க வேண்டிய நிர்ப்பந்தம். இவர்களுக்குத்

துணையாகவோ ஊக்கமளிப்பதாகவோ நாட்டு மரபு அல்லது வரலாறு என்று ஏதும் கிடையாது. இதுதான் 'முரட்டுத் தனியுரிமைக் கோட்பா'ட்டை அமெரிக்கரின் தனித்துவக் குணமாக உருவாக்கியிருக்க வேண்டும்.

பிரமிக்கத்தக்க வகையில் அமெரிக்க நாட்டு வளம் பெருகி வரும் அதே நேரத்தில் அமெரிக்கரின் 'பண்பாடற்ற' தன்மையைக் குறித்து மற்ற மேலை நாடுகள் எள்ளி நகையாடியிருக்கின்றன. "அறிவோடு இருப்பவர்களுக்கு விடுதி கட்டினால் அது அமெரிக்காவில் காலியாக இருக்கும்." சார்ல்ஸ் டிக்கின்ஸிலிருந்து டிலான் தாமஸ்வரை அமெரிக்கர்களின் நாகரிகமின்மை, பாரம்பரியமின்மை, மென்மையின்மை, கலாச்சார வறட்சி எல்லாம் நிறைய பரிகாசம் செய்தாகிவிட்டது. இதனால்தானோ என்னவோ அமெரிக்காவில் பழையது என்பதற்கு மிகுந்த மதிப்பு இருக்கிறது. மிகச் சிறிய ஊராயிருந்தாலும் அங்கு ஒரு மியூஸியம் இருக்கும். அந்த இடத்தின் புராதனப் பொருள்கள் காட்சிக்கு வைக்கப்பட்டிருக்கும். அந்த இடத்தைச் சார்ந்த வரலாற்று நிகழ்ச்சிகள் மெழுகுப் பொம்மைகள் மூலம் மறுபடியும் நடித்துக் காட்டப்படும். சில இடங்களில் முழு வீடுகள் அல்லது தெருக்களே நூறு நூற்றைம்பது ஆண்டுகள் முன்பு எப்படி இருந்திருக்கக் கூடுமோ அப்படியே பாதுகாத்து வைக்கப்பட்டு இருக்கும். பழையதைப் போற்றிப் பேணும் உற்சாகத்தில் அமெரிக்கர்களை மிஞ்சுவது கடினம்.

உழைப்பும் தன்னம்பிக்கையும் கொண்ட மக்கள் நெடுநாள் பாரம்பரியம் பெற்றிருக்காவிடிலும் மனித முயற்சித் துறைகள் எல்லாவற்றிலும் உலக அரங்கில் முக்கியமானதொரு இடம் அடைந்தே தீருவார்கள். நோபல் பரிசுகளை இதற்கு ஒரு உரைகல்லாக வைத்துக்கொண்டால் இந்த எழுபத்துச் சொச்சம் ஆண்டுகளில் அமெரிக்க நாட்டவர் பரிசு பெற்றது வேறெந்தத் தனிநாட்டை விட அதிகமானது. மருத்துவத் துறையில் மட்டும் நாற்பது பரிசுகளுக்கு மேல் அமெரிக்கர்கள் வென்றிருக்கிறார்கள்.

கலாச்சார ரீதியில் காட்டுமிராண்டிகள் என்று கருதப்பட்ட அமெரிக்கர்கள் உருவாக்கிய சில கலாச்சார ஆறுகள் உலகில் பரவாத இடமில்லை . இலக்கியம், சங்கீதம், சினிமா. இன்று சிறுகதை என்று அறியப்படும் இலக்கியப் பிரிவுக்குக் கலை வடிவம் தந்த எட்கர் ஆலன் போ ஓர் அமெரிக்கர், சரியான அமெரிக்கர், பிரெஞ்சு இலக்கிய உலகம் அவரை மகாகவியாக வணங்கிற்று. இங்கிலாந்தின் ஆஸ்தான கவிஞர் டென்னிஸன் போவை ஓர் அபூர்வப் படைப்பாளியாக வியந்தார். அமெரிக்கர்

எமர்ஸன் அபிப்பிராயத்தில் போ ஒரு கண்டாமணி. ஹென்ரி ஜேம்ஸ் (இன்னொரு அமெரிக்கர்; அவரே ஒரு தலைசிறந்த இலக்கியப் படைப்பாளி) எட்கர் ஆலன் போ படைப்புகளை ரசிப்பது ஆதிவாசித் தன்மைக்கொப்பாகும் என்றார். 'பாஸ்டன் பிராம்மணர்கள்' போவை அருவருக்கத்தக்கப் பிராணியாகக் கருதினார்கள். அவர்களைப் பற்றி, அவர்களுடைய டிரான்சென் டெண்டலிஸம் பற்றி போ எழுதினார்: "இயற்கையை மீறி வானவெளியில் சீறி எழும் முயற்சியில் நீங்கள் பாதாளச் சாக்கடை யில் போய் விழுகிறீர்கள். உங்களுடைய தேவதைகளெல்லாம் உண்மையில் மாறுவேடமணிந்த பிசாசுகள் ..."

இலக்கிய அங்கீகரிப்பில் அமெரிக்காவில் இப்படிச் சில தவறுகள் நிகழ்ந்ததுண்டு. ஹெமிங்வே, ஃபாக்னர் இருவருடைய படைப்புத் திறனும் முதலில் பிரான்சு நாட்டில் கொண்டாடப்பட்ட பிறகுதான் அமெரிக்காவில் அவர்களுக்குக் காலூன்ற இடம் கிடைத்தது. ஹென்ரி ஜேம்ஸ், டி.எஸ். எலியட் இருவரும் அமெரிக்கப் பிரஜையாயிருப்பதைத் தவிர்த்து பிரிட்டிஷ் பிரஜைகளாக மாறினார்கள். ஆனால் வலுவான, தனித்துவம் அமைந்த ஓர் இலக்கியம் அமெரிக்காவில் தொடர்ந்து பெருகி வருகிறது. இன்று எழுதிவரும் அமெரிக்க நாவலாசிரியர் ஸால் பெல்லோ, சிறுகதை ஆசிரியர் ஐஸக் ஸிங்கர் உலகத்துச் சிறந்த எழுத்தாளர்கள் பத்துப் பதினைந்து பேரில் இடம் பெறுவர்.

அமெரிக்காவின் அணுகுண்டுக்குக் கூடத் தடுப்பு இருந்திருக்கிறது, அமெரிக்காவின் ஹாலிவுட்டுக்கு எதிராக எதுவுமே நிற்க முடிந்ததில்லை. சர்வதேச சினிமாக் கலைஞர்கள் என்று ஏற்கப்படுபவர்கள் இன்று பிரான்சிலும் இத்தாலியிலும் ஸ்வீடனிலும் ரஷ்யாவிலும் ஜப்பானிலும் இந்தியாவிலும்தான் இருக்கிறார்கள். அமெரிக்க ராபர்ட் ஆல்ட்மென், பீட்டர் பக்டனோவிச், மைக் டக்லஸ் போன்றவர்கள் கூட எடுத்த எடுப்பில் முதல் வரிசையில் இடம்பெறுவதில்லை. ஆனால் இன்றைய சிறந்த கலைப்படைப்பாளிகள், ஹாலிவுட்டின் பிரதிநிதிகளான ஜான் ஃபோர்டு, ஹிட்ச்காக் போன்றோரின் பாதிப்பை ஒத்துக்கொள்கிறார்கள். சாப்ளின், கிரிஃபித், வெல்ஸ் என்னும் பெயர்கள் சினிமாத் துறையில் என்றும் பசுமையான இடம் பெற்றிருக்கின்றன.

"யார்தான் இந்தப் புதிய பிரகிருதி, யார் இந்த அமெரிக்கன்?" என்று இருநூறு ஆண்டுகளுக்கு முன்பு அமெரிக்காவிற்கு விஜயம் செய்த ஒரு பிரெஞ்சுக்காரர் கேட்டாராம். "இந்த அமெரிக்கன் ஐரோப்பியனும் அல்ல; ஐரோப்பிய வம்சத்தில்

வந்தவனும் அல்ல ...” இன்றும் அமெரிக்கர்களைச் சரியாக வருணிக்க இயலவில்லை. இருபது கோடிக்கும் மேலாக உள்ள அமெரிக்க ஜனத்தொகையில் 87.4 சதவீதம் வெள்ளையர்; 11% நீக்ரோவர்; மீதமுள்ளோர் ஆசியர், அமெரிக்க இந்தியர் போன்றோர். வெள்ளையரில் சுமார் 35 சதவீதம் ஆங்கிலோ–சாக்ஸன் பிரிவைச் சேர்ந்தவர்கள். பொதுவாக அமெரிக்கா ஒரு மொழி நாடு. ஆங்கிலம். ஆனால் அவர்கள் ஆங்கிலத்தைப் படுத்திய பாட்டுக்கு அவர்கள் பயன்படுத்துவதை ஆங்கிலம் என்று அழைக்கலாமா என்று சிலர் கேட்டார்கள். ‘இங்கிலாந்தும் அமெரிக்காவும் ஒரே மொழியால் பிரிக்கப்பட்ட நாடுகள்.’ அமெரிக்க–ஆங்கிலத்தை அமெரிக்க மொழி என்று இப்போது குறிப்பிடுவது சகஜம். அமெரிக்க அகாரதி என்று தனியாக வெளியீடுகள் வந்திருக்கின்றன. அமெரிக்காவின் மேற்குப் பக்கக் கடற்கரைப் பகுதிகள் இருமொழிப் பிரதேசங்கள். ஆங்கிலம், ஸ்பானிஷ்.

அமெரிக்காவில் அன்றாட வாழ்க்கை எல்லாவிடங்களிலும் ஒரு சீராக அமைந்திருக்கிறது. போக்குவரத்துச் சாதனங்கள், பொருள் விநியோக நிறுவனங்கள் அபாரமாகச் செயல்படுவதே இதன் காரணம். நியூயார்க்கிலிருப்பவர் ஒரு சான்பிரான்ஸிஸ்கோ நபருடன் பக்கத்து அறையில்போல அவ்வளவு எளிதாக டெலிபோனில் பேசிவிடலாம். இரண்டாயிரம் மைல் தள்ளி ஒரு புது ஊரில் குடியேறினாலும் சாப்பாடு, இருப்பிடம், வீட்டு வாழ்க்கை வசதிகள் இவற்றில் எந்தவித மாறுதலும் இல்லாமல் வாழ்க்கையைத் தொடரலாம். அமெரிக்கர்களில் இப்படி இடம்பெயர்வது மிகவும் சகஜமானதொன்றாகும். இதனால் தஞ்சாவூர்க்காரன் என்ற சொல் குறிப்பிடும் எண்ணற்ற நுணுக்கங்கள் போன்றதை அமெரிக்காவில் ஒரு ஊரின் பெயரைச் சொல்லித் தெரிவித்துவிட முடியாது.

தங்கள் குற்றம் குறைகளைத் தாங்களே வெளிப்படுத்திக் கொள்ளத் தயங்காதவர்கள் அமெரிக்கர்கள். தகவல் பரிமாற்றச் சாதனங்களின் முழுச் சாத்தியத்தையும் இதற்குப் பயன்படுத்தத் தயங்குவதில்லை. தடுக்கி விழுந்தால் கூட அது உலகம் முழுக்கப் பறை சாற்றப்பட்டுவிடும். இன்றைய அமெரிக்க ஜனாதிபதி இரு முறை கால்தவறி விழ இருந்தது புகைப்படங்களாகவும் சினிமா டெலிவிஷன் படங்களாகவும் நிறைய வெளிவந்திருக்கின்றன!

உதிரி பிரிட்டிஷ் காலனிகளாக இருந்த மாநிலங்களை ஒரு ஐக்கிய நாடாக அமெரிக்கச் சுதந்திரப் பிரகடனம் மாற்றியது. மனித சகாப்தத்தில் அமெரிக்காவின் இந்த இருநூறு ஆண்டு

வரலாற்று முக்கியத்துவம் வாய்ந்தது. ஜெஃபர்ஸன், லிங்கன் போன்ற பல அமெரிக்கர்கள் உலகமனைத்துக்கும் வழியாகவும் ஒளியாகவும் இருப்பவர்கள்.

சுதந்திரப் பிரகடனத்தின் மூன்று கேந்திரமான சொற்கள்: வாழ்வு, சுதந்திரம், நிறைவை நோக்கி முன்னேறுதல்–Life, Liberty, Pursuit of Happiness. இவை வெவ்வேறு விதமாகப் பொருள்படுத்திக் கொள்ளக் கூடிய சிந்தனை வடிவங்கள். ஆனால் எப்படி அர்த்தப்படுத்திக் கொண்டாலும் இவை மனித இனத்தை வளப்படுத்தக் கூடியவையே. இச்சிந்தனை வடிவங்கள் அமெரிக்க இருநூறு ஆண்டுக் கொண்டாட்டத்தை மனித இன வரலாற்றின் ஒரு சிறப்பு நிகழ்ச்சியாக உயர்த்துகின்றன.

19

விமர்சனத்தின் விமர்சனம்

1. "இவன் யாருய்யா, இந்திரா பார்த்த சாரதிக்கு அடியாளா? வாயா? என் ரிஷிமூலம் கதைக்குத் *தினமணி கதிர்* எழுதியபோது இவன் எங்கேய்யா போயிருந்தான்? புளியம்பழம் பொறுக்கப் போயிருந்தானா? இப்போ வரிஞ்சு வரிஞ்சு எழுதறானே?" என்று ஜெயகாந்தன் சென்னையில் தன்னைப் பற்றிச் சீறியதாகச் 'சென்னையிலிருந்தும் வேறு பல ஊர்களிலிருந்தும் கொஞ்சம்கூட வேறுபாடற்ற ஒன்றிற்கொன்று சாட்சியமாக அமையும்' ஒரு செய்தியை வைத்து 'யாருக்காக யார் அழுவது?' என்று வெ. சாமிநாதன் எழுதியிருக்கும் ஐந்து பக்கக் கட்டுரையைக் *கசடதபற* – 13இல் பார்க்க மிகுந்த வருத்தம் ஏற்பட்டது. எதற்கு எது, எந்த அளவுக்குப் பதில், என்று ஒன்றிருக்கிறது. அந்த முறையில் இக்கட்டுரைக்குக் *கசடதபற* என்றில்லை, எந்தப் பத்திரிகையிலும் இடமில்லை. ஜெயகாந்தன், வெ.சாமிநாதன்மீது ஒரு கட்டுரையாகவோ அல்லது குறைந்தபட்சம் ஒரு பொது மேடையிலோ அவர் சீறியதாகக் கூறப்படும் முறையில் சீறியிருந்தால் கூட வெ. சாமிநாதன் இவ்விஷயத்தை ஒரு பொது விஷயம் என்று சமாதானப்படுத்திக் *கசடதபற* – 13 கட்டுரையை எழுதியிருக்கலாம். ஆனால், தனிப்பட்ட ஒரு சிறு குழுவில், அந்த நான்கு பேரோ ஐந்து பேரோ, நண்பர்கள், ஒருவரையொருவர்

ஒரு சிறுபத்திரிகை இடம் தருகிறது என்ற சலுகையைப் பயன்படுத்திக்கொண்டு, தனிப்பட்ட துவேஷத்திற்காக ஓர் எழுத்தாளரைத் தாக்கி ஒருவர் எழுதலாமா?

நன்கு புரிந்துகொண்டவர்கள், சொல்லப்படும் வார்த்தைக்கும் அப்பாற்பட்டு உணரக் கூடியவர்கள் என்ற நம்பிக்கையில் கூறப்பட்டது. இப்படி அந்தரங்க சம்பாஷணையில் நடந்ததற்கு மறுப்புக் கூறித்தான் தன் தன்மானம் காப்பாற்றப்படும் நிலையில் இருக்கிறது என்று வெ. சாமிநாதன் கருதினால் இக்கட்டுரையைக் கடிதமாக எழுதி நேராக ஜெயகாந்தனுக்கே அனுப்பியிருக்கலாம். கோழைத்தனம் என்ற சொல் வெ. சாமிநாதன் கட்டுரையில் இருக்கிறது. இந்த விஷயத்தில் தன் கண்டனத்தை நேரிடையாகத் தெரிவிக்காமல் இப்படி ஒரு பத்திரிகை மூலம், அதாவது ஒரு மூன்றாம் நபர் மூலம் கூறியிருப்பதில், வெ. சாமிநாதன்தான் கோழைத்தனம் என்ற குற்றச்சாட்டுக்கு இலக்காகியிருக்கிறார். வெ. சாமிநாதன் எடுத்துக் கொண்ட அளவுகோலைப் பிறர் கையாண்டு, தன் சொந்த சம்பாஷணைகளில் வெ. சாமிநாதன் எண்ணற்றவர்கள் பற்றிப் பேசியதையெல்லாம் அந்தந்த நபர்களுக்குக் கண் மூக்கு வைத்து உளவு கொடுத்து, அவர்களை வெ. சாமிநாதன்மீது திருப்புவது எவ்வளவு அநாகரிகமான செயலோ அவ்வளவு அநாகரிகம் வெ. சாமிநாதன் செயல்.

2. அற்ப விஷயத்தை, அந்தரங்கமான விஷயத்தைப் பொது வம்பாக மாற்றியபின் வெ. சாமிநாதன் உடனடியாக அவருக்குச் ‘சென்னையிலிருந்தும் வேறு பல ஊர்களிலிருந்தும்’ யார் யார் என்ன தகவல் கொடுத்தார்கள் என்று ஜெயகாந்தன் யார் மத்தியில் பேசினதாகத் தெரிகிறதோ அவர்களிடம் தெரிவித்து, அவர்களிடம் இவ்விஷயம் பற்றி நேரடித் தகவல் சேகரித்து, ஜெயகாந்தனையும் இதைப்பற்றி விசாரித்து, பின் ஜெயகாந்தன் மீது நடவடிக்கை எடுக்க வேண்டும். இதற்கு அநாவசியமாகச் சிறுபத்திரிகைகளின் பக்கங்களை வீணடிக்காமல் கடிதம் மூலம் இந்தக் குறைந்தபட்ச நடவடிக்கை எடுத்து அதன் பிறகு நீதிமன்றமும் செல்ல வேண்டும்.

3. வெ. சாமிநாதன் கட்டுரையைப் பொறுத்தவரையில், ஜெயகாந்தன் கேட்டதாகச் சொல்லும் கேள்விக்கு வெ. சாமிநாதன் இன்னும் பதில் தரவில்லை. ரிஷிமூலம் வெளியானபின் *தினமணி கதிரில்* வெளியான ஆசிரியர் குறிப்புக்கு எழுத்தாளர்களுக்காகச் சினங்கொண்டு எழும் வெ. சாமிநாதன் அந்நேரத்தில் என்ன செய்துகொண்டிருந்தார் என்பதற்குப் பதில் இல்லை. அந்த ஆசிரியர் – குறிப்பு வந்ததற்குப் பின்னும் ஜெயகாந்தன் *தினமணி கதிரில்* எழுதினார் என்ற சால்ஜாப்பு செல்லுபடியாகாது. எழுத்தாளர்களுக்கு நேரும் அவமதிப்பைக் காணச் சகிக்காத வெ. சாமிநாதன் அந்த நேரத்தில் ஏன் ஒரு சிறு எதிர்ப்புக்கூடத்

தெரிவிக்கவில்லை? *தினமணி கதி*ருக்கோ அதன் ஆசிரியருக்கோ ஒரு வரியாவது இதைக் கண்டித்து எழுதினாரா? அந்த நேரத்தில் இம்மாதிரி கண்டனங்களை வெளியிடுவதற்கு வேறு பத்திரிகைகள் இல்லை என்று கூறினாலும் அதுவும் ஒரு சால்ஜாப்பே. அப்படியென்றால் அவர் கட்டுரைகளை வெளியிடப் பணியும் பத்திரிகைகள் இருந்தால்தான் வெ. சாமிநாதன் எழுத்தாளர்களின் சகாயத்திற்கு வருவார் என்றாகிறது. அப்படியென்றால் வெ. சாமிநாதனுக்கு எழுத்தாளனுக்கு நேரும் அவமதிப்பு பெரிதல்ல, அவர் தனக்குக் கட்டுரைகள் எழுதிப் பிரசுரிக்கக் கிடைக்கும் வாய்ப்பே பெரிது என்றும் ஆகிறது.

4. அரசாங்கப் பணத்தைச் சரிவரப் பார்க்காத பிரெஞ்சு திரைப்பட டைரக்டர் ஹென்ரி லாங்லுவாவை அரசாங்க உத்தியோகத்திலிருந்து வேலை நீக்கம் செய்ததற்கு சார்த்தர், சைமன் டி போவா போன்ற எழுத்தாளர்கள் தெருவில் கோஷமிட்டுச் சென்றார்கள் என்பதை வெ. சாமிநாதன் கட்டுரைக்கு முத்தாய்ப்பாகத் தருகிறார். காங்கிரஸ் கட்சித் தேர்தலுக்காக ஜெயகாந்தன் மேடைப் பேச்சுக்குப் போனால் அவர் காமராஜ் அடியாள்; சிவாஜி கணேசன் பாராட்டுவிழா ஒன்றில் கலந்துகொண்டால் அவர் சிவாஜி கணேசனின் பணியாளர், அப்படியென்றால் சார்த்தர், சைமன் டி போவா போன்றவர்கள் ஹென்ரி லாங்லுவாவுக்கு என்ன வேண்டும்? சினிமா டைரக்டராயிருந்தால் அரசாங்க உத்தியோகத்தில் ஊழலாயிருக்கலாம் என்று வெ. சாமிநாதன் கூறுகிறாரா? ஜெயகாந்தன் ஆசிரியராக நடத்திய *ஞானரதத்*தில் வெ. சாமிநாதன் தொடர் கட்டுரை எழுதியபோது அவர் ஜெயகாந்தனுக்கு என்னவாக இருந்தார்? வெ. சாமிநாதன் காட்டும் நியாயங்கள் நபருக்கு நபர் மாறுபடுவதோடல்லாமல் விநோதமாகவும் இருக்கின்றன. *தினமணி கதி*ருக்கோ அதன் சகோதரப் பத்திரிகை ஏதாவதொன்றுக்கோ புதுடில்லியில் காரியாலயம் இருக்கக்கூடும். அங்கே போய் சார்த்தர், சைமன் டி போவாவின் வழிமுறைகளைப் பாராட்டும் வெ. சாமிநாதன் கோஷங்கள் எழுப்பி ஓர் ஊர்வலம் நடத்தியிருக்கலாம்; இப்போதும் அதற்குக் காலதாமதமாகவில்லை.

5. ஜெயகாந்தன் தன்மீது சீறியதாகக் கூறப்படுவதற்குப் பதில் தருவதாக ஆரம்பித்து, ஜெயகாந்தன் *தினமணி கதிர்* ஆசிரியரிடம் எப்படி எப்படிப் பேசியிருக்க முடியும், எப்படி எப்படி அந்த ஆசிரியரின் நன்மதிப்பை நீட்டித்துப் பெற்றிருக்க முடியும் என்பதைத் தன் கற்பனையாற்றல் மூலம் சுமார் மூன்று பக்கங்களுக்குக் குறையாமல் வெ. சாமிநாதன் எழுதியிருக்கிறார்.

இவ்விஷயங்கள் சர்ச்சை செய்யப்பட வேண்டிய விஷயங்கள் அல்ல. இவை ஜெயகாந்தனின் சொந்த விஷயங்கள். வெ. சாமிநாதன் கட்டுரைவரை இது தனிநபர் வம்பு. இதற்கு முறையான பதில் வெ. சாமிநாதன் அவர் காரியாலயத்தில் மற்றவர்களுடன் எப்படி உறவு முறைகள் வைத்திருக்கிறார், அவருடைய அதிகாரிகளிடம் எப்படி நடந்துகொள்கிறார் என்பது பற்றி எழுதுவதுதான். ஒரு படைப்பை அதை எழுதி முடித்ததோடு எழுத்தாளன் பணி முடிகிறது. அதன்பிறகு அதை வெளியிட வழி தேடுவது முற்றிலும் வேறு விஷயம். வெ. சாமிநாதன் தலைவணங்கும் சார்த்தரும் சைமன் டி போவா போன்றோரும் தங்கள் படைப்புகளுக்கு அதிகப் பலன் ஏற்படும் சாதனங்களில்தான் வெளியிட்டுக்கொள்கிறார்கள். வெ. சாமிநாதனுக்கு சார்த்தர் பற்றியும் சைமன் டி போவா பற்றியும் தகவல் தெரிவிக்கும் பிரசுரங்களே மேல் நாட்டினர் *தினமணி கதிராகப்* பாவிக்கும் *டைம், நியூஸ்வீக்* போன்ற லட்சக்கணக்கான பிரதிகள் விற்கும் பிரபல பிரபல பிரபலப் பத்திரிகைகள்தான். வெவ்வேறு நபர்களுக்கு வெவ்வேறு நியாயம் காட்டும் வெ. சாமிநாதனுக்கு இந்த அம்சங்கள் அறிவில் எட்டாமல் போவது ஆச்சரியமாயில்லை. ஜெயகாந்தன் *தினமணி கதிரில்* எழுதினால் என்ன, *குமுதத்தில்* எழுதினால் என்ன— அவர் எழுத்து இலக்கியத்தரமாக இருக்கிறதா இல்லையா என்று பரிசீலிப்பதுடன் விமர்சகன் வேலையும் உரிமையும் முடிகிறது. இந்தத் தனிநபர் வசைபாடு அத்துமீறிய செயலாகும்.

6. இம்மாதிரித் தனி நபர் தாக்குதல்களை எழுத்தாளர்கள் மீது நடத்தும் வெ. சாமிநாதனும் அவர் போன்றோரும் ஒரு முக்கிய விஷயத்தை உணர்ந்துகொள்ள வேண்டும். இவ்வாறு தாக்குதல் நடத்துவோர் பட்டியலில் ஒரு நாரண துரைக்கண்ணனையோ, ஒரு வல்லிக்கண்ணனையோ, கி. ராஜநாராயணனையோ, அழகிரிசாமியையோ, ஷண்முக சுந்தரத்தையோ, எம்.வி. வெங்கடராமனையோ காண முடியாது. இவர்களைவிட இந்தத் தாக்குதல்களை நடத்துகிறவர்களுக்கு எழுத்தின் மீது ஈடுபாடும் பொறுப்பும் உரிமையும் உண்டு என்று யாரும் கூறிவிட முடியாது. வெ. சாமிநாதனும் அவர் போன்றோரும் நடத்தும் இந்தத் தனி நபர்த் தாக்குதல்கள் இன்றைய தமிழ் இலக்கிய உலகின் முக்கியமான முரண்பாடு.

7. இந்தக் காரணத்தினாலேயே இந்த விமர்சகர்கள் யாருடைய ஆதரவுக்காகப் போனாலும் எண்ணியதற்கு நேர் எதிரான விளைவுகளே ஏற்பட முடியும். இந்திரா பார்த்தசாரதி பிரபல பத்திரிகைகளில் பிரசுரமாகி இலக்கிய உலகிற்கு வந்தவர்.

அவரை ஆதரிப்பதாகக் கிளம்பி யார் யாரையோ முறைகேடாகத் தாக்கியதன் மூலம் பிரபலப் பத்திரிகைகளிலும் இடம் கிடைத்த ஒரு நல்ல எழுத்தாளனை அச்சாதனங்களிடமிருந்து பிரித்து விடத்தான் முடியும். இவ்விளைவுகளால் முழுக்க முழுக்கப் பாதிக்கப்படுகிறவர் இந்திரா பார்த்தசாரதிதான். வெ. சாமிநாதனுக்கு யாதொரு நஷ்டமுமில்லை.

8. 'தன் சரக்கு விலை போகவேண்டும் என்பதற்காக, ஜெயகாந்தன் எடுத்துக்கொள்ளக் கூடிய செயல்முறைகளை, இலக்கிய விமர்சகன் என்ற வரம்பைக் கடந்து வெகுதூரம் திசை தப்பிச்சென்று தாக்கியிருக்கும் வெ. சாமிநாதன் தன் சரக்காகிய இக் கசடதபற கட்டுரை பிரசுரமாவதற்கு எடுத்துக்கொண்ட நடவடிக்கைகள் எப்படிப்பட்டவை? இதே கட்டுரையைக் கசடதபறவுக்குத் தெரிவிக்காமல் ரகசியமாகக் கணையாழிக்கும் தாமரைக்கும் அனுப்பினார் என்பதை இறுதியில் அவரே ஒத்துக்கொள்ள வேண்டியிருந்திருக்கிறது. ஆர்ட் புக் வால்டு செய்வதுபோல என்றொரு விளக்கம் தன்னை ஆர்ட் புக் வால்டாகக் கற்பிதம் செய்துகொள்கிறவர் ஆர்ட் புக் வால்டைப்போல எழுத்துத் துறையில் தன் வாழ்வை முழுப் பணயமாக வைத்திருக்க வேண்டும். அது ஒருபுறமிருக்க, எவ்வளவோ வருடங்களாகக் கட்டுரைகளும் ஆசிரியர்க் கடிதங்களும் எழுதி வருபவர் திடீரென்று இந்தக் கசடதபற கட்டுரை விஷயத்தில் மட்டும் ஆர்ட் புக் வால்டைப் பின்பற்றி ஒன்றுக்கும் மேற்பட்ட பத்திரிகைகளில் பிரசுரம் கிடைக்கக் காத்திருந்த காரணம் என்ன? அதிலும் தாமரைக்கு இந்தக் குறிப்பிட்ட கட்டுரையை அனுப்பித்ததிலிருந்து வெ. சாமிநாதன் இலக்கியக் கொள்கைகள் தெளிவாகின்றன. தன் சரக்கு விலைபோகும் இடமாகப் போக வேண்டும் என்பதைத் தவிர வேறு என்ன இலக்கியச் சேவை இச்செயல் மூலம் உருவாகிறது? மிகையான சுய அபிமானமும், தன் வசவுகள் இலக்கை எட்ட வேண்டும் என்பதற்காக எப்படிப்பட்ட முறைகளுக்கும் இறங்கும் தன்மையையே இச்செயல் தெளிவாக்குகிறது.

9. இன்றைய யதார்த்தத்தில் தமிழ் படிக்கும் வாசகர்கள் எண்ணிக்கையில் பெருத்த அளவில் இருக்கிறார்கள். ஆனால் இதில் ஆழமான எழுத்தை நாடிப் போகிறவர்கள் மிக மிகக் குறைவு. மீண்டும் மீண்டும் கல்கியையும் அகிலனையும் நா. பார்த்தசாரதியையும் சாண்டில்யனையும் குற்றம்சாட்டிக் கொண்டிருப்பதில் பலனேதுமில்லை. இன்றைய தமிழ் வாசகரின் சராசரித் தரத்தை உயர்த்துவதற்கு நல்ல எழுத்து நிறையப்பேர் பார்வைக்கு எட்டக்கூடிய முறையில் இருக்க வேண்டும். தமிழ்

இலக்கியம் மேலும் உத்வேகம் பெறவேண்டும்...' தரமுள்ள எழுத்தை நாடிப்போகும் தமிழ் வாசகர் எண்ணிக்கை பெருக வேண்டுமென்ற அக்கறை கொண்டிருப்பவர்கள் பிரபல பத்திரிகைகளைச் சந்தர்ப்பம் வரும்போது அவசியம் கோபிப்பார்கள், கண்டனத்தைத் தெரிவிப்பார்கள். ஆனால் இனி உன் உறவே வேண்டாம் என்ற முறையில் யமதர்மராஜப் பார்வை பார்த்துத் தீர்ப்புக் கூறி ஒதுக்கித்தள்ளிவிட மாட்டார்கள். ஒரு பெரிய லட்சியத்தையடைய கீழ்த்தளத்தில் உள்ள சிறு சிறு பொத்தல் கோணல்களைப் பெரிதுபடுத்தி அத்தோடு நின்றுவிடமாட்டார்கள். தங்கள் மொழி இலக்கியம் செல்வாக்கு பெற வேண்டும், உயர் தர இலக்கியமே மக்கள் இலக்கியமாகவும் ஆக வேண்டும் என்பவர்கள் இந்த இருபதாம் நூற்றாண்டின் குறிப்பிடத்தக்க, இன்றியமையாத சாதனமாகிய பெருவாரிப் பத்திரிகைகளைப் பயன்படுத்திக் கொள்வார்கள், பயன்படுத்திக் கொண்டுதானிருக்கிறார்கள்; முன்னேற்றம் அடைந்த நாடுகளிலும்கூட. பாரிஸ் தெருவில் சார்த்தரும் சைமன் டி போவாவும் கோஷமிட்டு ஊர்வலம் சென்றதை அறிந்தவருக்கு இத் தகவலும் தெரிந்திருக்க வேண்டும். ஒரு பத்திரிகையின் ஆசிரியர் ஹோட்டல் நடத்தியிருந்தால் என்ன, பத்திரிகையின் முதலாளி மார்வாரியாயிருந்தால் என்ன?

10. தமிழ்மொழி இலக்கியம் வளம் பெற வேண்டும் என்று உண்மையாகவே நாட்டம் உள்ளவர்கள், தமிழ் மக்கள் இலக்கிய ரசனை உயர்ந்து சர்வதேசத் தரத்தையடைய வேண்டும் என்று உண்மையாகவே அக்கறையுள்ளவர்கள் ஆர்ப்பாட்டம் இல்லாமல் பணி புரிந்துகொண்டிருப்பார்கள். ஒரு பெரிய இலக்கை அடைய வேண்டும் என்ற திடமான தீர்மானத்தினால் அந்தப் பயணத்தில் சிறு தடங்கலும் உண்டாகக் கூடாது என்பதற்காக ஒரு சிறுபிழையும் தாங்கள் புரிந்துவிடக் கூடாது என்ற அச்சம் கொண்டிருப்பார்கள். ஆனால் வெ. சாமிநாதன் போன்றவர்களுக்குத் தமிழ்மொழி இலக்கியம் மீதும் அக்கறை கிடையாது. தமிழ் வாசகர்கள்மீதும் அக்கறை கிடையாது. அவர்கள் கோஷமிடுவதோடு சேர்ந்து கோஷமிடாவிட்டால் எல்லாரும் மூக்கரையர்கள், அவர்கள் பேசும் ஏச்சுகளை ஆமோதிக்காவிட்டால் சுரணை கெட்டவர்கள். மனிதனாகவாவது மதிக்கும் அடிப்படைப் பண்புகூட இல்லாத இவர்கள், 'நீரளவே ஆகுமாம் நீராம்பல், தமிழ்நாட்டின் தகுதிக்கு ஏற்றவாறுதான் நமக்குப் பத்திரிகையாளரும் எழுத்தாளர்களும் அறிஞர்களும் சிந்தனையாளர்களும் சிறுகதை மன்னர்களும் கிடைக்கிறார்கள்' என்று ஏசி, எங்கோ தாங்கள் தப்பித் தவறி இம்மக்களிடையில் அவதரித்துவிட்ட தெய்வங்கள் போல் பாவித்துக்கொள்வார்கள். இவர்களுக்கு இலக்கிய உலகில் புகுந்து

முறைகேடாகக் குட்டை குழப்புவதில் யாதொரு அச்சமும் கிடையாது. ஏனென்றால் இவர்களின் பொறுப்பற்ற செயல்கள் இவர்களைப் பாதிக்கப்போவதேயில்லை. ஆனால் இவர்களின் பொறுப்பற்ற செயல்களின் விளைவுகளை அனுபவிப்பவர்கள் தொடர்ந்து படைத்துக்கொண்டு, தம் படைப்புகளை உலகுக்கு அளிக்க வேண்டிய கடமையும் பொறுப்பும் உள்ள உண்மையான எழுத்தாளர்கள். தங்கள் பொறுப்பற்ற செயல்களுக்கு இலக்கியத் துறையில் விளைவுகளில்லாத வெ. சாமிநாதன் போன்றவர்கள் உண்மையிலேயே வீரதீரம் பொருந்தியவர்களானால் அவர்களுக்கு விளைவுகள் ஏற்படக்கூடிய துறையில் தங்களுடைய ஆவேசத்தையும் தன்மானத்தையும் கோபத்தையும் காட்ட வேண்டும்.

20

தமிழ் நாவல் ஒரு – கண்ணோட்டம்

பெங்குவின் பதிப்பகத்தாரின் பிரதிநிதி ஒருவர் சில மாதங்களுக்கு முன்பு சென்னை வந்திருந்தார். அவர் எழுத்தாளர். கவியும் கூட. அவர் மூலம் பெங்குவின் பதிப்பகத்தார் தற்கால இந்திய இலக்கியப் படைப்புகள் கொண்ட தொகுப்பு நூல் ஒன்றை ஆங்கில மொழிபெயர்ப்பில் வெளியிடுவதற்கு ஏற்பாடு செய்துகொண்டிருப்பது தெரிந்தது. இந்த வரிசையில் பெங்குவின் கம்பெனியார் நாடுகளின் இலக்கியத் தொகுப்புகளை ஏற்கனவே வெளிக் கொணர்ந்திருக்கிறார்கள்: Italian, Writing Today, French Writing Today, Latin American Writing Today, African Writing Today. இப்போது 'இந்தியன் ரைட்டிங் டுடே' என்று ஒரு நூல் கொண்டு வரத் திட்டம். இதற்காக வெகுநாட்களாகவே மிகவும் பரவலாகக் கவனமாக வெவ்வேறு இந்திய மொழிகளில் வெளிவந்த, வெளிவரும் படைப்புகளை அவர்கள் பரிசீலித்து வருவது தெரிந்தது.

அந்தப் பதிப்பாளர் நோக்கம் அந்தத் தொகுப்பு நூல் தற்கால இந்திய இலக்கியமாக இருக்க வேண்டும். ஆனால் அதன் இலக்கியத் தரம் சர்வதேசத்து வாசகர்கள், விமர்சகர்கள் ஏற்றுக்கொள்ளக் கூடியதாக இருக்க வேண்டும் என்பது. இந்தியாவின் முக்கிய மொழிகள் எல்லாவற்றுக்கும் பிரதிநிதித்துவம் தர வேண்டுமென்கிற எண்ணமிருந்தாலும் எந்த

மொழியிலாவது அவர்கள் நிர்ணயித்திருக்கும் தரத்திற்குப் படைப்புகள் கிடைக்காவிடில் அந்த மொழியை விட்டுவிடுவதில் அவர்களுக்குத் தயக்கம் இருக்காது என்று தெரிந்தது. கூடுமானவரையில் எல்லா மொழிகளையும் சேர்த்துக் கொள்ளத்தான் முயற்சி, ஆனால் எந்த ஒரு படைப்பும் இறுதித்தேர்தலில் அதன் தரத்தின் தன்மையால்தான் நூலில் இடம் பெற முடியும் என்று தெரிந்தது.

இந்த அடிப்படையில் தமிழில் இந்தப் பதினைந்து இருபது வருடங்களாகப் பெயர், புகழ், செல்வாக்கு உயரிய இடங்களில் அங்கீகாரம் பெற்ற படைப்புகள் எல்லாம் அவர்கள் பரிசீலனைக்கு உட்பட்டிருந்தது. ஆனால் இரண்டாவது பரிசீலனைக்கு என்று அதிலிருந்து அவர்களுக்கு அதிகம் கிடைக்கவில்லை என்று தெரிந்தது. இந்தி, கன்னடம், மராட்டி, மலையாளம், குஜராத்தி, வங்காள மொழிகளில் அவர்களுடைய இறுதிப் பரிசீலனைக்கு என கணிசமான அளவு படைப்புகள் கிடைத்திருந்தன.

எனக்குத் தெரிந்து தமிழில் இரு ஆசிரியர்களை அந்தச் சர்வதேசப் பதிப்பில் சேர்த்துக்கொள்ள அவர்கள் தேர்ந்தெடுத்திருந்தார்கள். ஒருவர் லா.ச.ரா. இன்னொருவர் மௌனி.

அந்தத் தொகுப்பாசிரியர் தமிழ்நாட்டு நிலைமை பற்றிக் கூறுகையில் ஒரு கருத்து தெரிவித்தார்: *"Why don't we have two great novelists instead of two thousand good short-story writers? The short-stories here has been given monumental importance. But is the monumental any higher than a toad stool when compared to the structures of world novelists like Dostoyevsky, Dickens, Mann and Grass?"* நல்ல சிறுகதை எழுதுபவர்கள் இரண்டாயிரம் இருக்கிறார்கள். ஆனால் ஏன் இரண்டு மகத்தான நாவல்கள் படைப்பவர்கள் இல்லை? சிறுகதைக்கு அபரிமிதமான முக்கியத்துவம் இங்கு தரப்படுகிறது – அதற்குச் சிலையே வைத்துவிடுகிறார்கள். ஆனால் அந்தச் சிறுகதைச் சிலையை டாஸ்டாயவ்ஸ்கி, டிக்கின்ஸ், மான், குண்ட்டர் கிராஸ் போன்றோருடைய சிருஷ்டிகளோடு இணைத்துப் பார்க்கும்போது கையளவு உயரம்கூட இல்லாததாகவல்லவா இருக்கிறது.

இந்தக் கருத்தைக் கூர்ந்து கவனித்தால் உண்மையம்சம் சிறிது இருப்பதாகவேபடுகிறது. நாம், தமிழர்கள், நமது சமகாலத்திய இலக்கியப் படைப்புகளுக்கு அநேகமாக முழுக்க முழுக்க நம்முடைய பிரபல பத்திரிகைகளை எதிர்பார்த்துக் கொண்டிருக்கும் நாம் வாழ்க்கையின் விஸ்தாரத்தைக் காட்டக் கூடிய நாவல்களைக் காட்டிலும் வாழ்க்கையின்

சிறு துகள்களை மட்டும் பிரதிபலிக்கக் கூடும் சிறுகதைகளை அதிகம் வேண்டுபவர்களாக இருக்கிறோம். ஒரு நாவலை ஏற்றுக் கொள்ளக் கூடிய பொறுமை, ஒரு நாவலை ஏற்றுக்கொள்வதற்கு நாம் தர வேண்டிய உழைப்பு, இவற்றை நாம் மட்டுப்படுத்திக் கொள்கிறோம். நம்முடைய முதற்கவனம் சிறுகதைகளுக்குப் போகிறது. நாம் சிறுகதை மனிதர்களாக இருப்பதையே அதிகம் விரும்புகிறோம்.

சரி, இந்தச் சிறுகதைகள் எப்படியிருக்கின்றன?

சென்னையில் சுமார் ஓராண்டு காலமாக 'இலக்கியச் சிந்தனை' என்றொரு அரங்கம் செயல்படுகிறது. இதை நடத்துபவர்கள் இரு சகோதரர்கள். இருவரும் தாங்கள் வாசகர்கள் என்பதற்கு மேல் அந்தஸ்து கொண்டாடுவதில்லை. மாதம் ஒரு கூட்டம். ஒவ்வொரு கூட்டத்திலும் ஒரு முதியவர் ஏதாவது பொருள்மீது இலக்கியச் சொற்பொழிவாற்றுவார். அதன் பின்னர் ஒருவர் அந்த மாதத்தில் தமிழ்நாட்டுப் பத்திரிகைகளில் வெளியான 70, 80 சிறுகதைகளை விமர்சித்து அதில் சிறந்த கதை ஒன்றைத் தேர்ந்தெடுப்பார். இந்த விமர்சகர் தனக்கிடப்பட்ட பணியை அதாவது தமிழ்நாட்டுப் பத்திரிகைகளில் வெளியான எல்லாக் கதைகளையும் சீராகப் படித்து நல்லதைத் தேர்ந்தெடுக்க வேண்டும் என்ற பணியை முழுக்கவனமும் கொடுத்துப் புரிய ஒரு சிறு தூண்டுகோலாக இருக்குமாறு அவருக்கு சன்மானமும் வழங்கப்படுகிறது.

அந்த 'இலக்கியச் சிந்தனை'க் கூட்டங்களுக்கு நீதிபதிகள், பதிவு பெற்ற அரசாங்க அதிகாரிகள், வர்த்தகத்துறைப் பிரமுகர்கள் முதல் கல்லூரி மாணவர்கள், இப்போதே எழுதத் தொடங்கிய எழுத்தாளர்கள்வரை வருகிறார்கள். மிகவும் சமாதானமான கூட்டம், மிகவும் சமாதானமான சூழ்நிலை. ஆனால் இக்கூட்டங்களில் மாதமடுத்து மாதம் படிக்கப்படும் சிறுகதை விமர்சனக் கட்டுரைகளைக் கேட்டால் இந்த இலக்கியச் சிந்தனைக்காரர்கள் வேண்டுமென்றே நம் தமிழ்நாட்டுப் பத்திரிகைகளின் தரத்தைச் சந்திசிரிக்க வைப்பதற்கென்றே இக்கூட்டங்களை நடத்துகிறார்களோ என்று தோன்றும். ஆனால் அப்படியெல்லாம் நோக்கம் இல்லை. இந்த விமர்சகர்கள் மிகமிக மாறுபட்ட ரகத்தினர். ஒரு மாதம் உமாசந்திரன், இன்னொரும் மாதம் சா.கந்தசாமி, ஒரு மாதம் வாசவன், இன்னொரு மாதம் எஸ். வைதீஸ்வரன். இவர்கள் அவ்வளவுபேரும் நம் இன்றைய தமிழ்ப் பத்திரிகைகளின் சிறுகதைகளின் தரத்தைப் பற்றி கிட்டத்தட்ட ஒருமித்த அபிப்பிராயம்தான் வைத்திருக்கிறார்கள்

என்று தெரிகிறது. இவர்கள் கண்டனத்திலிருந்து எந்தப் பத்திரிகையும் விடுபடவில்லை.

நமது இன்றைய தமிழ் நாவல்கள் அநேகமாக எல்லாமே இந்தப் பத்திரிகைகளில்தான் தொடர்கதைகளாக வெளிவருகின்றன. தொடர்கதைகள் முடிந்தபிறகு நூல் வடிவத்தில் இவை வருகின்றன. பொதுவாக நமது நூல் பதிப்பாளர்களுக்குப் பிரபல பத்திரிகைகளின் வாசகர்களின் மதிப்பீட்டின் மீது அதிக நம்பிக்கை இருக்கிறது என்று தெரிகிறது. *Vox populi, Vox Dei*. மக்கள் குரலே மகேசன் குரல். உணவு, உடை, தொழில் வாய்ப்பு, வாழ்க்கைச் சாதனங்கள், சுகாதார வசதிகள் – இவை எல்லாம் மக்கள் இயக்கங்கள். இங்கேயெல்லாம் மக்கள் குரலே மகேசன் குரல். ஆனால் இலக்கியம் ஒரு மக்கள் இயக்கமாக முடியுமா?

லட்சக் கணக்கில் வாங்கப்படும், படிக்கப்படும் பத்திரிகைகளுக்கு இன்றைய சமுதாயத்தில் ஒரு இடம், ஒரு தேவை இருக்கத்தான் செய்கிறது. அந்தப் பத்திரிகைகள், அந்தப் பத்திரிகையின் சினிமா விமர்சனம், அழகிய நடிகையின் வண்ணப்படங்கள், விகடத் துணுக்குகள் அப்புறம் சிறுகதைகள், தொடர்கதைகள் இவை திடீரென்று ஒருநாள் இல்லாமல் போனால் காலையிலிருந்து மாலைவரை காரியாலயத்திலோ தொழிற்சாலையிலோ மருத்துவமனையிலோ எட்டுமணி நேரம் உழைத்துவிட்டு, மணிக்கணக்கில் பஸ்ஸுக்காகக் காத்திருந்து, பஸ் வந்தபோது இடித்துப் பிடித்து ஏறிப் பயணம் செய்து, வீட்டுக்கு வந்தவுடன் மூன்றாவது குழந்தையை மார்சளிக்காக டாக்டரிடம் அழைத்துப் போக வேண்டியவர்களுக்கு, இவர்கள் போன்ற லட்சக் கணக்கானவர்களுக்குத் திடீரென்று இப்பத்திரிகைகள் எல்லாம் நின்றுவிட்டால் வாழ்க்கை மிகவும் ரசமற்றதாகி விடும். அலுப்பும் சலிப்பும் ஈவு இரக்கமற்றதுமான வாழ்க்கைச் சுழலிலிருந்து இந்த லட்சக்கணக்கானவர்கள் தப்பித்துச் சிறிது நேரமாவது ஒரு கிளர்ச்சிமயமான கற்பனை உலகத்தில் சஞ்சரிக்க இக்கதைகளும் தொடர்கதைகளும் வேண்டித்தான் இருக்கின்றன.

இப்போது தற்காலத் தமிழ் இலக்கியத்தில் எது தரமானது, எது இல்லை என்பது பெரும் சர்ச்சைக்குரிய விஷயமாக இருக்கிறது. சாஹித்ய அகடமி பரிசு போன்ற அதிகாரப்பூர்வமான அங்கீகாரம் பெற்ற படைப்புக்கள் கூட, இலக்கிய விமர்சனம் என்று வரும்போது அப்படைப்புகள் அப்படியே இலக்கியமாக ஏற்கப்படுவதில்லை என்றே தெரிகிறது. இதை எல்லாம் விட்டுவிட்டுச் சர்ச்சைக்கே இடமில்லாத இலக்கியங்கள் இரண்டை எடுத்துக்கொள்வோம்:

சிலப்பதிகாரம், கம்பராமாயணம். தமிழ்நாட்டில் அநேகமாக எல்லோருக்கும் ராமர் கதை தெரிந்திருக்கும். எல்லோருக்கும் கோவலன் கண்ணகி கதை தெரிந்திருக்கும். ஆனால் மக்கள் குரலே மகேசன் குரல் என்னும் வாசகத்திற்குச் சாதகமாக இருக்கும் நமது லட்சக்கணக்கான தமிழ்ப் பத்திரிகை வாசகர்களில் எவ்வளவு பேர் சிலப்பதிகாரத்தையும், கம்பராமாயணத்தையும் இலக்கியமாகப் படிக்கிறார்கள், படித்திருக்கிறார்கள்? அந்த இரு படைப்புகளின் இலக்கிய நயம் எவ்வளவு பேர் மனத்தை நெகிழச் செய்திருக்கிறது?

பெரிய பத்திரிகைகள் நிறைய சன்மானம் தருகிறார்கள். பெரிய பெரிய இயந்திரங்கள் வைத்திருக்கிறார்கள். ஏராளமான செலவு செய்துதான் ஒவ்வொரு இதழின் பதிப்பையும் வெளிக்கொண்டு வருகிறார்கள். ஆதலால் அவர்கள் ஏராளமான வாசகர்களை எட்ட வேண்டிய நிர்ப்பந்தம் இருக்கிறது. அவர்கள் வேண்டுமென்றாலும் வேண்டாமென்றாலும் வாசக ரஞ்சகம் என்னும் அம்சம்தான் அவர்களுக்கு முக்கியமாக இருக்க முடியும், வாசக ரஞ்சக அம்சத்தின் முக்கியத்துவம் அதிகரிக்க அதிகரிக்க இலக்கியத் தரம் குறையத்தான் வேண்டும். இங்கு எழுத்தாளர்கள் வாதாடலாம்; "நான் அந்தப் பத்திரிகை முதலாளிகளையோ ஆசிரியர்களையோ பற்றிக் கவலைப்படுவதில்லை. என் விருப்பப்படி, சுயேச்சையாக சுதந்திரமாக நான் எழுதுகிறேன், அவர்கள் போடுகிறார்கள்," என்று. இங்கே இந்தச் சந்தர்ப்பத்திற்கும் பொருந்தும்படி லெனின் கூறியது ஒன்றைப் படிக்கின்றேன்.

"எதிர் எதிரான வர்க்கங்களைக் கொண்டுள்ள ஒரு சமுதாயத்தில் எழுத்தாளர் சுதந்திரம், இலக்கியச் சுதந்திரம் என்று சொல்லப்படுவதெல்லாம் வெறும் கட்டுக்கதை, வெறும் மயக்குத் தோற்றம்."

இதை அவர் விளக்குகிறார். 'இலக்கியப் படைப்புச் சுதந்திரம்' 'எழுத்தாளனின் சுதந்திரம்' என்பதைச் செயல் படுத்துவது சாத்தியம் இல்லை. ஏனெனில் எழுத்தாளன் பிரசுரகர்த்தரையே நம்பி வாழ வேண்டியிருக்கிறது. பிரசுரகர்த்தருக்குக் கலை நயம், தார்மீக மதிப்புகளைக் காட்டிலும் புத்தகம் லாபம் தருமா என்பது முக்கியம். மேலும் ஒரு புத்தகத்தின் வெற்றியும் அதனால் கிட்டக் கூடிய லாபமும், விளம்பரத்தையும் இலக்கிய விமர்சகர்களையும் பெரிதும் சார்ந்துள்ளன. பெரிய பத்திரிகைகளும் சஞ்சிகைகளும் வெளியிடுகிற விளம்பரங்கள், விமர்சனங்கள் ஆகியவற்றின் மூலம் வாசகர்கள் பெரிதும் பாதிக்கப்படுகிறார்கள், அவை பெரிய முதலாளிகள் கையில் இருக்கின்றன. அவர்கள் தங்கள் செல்வாக்கும் செல்வமும்

பெருகுவதைத்தான் முக்கியமாகக் கருதுவார்கள். இந்த நிலையில் எழுத்தாளன் அடங்கிப்போவது தவிர வேறு வழியில்லை, சுதந்திரமாக ஆசைப்படுகிற ஓர் எழுத்தாளன். தன் எழுத்து பிரசுரமாகி, போதிய கவனிப்பைப் பெறுவதற்கு யாரை நம்பியிருக்க நேரிடுகிறதோ அவரது பொருளாதார அக்கறைகளை மதிக்காமல் போனால் அநாமதேயமாகிவிடுவான்."

அதாவது, நான் இடம் பெறவிருக்கும் பெரும் பத்திரிகையின் அக்கறைகளை மதிக்காவிட்டால், அப்பத்திரிகையின் முதல் நலனாகிய விற்பனையை மதிக்காவிட்டால் அப்பத்திரிகை என்னை அநாமதேயமாக்கிவிட முடியும்.

இதை அப்படியே முழுக்க முழுக்க உண்மை என்று எடுத்துக்கொள்ள வேண்டாம். ஆனால் ஓரளவு உண்மை இத்திசையில் இருக்கலாம் என்கிற அளவுக்கு இதற்கு மதிப்பு தரலாம். பிரபல பத்திரிகைகளுக்குத் தொடர்கதைகளாக எழுதப்படும் நாவல்களுக்கு மகத்தான இலக்கியப் படைப்புகளாக உருவாவதற்கு வாய்ப்பு சிறிது குறைவுதான்.

தொடர்கதையாக வராமல் தமிழில் புது நாவல்களாக ஒன்றுமே வரவில்லையா என்று கேட்கலாம்; வந்திருக்கின்றன. ஆனால் இந்தப் பத்து வருடத்தில் வெளிவந்ததை நாம் இரு கைவிரல்களில் எண்ணிவிடலாம். 'புத்தம் வீடு', 'வாடிவாசல்', 'அம்மா வந்தாள்', 'புத்ர', 'மாயத்தாகம்', 'வேள்வித் தீ'. இலங்கை கணேசலிங்கனின் நாவல்கள், 'தலைமுறைகள்', 'மலரும் சருகும்', 'சாயாவனம்', 'குரு க்ஷேத்ரம்' என்னும் தொகுப்பு நூலில் வந்த 'ரோகிகள்' என்னும் நாவல், 'ஆத்மாவின் ராகங்கள்', 'அபிதா'... இதே வருடங்களில் நம் நாட்டு அச்சு இயந்திரங்கள் எத்தனை ஆயிரம் சிறுகதைகளையும், நூற்றுக்கணக்கான தொடர் கதைகளையும் அச்சடித்திருக்கும்? அதில் எவ்வளவு சிறிய பகுதி இந்தத் தனி நாவல்கள்?

இந்த நாவல்களையே இன்னும் சிறிது நெருங்கிப் பார்ப்போம். கணேசலிங்கனின் நாவல்கள் அவரே பொருள் முதலீடு செய்து தயாரிக்கும் புத்தகங்கள்; 'குருக்ஷேத்ரம்' அப்படிப்பட்ட ஒரு நூல்தான். 'தலைமுறைக'ளும் அவ்வாறே வெளிவந்த புத்தகம். 'தலைமுறைகள்' நாவலை நிச்சயம் எந்தப் பத்திரிகையும் தொடர்கதையாக வெளியிட்டிருக்காது. அதுபோகட்டும். ஏன் ஒரு தொழில்ரீதிப் பதிப்பகத்தார் அதை வெளிக் கொணரவில்லை?

'தலைமுறைகள்' நாவல் விமர்சகர்களின் ஏகோபித்த பாராட்டைப் பெற்றது. நம் தமிழைப் பொறுத்தவரை சரியாகவோ தவறாகவோ இலக்கிய விமர்சனம் என்ற மேடை

படைப்புக்கலை

மீதேறிக் கண்டனத்திற்கும் வெறுப்புக்கும் தம்மை உட்படுத்திக் கொள்கிறவர் ஒருவருக்கு மேல் இல்லை. இவர் புத்தகத்தைப் படித்துவிட்டு ஒரு கட்டுரை எழுத வேண்டிய முயற்சியையும் நேரத்தையும் செலவிட்டுக் கருத்து தெரிவித்தபின்தான் அதை ஒட்டியும் வெட்டியும் அனேகர் பேசுகிறார்கள், எழுதுகிறார்கள். எனக்குத் தோன்றுகிறது, ஆனால் ஒரு புதிய நூல், ஒரு புதிய நாவல் என்று வெளிவந்தால் இந்த இரண்டு மூன்று பேர்கள்தான் அதைக் கவனிக்கவாவது செய்கிறார்கள். ஓர் எழுத்தாளனுக்கு அவனுடைய படைப்பு குறிப்பிட்ட ஒருவரால் படிக்கப்பட்டது என்பதே முதல் மதிப்பு தருவது போலல்லவா?

மீண்டும் 'தலைமுறைக'ளுக்கு வருவோம். இப்படி விமர்சகர்களின் பாராட்டைப் பெற்றாலும்கூட இந்தப் புத்தகம் அப்படி ஒன்றும் ஏராளமாக விற்றதாகத் தெரியவில்லை. சரி, இந்தப் புத்தகம் விற்க வேண்டாம். இந்த இரண்டு மூன்று ஆண்டுகளின் சிறந்த நாவல் ஒன்றை எழுதியவர் என்று அதன் ஆசிரியர் நீல. பத்மநாபனின் பெயராவது பரவலாக நம் தமிழ் வாசகர்களுக்குத் தெரிகிறதா? சுஜாதா பெயர் தெரியும், மணியன் பெயர் தெரியும், டபிள்யூ.ஆர். சுவர்ணலதா பெயர் தெரியும். இந்திரா பார்த்தசாரதி பெயர் தெரியும். பாக்கியம் ராமஸ்வாமி பெயர் தெரியும். ஸ்ரீவேணுகோபாலன் பெயர் தெரியும். ஆனால், லட்சக்கணக்கான பேர்களுக்கு நீல. பத்மநாபன் என்றொரு ஜீவன் தமிழ் எழுதுகிறது என்றுகூடத் தெரியாது.

இங்கே நமது பெரும்பத்திரிகைகளைப் பற்றி மீண்டும் ஒரு வார்த்தை கூற வேண்டியிருக்கிறது. இவர்கள் நீல. பத்மநாபன், நகுலன், சா. கந்தசாமி, ஷண்முக சுந்தரம் போன்ற எழுத்தாளர்களின் படைப்புகளைத் தொடர்கதைகளாக வெளியிட வேண்டாம். ஆனால் ஏதாவது ஒரு விதத்தில் அவர்களைப் பற்றிக் குறிப்பிடலாம் அல்லவா? மிஷீமா என்கிற ஜப்பானிய எழுத்தாளர் வயிற்றைக் கிழித்துக்கொண்டு தற்கொலை செய்துகொண்ட விவரத்தை நிச்சயம் ஒரு பெரிய தமிழ்ப் பத்திரிகையாவது வெளியிடும், அந்தக் கத்தியின் புகைப்படத்தோடு. ஆனால் நீல. பத்மநாபனைப் பற்றி ஒரு சொல் வரவில்லை. வராது. எழுத்தாளர்கள் பற்றி இப்பத்திரிகைகள் ஒன்றுமே வெளியிடுவதில்லை என்று கூறி விடமுடியாது.

சில மாதங்கள் முன்பு வெளிநாடு போனவர்கள் என்ன உடை உடுத்தார்கள், என்ன காலணி அணிந்தார்கள் என்றெல்லாம் வந்திருந்தது. இவ்விடத்தில் லெனின் கூற்று இன்னும் அர்த்தம் பொருந்தியதாக விளங்குகிறது. இந்தப் பத்திரிகையின் பொருளாதார அக்கறைகளை மதிக்காமல் சுயேச்சையாக

இருக்கும் அல்லது இருக்க விரும்பும் எழுத்தாளனை இவர்கள் அநாமதேயமாக்கி விடமுடியும்.

இந்தச் சூழ்நிலையில் எவ்வளவு தமிழ் நாவலாசிரியர்களுக்கு சுயேச்சையாக, சுதந்திரமாக, புதுமையாக நாவல் படைக்க ஊக்கம் இருக்கும்? எவ்வளவு பேர் நகுலன், நீல. பத்மநாபன் போல் ஆயிரம் இரண்டாயிரம் ரூபாய் முதலீடு செய்து அவர்கள் புத்தகத்தை அவர்களே பதிப்பித்து வெளிக்கொணர முடியும்? நான் யாரையும் குற்றம் கூறவில்லை. வாசகரஞ்சகம் என்ற ஓர் அம்சத்தையே நோக்கமாகக் கொள்ளாமல் சுயமாக, புதிய கோணத்தில், இன்றைய வாழ்க்கையின் நுணுக்கமான சிக்கல்களை அடிப்படையாக வைத்து எழுத முன் வர ஒரு எழுத்தாளனுக்கு எப்படி உற்சாகம் இருக்கும்?

இது ஒருபுறமிருக்க, 'தலைமுறைகள்', 'சாயாவனம்' இவை எல்லாம் நாவலா என்று கேட்கும் பிரிவு இருக்கிறது. கதை எங்கே, கதாநாயகன் எங்கே, லட்சியம் எங்கே, மரபு எங்கே என்று கேட்கிறவர்கள் இருக்கிறார்கள். இன்னும் ஒரு படி மேலே போய், இப்படிக் கொச்சையும் கொச்சையுமாக இருக்கிறதே, முதலில் தமிழ்தானா என்று கேட்கிறவர்களும் இருக்கிறார்கள்.

இங்கே ஒன்று கூற வேண்டும். சிறுகதைகளும் நாவல்களும் பொய் எழுத்துக்கள்தான். அதாவது பொய்கள்தான். ஆனால், ஒரு விதத்தில் ஒவ்வொரு காலக்கட்டத்திற்கும் அக்காலக் கட்டத்துக் கதைகளும் நாவல்களும்தான் மிகமிக உண்மையான வரலாற்றுச் சான்றுகளாகும். ஒரு விதத்தில் முறையான சரித்திரத்தைவிட அந்தக் காலத்திய நல்ல நாவலொன்று அதிக அளவு சத்தியம் பொதிந்துள்ளதாகும். உதாரணத்திற்கு ஒன்று கூறுகிறேன். காமராஜரின் வாழ்க்கை வரலாறு இப்போது தொடர் கட்டுரையாக வெளிவருகிறது.

இதில் நிஜமாக நடந்த நிகழ்ச்சிகள் அப்படியே கூறப்படும். இது எழுதப்படும் காலத்தையனுசரித்து, பல தகவல்கள் உயர்த்தியோ, தழைத்தோ கூறச் சந்தர்ப்பம், நிர்ப்பந்தம் எல்லாம் உண்டு. என்னதான் அந்தரங்கப் பூர்வமாக எழுதினாலும் காமராஜரின் புறவாழ்க்கையைத்தான் இது தெளிவுபடுத்தலாம்.

ஆனால், ஓர் எழுத்தாளன் காமராஜரை முன்மாதிரியாக வைத்து ஒரு நாவல் படைப்பானேயானால் அது அவர் வரலாற்றில், அவருடைய காலக்கட்டத்தில் புதைந்துள்ள பல அரிய உண்மைகளை வெளிப்படுத்திக் காட்ட முடியும், இதில் நபர்கள், பெயர்கள் முக்கியமேயல்ல. அந்த ஒரு காலக்கட்டத்தில், அந்தச் சமூகத்தில் ஒரு தலைவன் எப்படி உருவானான், எந்தச்

சமூகம் அவனை உருவாக்கியது, சமூகத்தை அவர் தலைமை எப்படிப் பாதித்தது, என்ன மாற்று சக்திகளும் எதிர் சக்திகளும் தோன்றின, அவனை மேலும் மேலும் உந்திய சக்திகள் யாவை, அவனுடைய திறமைகள், பலவீனங்கள் என்ன, இவை எல்லாம் தெளிவாக, எவ்விதத் தயக்கமும் தடங்கலும் இல்லாமல் எழுத ஒரு நாவலில் உள்ள வாய்ப்பு வேறெதிலும் கிடையாது. ஓர் இலக்கியாசிரியனின் கையில் நாவல் வெறும் கதையல்ல. "இந்த மனித குலத்தின் பரிணாம இயக்கத்தைப் பிரதிபலித்துக்காட்டும் தஸ்தாவேஜாகும்." 'தலைமுறைகள்' போன்ற நாவல்கள் அப்படிப்பட்ட நாவல்களாகும். அவற்றில் யதார்த்த அம்சம்தான் மிகமிக முக்கியமானதாக இருக்கும்.

இதோ இன்றைய தமிழர்கள் பற்றி யதார்த்தமாக எழுதப்படும் நாவல் எப்படி இருக்கும்? நீங்களும் நானும் பேசும் பேச்சுதான் நாவலில் உரையாடல். ரயில் வந்து, மோட்டார் கார் வந்து, நீராவிக் கப்பல் வந்து, ஆகாய விமானம் வந்து, இதோ இப்போது விண்வெளிக் கலங்கள் வந்து, வெகு தொலைவு, தூரம் என்னும் சொல்லின் அர்த்தத்தையே மாற்றிவிட்டன. தந்தி, ரேடியோ, டெலிபிரிண்டர், டெலிவிஷன் முதலிய சாதனங்கள் கண்ணோட்டத்தில் உலகத்தின் மறுகோடியை நம் பக்கத்தில் கொண்டுவந்துவிட்டன.

நாம் தமிழ் பேசுகிறோம். ஆனால் உலகப் பிரஜைகளாக மாறிவிட்டிருக்கிறோம். நம் வாழ்க்கைமுறை உருத்தெரியாத அளவுக்கு மாறிவிட்டிருக்கிறது. ஜப்பானியர்களுக்கும் நைஜீரியர்களுக்கும் அர்ஜெண்டினர்களுக்கும், ஏன் ஆங்கில, ரஷ்ய, அமெரிக்கர்களுக்கும் நமக்கும் கூடப் பலப்பல விஷயங்கள் பொதுவாகிவிட்டன; சகஜமாகிவிட்டன. நாம் விரும்பினாலும் விரும்பாவிட்டாலும் நாம் மரபு என்று எண்ணிக் கொண்டிருப்பதே பல மாறுதல்கள் அடைந்து வருகிறது. இந்தத் தருணத்தில் இலக்கியம் என்பதில் மட்டும் தமிழ் மரபு வழி இலக்கியம் என்று நாம் வரையறுத்துக்கொள்வது எவ்வளவு யதார்த்தத்திற்குப் பொருத்தமானது என்பதைப் பரிசீலிக்க வேண்டும். நாம் வாழ்க்கை நடத்துவதற்கு என்ன அளவுகோல்கள் பயன்படுத்துகிறோமோ அதே அளவுகோல்களைத்தான் இன்று படைக்கப்படும் இலக்கியத்திற்கும் பயன்படுத்த முடியும். பார்க்கப் போனால் எந்தக் காலத்திலும் மொழிகள் என்று வேறு வேறாக இருந்திருக்கின்றன. ஆனால் அடிப்படையாக இலக்கியம் ஒன்றே ஒன்றுதான். மகத்தான பெரிய இலக்கியங்கள் மொழி என்னும் வெளிக்கூடு ஒன்றினால் மட்டும் இலக்கியங்களாகத் திகழவில்லை. சிலப்பதிகாரமும் கம்பராமாயணமும் காளிதாசனின்

காவியங்களும், ஷேக்ஸ்பியர் நாடகங்களும், ஷெல்லியின் கவிதையும், டாஸ்டாயவ்ஸ்கியின் நாவல்களும், மனித குலத்திற்கே பொது, நாம் தமிழில் நாவல்களும் சிறுகதைகளும் எழுத ஆரம்பித்த காலத்தில் இது தமிழ் மொழிக்குப் புதிது, நம் தமிழ் மக்களுக்குப் பரவாயில்லை என்ற சலுகைகள் தந்திருக்கலாம். அன்றைய தமிழ் எழுத்தாளர்களும் அந்தச் சலுகையைப் பெற்றிருக்கலாம். ஆனால் இந்த 1970 இறுதியிலும் நாம் அந்தக் குழந்தைப் பருவச் சலுகையைக் காட்டுவதும் உரிமையாகக் கேட்பதும் அதை வேற்று மனிதன் நமக்கு மறுதளிக்கும்போது மன வருத்தப்படுவதும் சரிதானா, நம் தன்மானத்திற்கு உகந்ததா என்று பார்க்க வேண்டும்.

இதில் ஓர் உடன்பாடு ஏற்பட்டால் யதார்த்தமாக இன்று எழுதப்படும் சில படைப்புகளை மொழியிலக்கணம் என்ற ஒரு அடிப்படையில் அப்படியே நிராகரித்து ஒதுக்கிவிட மாட்டோம்.

21

தற்காலத் தமிழ்ப் புனைகதையில் சமுதாய யதார்த்தச் சித்திரிப்பு

தற்காலத் தமிழ்ப் புனைகதையில் சமுதாய யதார்த்தச் சித்திரிப்பு–டாக்டர் ஃபிராங்க்ளின்* முதலில் தன் தலைப்பிற்கு விளக்கம் தந்து உரையைத் துவக்கினார். 'சமுதாய யதார்த்தச் சித்திரிப்பு' (Depiction of Social Reality) என்பது, சமுதாயம் தன்னைத்தானே நன்கறிந்துகொண்டால் களை நீக்கப்பட்டுச் சீர்ப்படும் என்ற நோக்கத்துடன் ஓர் எழுத்தாளன் தன் எழுத்தினால் சமுதாயத்தின் முன் கண்ணாடி யொன்றைக் காட்டுவது போல எழுதுவது. இந்த யதார்த்தச் சித்திரிப்பில் ஓர் எழுத்தாளன் அவனுடைய நோக்கம் பற்றி உணர்வுடனோ உணர்வில்லாமலோ செயல்பட்டால் கூட அவன்

ஆல்பர்ட் பி. ஃபிராங்க்ளின்

* ஏழாண்டுகளுக்கும் மேலாக அமெரிக்க அரசின் கான்சல்-ஜெனரலாகச் சென்னையில் தங்கியிருந்த ஆல்பர்ட் ஃபிராங்களின் உத்தியோக ரீதியில் ஓரளவு தமிழ் கற்க வேண்டியிருந்தது. ஆனால் அது அவர் ஆர்வத்தைத் தூண்டித் தமிழ்க் காவியங்களை ஆழ்ந்து படிக்க வைத்தது. அரசு பதவியிலிருந்து ஓய்வு பெற்றபின் அவர் கான்ஸஸ் பல்கலைக் கழகத்தில் பேராசிரியரானார். தமிழ்ச் சிறுகதை இலக்கியம் பற்றி ஆய்வு புரிவதற்காக 1970-71இல் மீண்டும் தமிழ்நாட்டுக்கு வந்தார். தற்காலத் தமிழ் இலக்கியம் குறித்து அவர் எழுதிய கட்டுரைகள் தீவிர விவாதத்தை எழுப்பிப் பல விஷயங்களில் தெளிவு பெற உதவின. அவர் 'இலக்கியச் சிந்தனை' ஆண்டு விழாவில் 14-4-1971இல் படித்த கட்டுரை *தீபம்*. மே 1971 இதழில் வெளியாகியது.

எழுத்தின் பயன் சமுதாயம் தன்னைத்தானே கண்ணாடியில் பார்த்துக் கொள்வதற்கு நிகராகும். ‘தற்காலத் தமிழ்ப் புனைகதை’ *(Contemporary Tamil Fiction)* என்று தான் கூறுவது இந்திய சுதந்திரத்திற்குப் பின் வந்த படைப்புகளைக் குறிப்பதாகும் என்று டாக்டர் ஃபிராங்க்ளின் கூறினார்.

அதாவது, இப்படைப்பாளிகள் அநேகமாக நாற்பது வயதுக்குட்பட்டவர்களாக இருப்பார்கள். மேல்நாட்டு இலக்கியத்தில் சமுதாய யதார்த்தச் சித்திரிப்பு ஒரு பெரும் இயக்கமாக டிக்கின்ஸ், பால்ஸாக், கார்க்கி, ஃபாக்னர் போன்றோருடைய படைப்புகளால் உருப்பெற்றது. இவர்கள் மக்களையும் அவர்கள் சூழ்நிலையையும் இருப்பது போலவே சித்திரித்து (சில தருணங்களில் கேலிச் சித்திரமாக மிகைப்படுத்திச் சித்திரித்து) அத்துடன் அவர்களுடைய அன்றாட வாழ்க்கை யில் உபயோகிக்கக்கூடும் மொழியையும் பெருமளவுக்குக் கையாண்டார்கள்.

அன்றாட வாழ்க்கையில் மக்கள் புழங்கும் மொழியைக் கொண்டு இலக்கியம் படைப்பதில் படைப்பாளிக்கு இலக்கிய அமைப்பு பற்றிய ஒரு தனிப்பார்வை தெளிவாகிறது. ஐரோப்பாவிலும் அமெரிக்காவிலும் சமுதாய யதார்த்தச் சித்திரிப்புக்குப் பரவலாக இலக்கிய அந்தஸ்து கிடைத்த காலக் கட்டம் ‘அச்செழுத்து மனிதர் காலம்’ *(The Age of Typographic Man*.*)* என்று மார்ஷல் மக்லூஹனால் அழைக்கப்பட்ட காலம். மனித கலாச்சார வளர்ச்சியில் இக்காலக் கட்டத்தில் அச்சிடப்பட்ட தாள் மனிதன் அறிவைப் பெருக்கிக்கொண்டு மொழி நடையழகை ரசிக்கும் சாதனமாகும். அதற்கு முந்திய காலக் கட்டத்தைச் சேர்ந்த ‘கையெழுத்து மனிதன்’ *(Scribal Man)* காலத்தில், எழுதப்பட்டதை மனப்பாடம் செய்வதும், நடையின் இலக்கண ஒழுங்கு, அமைப்பு சரியாயிருப்பது – இவையே பெரிதெனக் கருதப்பட்டது (இப்போது மேல் நாட்டில் ‘டைப்போகிராஃபிக் மனிதன்’ காலம் முடிந்து எலக்ட்ரானிக் சாதனங்கள் காலம் இடம் பெற்றிருக்கிறது. தமிழைப் பொறுத்தவரையில், பொதுவாகச் சொல்லப்படுவதன் உட்கருத்து, உணர்ச்சி, கலை நயம் இவற்றினும் வாக்கியங்களின் அமைப்பு சரியாயிருத்தலில் கவனம் அதிகம் காணுவதிலிருந்து இன்றைய தமிழர் காலம் ‘கையெழுத்து மனிதன்’ காலம் என்பதற்கு அறிகுறிகள் தென்படுகின்றன. ஆதலால் சமுதாய யதார்த்தத்தைச் சித்திரிக்கும் இளம் தமிழ் எழுத்தாளர்கள் ‘டைப்போகிராஃபிக் மனிதன்’ கலாச்சாரக் காலத்தை ஒட்டியவராயிருந்தும் அவர்களுடைய சூழ்நிலை

* Marshall H. McLuhan, The Gutenburg Galaxy, University of Toronto Press, 1962 Reprinted London, Routledge and Keagan Paul, 1957.

இன்னொரு கலாச்சாரத்தைச் சார்ந்ததாயிருக்கும் ஒரு விசேஷ நிலையிருப்பதாகக் கொள்ளலாம்.)

மிகத் தொன்மையான காலத்திலிருந்தே படைப்பிலக்கியத்திற்கு அந்தப் பொருள், நோக்கம், பாத்திரங்கள் முதலியவை பற்றித் திட்டவட்டமான வரையறைகள் தமிழில் இருந்து வருவதை டாக்டர் ஃபிராங்க்ளின் குறிப்பிட்டார். வரையறைகளின் நெடுநாள் மரபை எண்ணிப் பார்க்கும்போது சமூகத்திற்கு அதையே சுட்டிக்காட்டுவதையொத்த சமுதாய யதார்த்தச் சித்திரிப்பு தமிழில் சாத்தியம்தானா என்ற கேள்வி எழுந்தது. எவ்வாறாயினும் உலக இலக்கியங்கள், குறிப்பாக உலக அறிவாற்றல் இயக்கங்களால் பாதிக்கப்படும் ஒரு தமிழ் எழுத்தாளன், அதிலும் கலைஞனாயிருப்பவன், வரையறைகளைத் தடைகளாகவே கருதக்கூடும்.

அப்படிப்பட்டதொரு உலகக் கலைஞன் புதுமைப்பித்தன். டாக்டர் ஃபிராங்க்ளின் தற்காலத் தமிழ் இலக்கியத்தின் மீது ஆர்வம் கொண்டு கற்க முடிவெடுத்ததற்குக் காரணமே அவர் புதுமைப்பித்தனின் 'அன்றிரவு' கதையைப் படிக்க நேர்ந்ததுதான்.

இங்கு தற்காலிக அபிப்பிராயத்தைக் கூறுவதற்கு மன்னிப்புக் கோரி டாக்டர் ஃபிராங்க்ளின் புதுமைப்பித்தனே இந்த நூற்றாண்டின் தலைசிறந்த எழுத்தாளனாக இருக்கக்கூடும் என்று தான் கருதுவதாகக் கூறினார். ஆனால் புதுமைப்பித்தன் வாழ்நாளிலும் அல்லது அவர் மறைந்த பிறகும் அவருக்கு எப்பரிசோ விருதோ அளிக்கப்பட்டதாகத் தெரியவில்லை. இதற்குக் காரணம் புதுமைப்பித்தன் சர்வதேச அறிவாற்றல் இயக்கங்களில் ஆழ்ந்த அக்கறை காட்டியதும் அந்த அக்கறை அவருடைய எழுத்தில் பிரதிபலிக்கப்பட்டதுமாக இருக்கக் கூடுமோ என்று டாக்டர் ஃபிராங்க்ளின் எண்ணினார்.

டாக்டர் ஃபிராங்க்ளின் இன்றுதான் மேற்கொண்டிருக்கும் ஆராய்ச்சியின் பயனாக ஒரு குறிப்பிடத்தக்க இளம் எழுத்தாளர் குழு தற்காலச் சமுதாய யதார்த்தத்தைத் திறமையுடனும் ஆழ்ந்த பார்வையுடனும் விமர்சனப் பூர்வமாகவும் எழுத முயலுவதைக் காண முடிகிறது என்றார்.

இதற்கு ஊர்ஜிதம் காணும் வகையில் க.நா. சுப்ரமண்யத்தின் விமர்சனக் கட்டுரைகள், குறிப்பாக *தீபம்* பத்திரிகையில் வந்த ஒரு கட்டுரை* இருப்பதைக் கூறினார். அவர் ஒரு பட்டியலோ வரிசையோ தரப்போவதில்லையாயினும் இந்த இளம்

* சு.நா.சு., ஏப்ரல் 1969 *தீபம்* இதழில் எழுதிய கட்டுரையின் தலைப்பு தமிழில் புதுச் சிறுகதை.

எழுத்தாளர்கள் தரமாக, திறமையாக, பல தருணங்களில் உருக்கமாகச் சக்தி வாய்ந்த எழுத்தாகப் படைப்பதை அவர் காண முடிந்திருக்கிறது. பொதுவாகத் தமிழில் விமர்சனத்துறை குறைபாடு பட்டிருக்கிறது; விமர்சகர்கள் தங்கள் குறிப்புச் சொற்களுக்குச் சரியான விளக்கம் தராமல் எழுத்தாளர்களை மிகையாகப் பாராட்டுகிறார்கள்; அல்லது 'நல்ல எழுத்தாளர்கள்' 'மோசமான எழுத்தாளர்கள்' என்று அவ்வடைச் சொற்களுக்கு விளக்கமளிக்காமல், ஓர் எழுத்தாளனின் தனிப்பார்வை, சிறப்பு அல்லது குறைகளை எடுத்துக் கூறப் போதிய அளவு கவனம் செலுத்தாமல் எழுத்தாளர் பட்டியல்கள் தருவதோடு திருப்தியடைந்துவிடுகிறார்கள். ஒரு பட்டியலில் காணும் ஒரு பெயர் ஒரு தனிக் குழுவையே குறிப்பதாக இருந்தது. அதன் மூலம் மற்றவர்கள் அதிருப்தியடையச் செய்யும் வண்ணம் பல தருணங்களில் இப்பட்டியல்கள் சதிசெய்வதுபோலத் தோன்றுவதுண்டு.

இந்தச் சூழ்நிலையில் பாராட்டியோ கண்டனம் தெரிவித்தோ ஒரு பெயரைக் கூறுவதனால் கூட ஒரு விமர்சனக் கட்டுரையின் உண்மையான உட்பொருள் போதிய கவனம் பெறாமல் போவதற்கு இடமுண்டு. உயர்ந்தது, தாழ்ந்தது என்பது போன்ற வரிசையொன்றுமில்லாமல், தான் மனத்தில் கற்பித்துக்கொண்டிருக்கும் சமுதாய யதார்த்தச் சித்திரிப்புக்கு அடையாளமாக ஒரு படைப்பைப் பெயர் சொல்லிக் கூற அங்கு குழுமியுள்ளோரிடம் டாக்டர் ஃபிராங்க்ளின் அனுமதி பெற்றபின் அசோகமித்திரனின் 'கரைந்த நிழல்க'ளை எடுத்துக்கூறி, அவர் தற்சமயம் அதுபோன்ற படைப்புகளையே ஆராய்ந்து வருவதாகத் தெரிவித்தார்.

இந்த இளம் எழுத்தாளர்களுக்கு வாசகர் ஆதரவு இல்லாதது குறித்து டாக்டர் ஃபிராங்க்ளின் கவலை தெரிவித்தார். இவ்வெழுத்தாளர்கள் ஃபார்முலா *(Formula)* எதையும் பின்பற்றி எழுதாத காரணத்தால் அதிக விற்பனையுள்ள பத்திரிகைகளில் இடம் பெறுவதில்லை. இதற்கு விதிவிலக்குகள் இல்லாமல் போவதில்லை என்று வேறொரு சந்தர்ப்பத்தில் அவர் குறிப்பிட்டதை டாக்டர் ஃபிராங்க்ளின் கூறினார்.

இந்த இளம் எழுத்தாளர்கள் தங்கள் படைப்புகளை வெளியிட அவர்களே பொருளீடு செய்ய வேண்டியிருக்கிறது. மிகவும் சிரமமான பொருளாதார நிலை கொண்டிருந்தும் எச்சமயத்திலும் ஒரு வெளியீடாவது இயங்கிக்கொண்டிருக்கும். *நடை, கசடதபற* போன்ற சிறு இலக்கியப் பத்திரிகைகளில் தான் இவர்களுடைய படைப்புகள் காணப்படுகின்றன. மிகச்

சில விதிவிலக்கு. தவிர, பெரும் பத்திரிகைகளில் வருபவைக்கு மாறாக இச்சிறு இலக்கியப் பத்திரிகைகளில் பிரசுரமாகும் விஷயங்கள் உயிர்த் துடிப்பும் கற்பனை வீச்சும் கொண்டதாக இருப்பது இன்றைய தமிழ் இலக்கிய உலகின் குறிப்பிடத்தக்க அம்சமாகும். ஆனால் இச்சிறு பத்திரிகைகளின் பிரதிகள் மனம் குன்றும் வகையில் மிகக் குறைந்த எண்ணிக்கைதான் விற்பனையாகின்றன. உண்மையில் இப்பத்திரிகைகள் எவ்வளவு பிரதிகள் விற்பனை என்று கணக்குப் பார்ப்பதைவிட ஓர் அச்சகம் குறைந்த பட்ச எண்ணிக்கையாக எவ்வளவு பிரதிகள் மட்டுமே அச்சிட ஏற்கும் என்ற சூழ்நிலையில் இயங்குகின்றன.

இந்த நிலைக்கு இரு காரணங்கள் தோன்றுவதாக டாக்டர் ஃபிராங்க்ளின் கூறினார். ஒன்று, இப்பத்திரிகைகளில் வரும் படைப்புகள் ஓரளவு கல்வித் தேர்ச்சியுடையவருக்கு ஏற்றது போலத்தான் எழுதப்படுகின்றன; ஆனால் அந்த அளவு கல்வியாற்றல் உள்ள தமிழர்கள் தங்கள் பொழுதுபோக்குப் படிப்பு அனைத்தையும் ஆங்கிலத்தில்தான் படிக்கிறார்கள். இன்னொரு காரணம், மற்றெல்லாவிடங்களைப் போலத் தமிழ்நாட்டுப் பெரும் பத்திரிகைகளும் இந்த இளம் எழுத்தாளர்களின் புதுமை முயற்சிகளுக்காகத் தங்கள் பத்திரிகைச் சாதனங்களில் இடமளிப்பது பயனற்ற தியாகமாகும் என்று கருதுகின்றன.

இப்பெரும் பத்திரிகைகளின் ஆசிரியர்கள் வரவு– செலவுக் கணக்கை முக்கியமாக மதிக்க வேண்டிய வர்த்தகத் துறையைச் சேர்ந்தவர்கள் என்று கூறுவது நியாயமாகும். இவ்விரு காரணங்களுடன், கல்வி வசதி பெற்றவர்களிடமும் கூட 'மொழித் தூய்மை' என்ற ஆர்வம் தீவிரமாக இருப்பதும் இவ்விளம் எழுத்தாளர்கள் பெருமளவு வாசகர்கள் பெற்றிராமல் இருப்பதற்கும் காரணமாகும். தன்னுடைய தற்போதைய ஆராய்ச்சி வளர்ந்திருக்கும் அளவில் இதுபற்றித் தீர்மானமாகக் கூற இயலவில்லை என்று டாக்டர் ஃபிராங்க்ளின் தெரிவித்தார். ஒரு பழைய பிரச்னையும் இங்கு எழுகிறது: தன்னுடைய கலை நாணயத்தைப் பறிகொடுக்காமல், அதே சமயத்தில் பரவலாக வாசகர்களை எட்ட வேண்டும் என்பதற்காக ஓர் எழுத்தாளன் எந்த அளவுக்குச் சந்தர்ப்பச் சூழ்நிலையின் நிர்ப்பந்தத்திற்கு இணங்க வேண்டும்?

மிகச் சிலரே படிக்கும் இந்தப் புதுமை எழுத்தாளர்களின் நிலையை விவரிக்கையில் டாக்டர் ஃபிராங்க்ளினுக்கே ஒரு கேள்வி எழுந்தது: இந்த எழுத்தாளர்கள் முக்கியமானவர்கள் தானா? இக்கேள்வியை அவருடைய விருந்தினராக வந்திருந்த ஒரு பிரெஞ்சு விமர்சகரும் பத்திரிகையாளருமான நண்பரிடம்

டாக்டர் ஃபிராங்களின் கேட்டார். அதற்கு அந்த விமர்சகர் அளித்த பதிலாவது:

"விமர்சனப் பூர்வமான சமுதாய யதார்த்தச் சித்திரிப்பு என்னும் ஒரு முக்கிய இலக்கிய வளர்ச்சிக்கு ஒரு சமூகம் அனுமதியோ ஆதரவோ தராது போனால் அந்த மொழியே சமஸ்கிருதத்தைப் போல ஒரு இறந்த மொழியாகிக் கொண்டிருக்கிறதா என்றுதான் நாம் கேட்க வேண்டியிருக்கிறது."

ஆனால் தமிழ்போன்ற துடிப்புள்ள ஒரு மொழிபற்றி டாக்டர் ஃபிராங்க்ளினுக்கு அவ்வளவு அவநம்பிக்கை கொள்ள இயலவில்லை.

அடுத்து ஒரு கேள்விக்குப் பதில் அளிக்கையில் பண்டைய தமிழ் இலக்கியத்தில் ஒருவித சமுதாய யதார்த்தச் சித்திரிப்பு இருக்கத்தான் செய்கிறது என்று டாக்டர் ஃபிராங்க்ளின் கூறினார். இன்னும் ஒருபடி மேலே போய், இரண்டாயிரம் ஆண்டுகளுக்கு முன்பே இல்லற, சமூகத் தகவல் களை நுணுக்கமாகச் சித்திரிக்கும் சிறப்பான பழக்கம் வேறெந்த மொழியிலக்கியத்திலும் இருந்திருக்க முடியாது என்றார்.

ஆனால் அவர் இப்போது எடுத்துக் கூறும் விஷயம் அதல்ல. பண்டைய தமிழ் இலக்கியத்தின் அந்த அழகிய படைப்புகள் அக்காலக் கட்ட நிலையை இடித்துக் கூறும் வண்ணமோ குறைகளை எடுத்துக் கூறும் வண்ணமோ இல்லை. பண்டைய தமிழ் எழுத்தாளர்களைச் 'சினமுற்ற இளவயதினர்' *(angry young men)* என்று கூற முடியாது. மாறாக, சங்கக் காலத்துச் சமுதாய யதார்த்தம் அக்காலத்து ஆசிரியர்களையும் கவிஞர்களையும் உற்சாகம் கொள்ளக் கூடியதாகவே இருந்ததாகத்தான் காணப்படுகிறது.

இன்னொரு கேள்விக்குப் பதிலளிக்கையில் டாக்டர் மு. வரதராசனார் அவருடைய நாவல்களில் சமுதாய யதார்த்தத்தைக் கையாண்டிருக்கிறார் என்றே டாக்டா ஃபிராங்க்ளின் அபிப்பிராயப்பட்டார். இலக்கிய நிபுணர்களை ஐயத்தில் ஆழ்த்துவது பெரும் படைப்பாளிகளின் சிறப்பாகும்; மு.வ. திறமையாகத் தற்காலச் சமுதாய, மனோதத்துவ யதார்த்தத்தை ஒரே சீரான, அழகான, தூய தமிழில் சித்திரித்திருக் கிறார். இப்படைப்புகளின் நேரடிப் பாதிப்பு பற்றி இப்படி ஒரு கேள்வி எழக் கூடும்: இவற்றைப் படிக்கும் சமூகம் தன்னைத்தானே இவற்றில் கண்டுகொள்ள முடியுமா? தூய நடை மொழியாடலே ஒருவகையில் நம்மை நாமே பாராட்டிக்கொள்ளும் மயக்கமாகாதா? இக்கேள்விக்கு ஒரே தீர்மானமாகப் பதிலளிக்க

முடியாது. பல கோடி அமெரிக்கர்களுக்கு அவர்களுடைய குரூரமான சமுதாய யதார்த்தத்தை ஜேம்ஸ் பால்ட்வின் அழகான, இலக்கணச் சுத்தமான, காவிய நடை என்று கூறக் கூடிய நடைகொண்டுதான் உணர்த்தியிருக்கிறார். ஆனால் அது சாத்தியமானதற்கு அதே சமுதாயப் பிரச்னையை அதே சமயத்தில் வேறு பல எழுத்தாளர்களும் அன்றாடப் பேச்சு வழக்கு கொண்டு தீவிரமாக எழுதியிருப்பது காரணமாயிருக்கலாம். மொழியைக் கையாளும் பிரச்னையில் சில பொது விதிமுறைகள் நிறைவேற்றப்பட்டிருக்கின்றனவா என்று பார்ப்பதைக் காட்டிலும் ஒரு படைப்பாளி தன் முழுப் படைப்பைக் கொண்டு எத்தகைய கலையனுபவத்தை உணர்த்த முற்பட்டிருக்கிறார் என்று பரிசீலிப்பதில்தான் விடை காண முடியும் என்று தனக்குத் தோன்றுவதாக டாக்டர் ஃபிராங்க்ளின் கூறினார். இதெல்லாம் கூறுவதற்குக் காரணம் தன் கலாச்சாரக் குழு 'கையெழுத்து மனிதன்' குழுவைக் காட்டிலும் 'அச்செழுத்து மனிதன்' வகையைச் சேர்ந்ததென்றும், அவர் 'புக் ஆஃப் ஹவர்ஸ்' *(Book of Hours)*ஸுக்கு ஜான் டாஸ் பாஸோஸைப் படிப்பதைத் தேர்ந்தெடுப்பாரென்றும், ஆக மொத்தத்தில் அவருடைய விருப்பு வெறுப்புகள் ஒரு 'டைப்போ கிராஃபிக் மனித'னின் விருப்பு வெறுப்புகளாகவே அமையும் என டாக்டர் ஃபிராங்க்ளின் கூறினார்.

இன்னொரு கேள்விக்குப் பதிலளிக்கையில், டாக்டர் ஃபிராங்க்ளின் புதுமைப்பித்தனை ஒரு 'நலிவுற்ற மேதை' *(a morbid genius)* என்று ஒத்துக்கொள்வதாகக் கூறினார். தொடர்ந்து பேசுகையில், புதுமைப்பித்தன் எழுதிய காலம் உலகெங்கும் தீவிர ஆத்ம விசாரமும் *(self questioning)* சோர்வும் நிரம்பிய காலம் என்பதை மனத்தில் கொள்ள வேண்டும் என்றார். புதுமைப்பித்தன் உலகெங்கும் நிகழும் கலாச்சார அறிவுத் தத்துவ இயக்கங்களை நன்கு படித்தறிந்ததோடல்லாமல் அவற்றை மொழிபெயர்க்கவும் செய்திருக்கிறார். கடந்த நூறாண்டுகளின் மேதைகளைப் போலப் புதுமைப்பித்தனும் தன் சமகால மனிதவர்க்கத்தின் பேதைமை குறித்துப் பெரும் ஏக்கம் கொண்டிருந்தார். 'நலிவுற்ற மேதைகள்' என்று கூறும்போது ஆண்ட்ரே ஜீட், உனாமுனோ, ஒட்டேகா இ காஸெட், ஜார்ஜ் லூயி போர்ஜஸ், காமு, பாஸ்டர் நாக், ஸால் ஸினிட்ஸின், ஃபாக்னர், காஃப்கா போன்ற மகத்தான எழுத்தாளர்களின் பட்டியல் நீண்டுகொண்டே போகிறது. விமர்சனப் பூர்வமாக 'நலிவுற்ற' *(morbid)* என இங்கு கூறுவது பிழையுள்ளதும் செல்லுபடியாகாததுமாகும். புதுமைப்பித்தன் ஒரு கதை சொல்லுபவர் என்று மட்டுமல்லாமல் ஒரு தத்துவ ஞானியாகவும் இருந்திருக்கிறார்.

கவிதையே ஒரு ‘செயற்கை’ மொழியாயிற்றே—அது சமுதாய யதார்த்தச் சித்திரிப்புக்கு உகந்ததாக முடியுமா என்று ஒரு கேள்வி கேட்கப்பட்டது. அதற்குப் பதில் கூறுகையில் டாக்டர் ஃபிராங்க்ளின் தற்போது அவர் கவிதையாராய்ச்சியில் ஈடுபட்டிருக்கவில்லையாயினும் ‘புதுக்கவிதை’ எனக் கூறப்படுவதைத் தாம் கவனித்திருப்பதாகக் கூறினார். ஞானக்கூத்தன் எழுதிய ‘கீழ்வெண்மணி’ என்ற கவிதையை அவருடைய பல்கலைக்கழகப் பிரசுரத்திற்காக ஆங்கிலத்தில் மொழிபெயர்த்திருக்கிறார். தற்காலத் தமிழ்க் கவிதையில் சமுதாய யதார்த்தச் சித்திரிப்பு முயற்சியாக இக்கவிதையை ஓர் உதாரணமாக எடுத்துக் காட்டினார்.

இறுதியாக, சமுதாய யதார்த்தச் சித்திரிப்பு மற்ற இந்திய மொழிகளில் எந்நிலையில் உள்ளது என்று ஒரு கேள்வி கேட்கப்பட்டது. இதற்குப் பதிலளிக்கையில் ஆதாரமுள்ளவை என்று அவர் நம்பும் வகையில் டாக்டர் ஃபிராங்க்ளினுக்குக் கிடைத்த தகவல்களிலிருந்து பிற தென்னிந்திய மொழிகள் புதுமை எழுத்துக்குச் சாதகமான சூழ்நிலையளித்து, அதன் மூலம் சமுதாய யதார்த்தச் சித்திரிப்பு கொண்ட எழுத்துக்களுக்கும் அப்படைப்பாளிகளுக்கும் இடமளித்து, அதன் மூலம் முன்னேற்றம் கண்டிருப்பதாகக் கூறினார். உதாரணமாக அனந்த மூர்த்தியின் ‘ஸம்ஸ்காரா’ கன்னட நாவலின் வெற்றியையும் அந்நாவலைக் கொண்டு எடுக்கப்பட்ட திரைப்படத்தின் வெற்றியையும் குறிப்பிட்டார். இது இலக்கியத்திலும் திரைப்படத் துறையிலும் பொதுவாக ஒரு கலாச்சார முன்னேற்றத்தைக் குறிக்கும் மாறுதலாகவே அவருக்குத் தோன்றியது. கன்னடத்திற்கு மாறாகத் தமிழில் ஜெயகாந்தன் எடுத்த திரைப்படம் ‘உன்னைப் போல் ஒருவன்’ அரசாங்க விருதுபெற்றபோதிலும் சராசரித் தமிழ் சினிமா ரசிர்களால் மிக மிகக் குறைந்த அளவே வரவேற்கப்பட்டது. ஆனால் இதை ஒரு தற்காலிக ஊகமாகவே எடுத்துக்கொள்ள வேண்டும் என்றும் ஒரு தீர்மானமான கணிப்பாகக் கூறத் தமக்கு உரிமையில்லை என்றும் டாக்டர் ஃபிராங்க்ளின் கூறினார்.

22

சாவெனும் கிழப்பரத்தை

"இலக்கியம் பயிலுவது ஒரு படைப்பு தரும் நேரடி அனுபவத்தில்தான் இருக்கிறது. (ஹெமிங்வே யின்) 'ஆயுதங்களுக்கு விடையளித் தாகிவிட்ட'தை அதன் கதைச் சுருக்கத்தை வைத்துக்கொண்டு யார் அணுகத் துணிவார்கள்? உரைகள், உபகரணங்கள் மூலம் ஓர் இலக்கியப் படைப்பு தரும் அனுபவத்தை நம்புவதற்கில்லை. ஏனென்றால் முதலில் அப்படைப்பே ஓர் அசலான இலக்கிய அனுபவத்தைத் தரவேண்டும். அந்த அனுபவம்தான் அப்படைப்பை அறிவுப்பூர்வமாக ஆராயப் பின்னர் வழி வகுக்கும்."

இது நார்மன் மெய்லரின் புதுப் புத்தகத்தில் இருக்கிறது. ஹெமிங்வேயின் பெயர் இப்புத்தகத்தில் இன்னும் ஏராளமான இடங்களில் வருகிறது, (மெயிலரின் எல்லாப் புத்தகங்களிலும்தான்.) முதல் அத்தியாயமே ஹெமிங்வேயின் மரணச் செய்தியுடன்தான் ஆரம்பிக்கிறது. ஹெமிங்வே ஓர் இலக்கியப் படைப்பாளியாக அமெரிக்காவில் ஏற்றுக்கொள்ளப்பட்ட பிறகு, கணக்கற்றவரால் அப்பட்டமாகப் பின்பற்றத் தொடங்கிய பிறகு, இந்த நாற்பதாண்டுகளில் வேறு பல இலக்கிய நட்சத்திரங்கள் அமெரிக்காவில் சுடர் விட்டெரிந்திருக்கின்றனர். டிரெயிஸர், தாமஸ் வுல்ஃப், ஃபாக்னர், சிங்க்ளேர் லூயிஸ் ராபர்ட் ஃபிராஸ்ட், ஜான் டாஸ் பாஸோஸ், ஓனீல், தார்ண்டன் வைல்டர், சரோயன், ஸ்டைன் பெக், சாலிஞ்ஜர், சால்பெல்லோ, கோர் விடால், ஆர்தர் மில்லர், டென்னிசி வில்லியம்ஸ், டுரூமன் கபோடி,

அப்டைக். தங்கள் இலக்கிய ஆர்வத்திற்கு ஹெமிங்வேயை முதல் காரணமாக ஏற்றுக்கொள்ளும் அமெரிக்க இலக்கியப் படைப்பாளிகள் இன்று இருக்கிறார்கள்: ஹென்ரி மில்லர், நார்மன் மெய்லர். (ஐரோப்பிய, மற்ற வேறு நாட்டு இலக்கிய உலகில் ஹெமிங்வேயின் எழுத்து இன்றும் மிக முக்கியச் செல்வாக்காக இருக்கிறது.) மில்லர், மெயிலர் இருவர் எழுத்தும் பலவகையில் ஹெமிங்வேயுக்கு மாறுபட்டது. ஆனால் அவர் தான் அவர்கள் எழுத்துக்குப் பிரதான உந்து சக்தி. ஆதலால் மெயிலரின் இந்தப் புதுப் புத்தகத்தில் ஹெமிங்வே பல இடங்களில் குறிப்பிடப்படுவதில் ஆச்சரியமில்லை.

ஆனால் இப்புத்தகம் சம்பிரதாய இலக்கியத்திலிருந்து வேறுபட்டது. இது ஒரு அ–படைப்பிலக்கியம். *Non fiction*. (அ–புனைகதை என்பதைவிட அ–படைப்பிலக்கியம் என்ற சொல் பொருத்தமாயிருக்கிறது.) இந்தப் பிரிவை இந்தத் தலைமுறையில் உண்டாக்கியதான பெருமை டுரூமன் கபோடிக்குக் கொடுக்கப்படுகிறது. அவருடைய 'படுகொலை'க்காக. *In Cold Blood*. இது வெளிவந்த இந்தப் பத்து வருடங்களில் நூற்றுக் கணக்கில் அ–படைப்பிலக்கிய நூல்கள் குவிந்துவிட்டன. ஓர் உண்மை நிகழ்ச்சியை, ஒரு சாதாரண பத்திரிகைச் செய்திக் கட்டுரை எல்லையைக் கடந்து, இலக்கிய நூலாக உருவாக்கும் முயற்சி இன்று ஏராளமாகவும் சகஜமாகவும் ஆகிவிட்டது. நாவல்–சிறுகதை 'செத்துக்கொண்டிருக்கிறது' என்று கூறுமளவுக்கு, அ–படைப்பிலக்கியம் எழுதாதவன் ஒரு முழு எழுத்தாளனில்லை என்று கூறுமளவுக்கு. ஒருவிதத்தில் பார்க்கப் போனால் இதை ஹியூகோ செய்திருக்கிறார் ('1793'). டிக்கன்ஸ் செய்திருக்கிறார். (பல நூல்களில்), மார்க் ட்வெயின் செய்திருக்கிறார் ('இன்னொஸண்ட்ஸ் அப்ராட்'), கார்க்கி செய்திருக்கிறார் ('அமெரிக்கப் பயணக் கட்டுரைகள்'). போர்ஹே செய்திருக்கிறார் (அவருடைய பல இரு – பக்க, மூன்று – பக்கச் சிறுகதைகள்), ஹெமிங்வேயே செய்திருககிறார் ('டெத் இன் தி ஆஃப்டர்நூன்'). இதெல்லாம் 'படுகொலை'க்கு முந்தியவை, பல ஆண்டுகள் முந்தியவை.

ஒருவிதத்தில் அ–படைப்பிலக்கியம் சோம்பலில் பிறப்பது – கற்பனைச் சோம்பலில், தகவல்களைச் சேகரிப்பது ஆரம்பப் பயிற்சிக்குப் பிறகு பழக்கத்தினால் செய்யக் கூடியது. இதற்கும் ஓர் உத்தி. 'ஒரு ஃபார்முலா' இருக்கிறது. இந்த உத்தியைக் கிரகித்துக்கொண்டுவிட்டால் அ–படைப்பிலக்கியத்திற்கான அடிப்படை விஷயங்கள் கிடைத்துவிடும். இதற்கு ஒரு கல்லூரி மாணவனுக்குரிய உழைப்பு இருந்தால் போதும்.

பின்னர் இவ்விஷயங்களை, இத்தகவல்களைத் தொகுத்துக் கூற வேண்டும். நல்ல கைவந்த பத்திரிகை எழுத்தாளருக்கு ஒரு சுமாரான, ஏற்றுக்கொள்ளக் கூடிய நூலைத் தயாரித்துவிட முடியும். அ–படைப்பிலக்கியம் எழுதுவதில் இந்தச் சௌகரியம் உண்டு. அதே நேரத்தில் இந்தச் சௌகரியமே, இந்த எளிதான தன்மையே, ஒரு முட்டுக்கட்டையாகவும் இருக்கிறது. இந்த முட்டுக் கட்டையை மீறி அ–படைப்பிலக்கியத்தை இலக்கியமாகச் செய்தவர்கள் இருந்தார்கள், இருக்கிறார்கள்.

நார்மன் மெய்லரின் துவக்கம் இலக்கிய ஆசிரியனாகத்தான். தன்னுடைய இருபத்தைந்தாவது வயதில் 'துகிலற்றவர்களும் இறந்தவர்களும்' நாவலை 1948இல் எழுதி, இரண்டாம் உலக யுத்தப் பின்னணி கொண்டு எழுதிய நாவல்களில் மிகச் சிறந்ததை எழுதிய மேதை என்று கொண்டாடப்பட்டவர். எடுத்த எடுப்பிலேயே மேதை என்று கொண்டாடப்பட்ட பலரின் கதி அவருக்கும் நேர்ந்தது. பணம், புகழ், பிரபலஸ்தர்கள் – செல்வந்தர்கள் குழுமிய விருந்துகள், கேளிக்கைகள், புத்தகங்கள். மேலும் புத்தகங்கள். சினிமா, பணம், இன்னும் பணம். ஆனால் படைப்புகள்? சுமார். நன்றாகயில்லை. மோசம். சுத்த மோசம். மெயிலரின் ஆற்றலைப் பற்றி எவருக்கும் சந்தேகம் கிடையாது. ஆனால் இரு அட்டைகள் நடுவில் பக்கங்களாக அவர் எழுதும் எழுத்து? சுமார். நன்றாகயில்லை. மோசம். சுத்த மோசம். பெரிய வீடு, தடபுடல் விருந்துகள். திருமணம், பொது இடங்களில் சிறிதும் தன்னடக்கமில்லாத நடத்தை, பத்திரிகைகளின் வம்புப் பத்திகளில் இடம் பெறுதல். போதை மருந்துகள், விவாகரத்து, எழுதுவது. மேலும் எழுதுவது. ஒன்று, இரண்டு, மூன்று, ஐந்து, ஏழு புத்தகங்கள். எழுதியவருக்கே சிறிது நம்பிக்கையிழந்து போகும் நிலை. இரண்டாம் மனைவி. உழைப்பு, சுமாரான வெற்றிகள், பெரிய தோல்விகள், திசை தெரியாத குழப்பம், கலக்கம். தன் வீட்டில் ஒரு பெரிய கேளிக்கை. எல்லாருடைய உதட்டோரத்திலிருந்தும் மது வழிகிறது. இரவு செல்லச் செல்ல கேளிக்கையின் தன்மையே அச்சம் விளைவிப்பதாக இருக்கிறது. தன்னிலையிழக்கத் தொடங்கியவர்களுக்குக் கூட. ஒவ்வொருவராகச் சொல்லாமல் கொள்ளாமல் நகர்ந்து விடுகிறார்கள். இருபது பேர்களே பாக்கி. யாருடனோ வம்புச் சண்டைக்குப் போய் முகத்தில் குத்து வாங்கிக்கொண்டு ஒரு கண் வீங்கி மூடிப்போன நிலையில் மெயிலர் கத்துகிறார். "இங்கே என் பக்கம் யார்? என் எதிரிகள் யார்?" அவரே இரு கோஷ்டியாகப் பிரிக்கிறார். அவருடைய மனைவியை எதிரித் தரப்பில் தள்ளுகிறார். இருபது பேர்களும் விபரீத உணர்வுடன், பயங்கரம் நடந்தேவிடும் என்ற கிலியுடன் நழுவுகிறார்கள்.

அப்படியே நடந்துவிடுகிறது. மெயிலர் தன் மனைவியை வயிற்றில் கத்தியால் குத்திவிடுகிறார்.

இது 1960இல் நடந்தது. இந்தச் சீரழிவு நிலைக்குச் சறுக்கி விழுந்துவிட்டவர் திரும்பவும் தலைதூக்க முடியுமா? இவ்வளவிலும் மெயிலர் எழுத்தை விடவில்லை. மறுவாழ்வு சாத்தியமாகிறது. அ—படைப்பிலக்கியம் கை கொடுக்கிறது. வாஷிங்டனில் 1967 அக்டோபரில் நடந்த ஒரு வியட்நாம் போர் எதிர்ப்பு ஊர்வலத்தைப் பின்னணியாகக் கொண்டு ஒரு படைப்பை நுணுக்கமான, அந்தரங்கமான, ஆழமான, விரிவான நூலாக நிரந்தரப்படுத்திய 'இருளின் சேனைகள்' (Armies of the Night) மெயிலரை மீண்டும் உச்சநிலைக்குக் கொண்டு செல்கிறது. 1969ஆம் ஆண்டின் பல முக்கிய இலக்கிய விருதுகள் 'இருளின் சேனைக'ளுக்கு ஏகமனதாக அளிக்கப்பட்டன.

மெயிலரின் புதுப் புத்தகமும் அ—படைப்பிலக்கியம்தான். 'இருளின் சேனைகள்' மனிதர்கள் பற்றியது. இந்தப் புதுப் புத்தகம் – 'சந்திரனில் ஒரு தீப்பிழம்பு' (Of a fire on the Moon) – இயந்திரங்கள் பற்றியது. சாட்டர்ன் ராக்கெட்மீது பொருத்தப்பட்டு மொத்தம் 363 அடி உயரம் கொண்ட அப்போலோ-11 விண்வெளிக் கலம் பற்றி. இந்த நானூறு அடி இயந்திர ராட்சதனில் மனிதன் ஆறடிதான். இந்த விகிதத்தில்தான் இயந்திரமும் மனிதனும் மெயிலரின் இப்புதுப் புத்தகத்தில் இருக்க முடியும். இயந்திரங்கள் பற்றிய இவ்வளவு நீண்ட புத்தகத்தில் (472 பக்கங்கள்) இலக்கியத் தன்மை சிருஷ்டிக்க முடியுமா? எழுத்தாளனுக்கு இது மிகப் பெரிய சவால்.

இந்த அப்போலோ-11 பயணம் நடந்த 1969ஆம் ஆண்டு மெயிலருக்கு மிக முக்கியமான ஆண்டு நியூயார்க் நகர மேயராகக் குடியரசுக் கட்சி ஆரம்பத்தேர்வுகள் நடக்கின்றன. மெயிலரும் ஒரு வேட்பாளர். தேர்தல் பிரசாரத்திற்கு நிறைய பணம் வேண்டும்; நன்கொடைகள் வந்துகொண்டிருக்கின்றன. அப்போது ஒரு செய்தி வெளிப்படுகிறது: அப்போலோ பற்றி மெயிலர் எழுதப்போகும் புத்தகத்திற்கு ஒரு மிலியன் டாலர் அளிக்கப்படவிருக்கிறது. (ஓரளவு உண்மையான செய்தி. ஆனால், தொகையில் பாதிதான் அசலான சன்மானம்.) இச்செய்தி வெளிவந்ததும் தேர்தல் நன்கொடைகள் நின்றுவிடுகின்றன. அது ஒன்றுதான் காரணம் என்றில்லை; மேயர் தேர்வுப் போட்டியில் மெயிலர் நான்காவதாகத்தான் வரமுடிகிறது. புதுப் புத்தகம் தரப்போகும் பணம் முக்கால்வாசிக்கும் மேல் கடன்களைத் தீர்க்கப்போகும்; மெயிலர் தன் மூன்று திரைப்படங்களுக்கு நிறைய செலவிட வேண்டியிருந்தது. பாக்கி கால்வாசி வரிப்பணப்

பாக்கிக்கு. ஆனால் புத்தகம் எழுதப்படுகிறது. மிகவும் விரிவான நூலாக, மிகுந்த உழைப்பின் பலனாக, 'சந்திரனில் ஒரு தீப்பிழம்பு', பிரசுரம் செய்தவர்கள் லிட்டில்பிரெளன் அண்ட் கம்பெனி, முதல் பதிப்புப் பிரதியின் விலை டாலர் 7.95.

இப்புத்தகத்தின் பல பகுதிகள் *லைஃப்* பத்திரிகையில் பல வெளிவந்தன, தனித்தனிக் கட்டுரைகளாக. ஆனால் புத்தக உருவில், இவை ஒரு கலைஞனின் திறமைக்குச் சான்றாகக் காணப்படுகின்றன. இன்றைய விண்வெளிப் பயணத்தின் கணக்கற்ற தகவல்கள் சிறிதும் பெரிதுமாக, சிதறலாக, இடைவெளி விட்டு, பல பத்திரிகைகளில் அநேகர் படித்திருக்கக் கூடும். இந்தத் தகவல்கள் ஒருங்கிணைக்கப்பட்டு, கோர்வை தரப்பட்டு, ஒரு தத்துவ அடிப்படை தரப்பட்டு, பத்திரிகைகளில் அரைகுறைத் தகவல்களாக வந்தபோது மனத்தில் எழுந்த பல சிறு – பெரிய சந்தேகங்கள் விவாதிக்கப்பட்டு, நிவர்த்திக்கப்பட்டு. விஞ்ஞானியல்லாத சாதாரண மனிதனுக்கு மெயிலர் சாதாரண மக்கள் மொழியில் இவற்றை விளக்கும்போது, விண்வெளிப் பயணம் ஒரு புது, முக்கிய, அந்தரங்கமான அனுபவமாக மாறுகிறது. ஒரே வீச்சில் இந்த சாட்டர்ன் – அப்போலோ கலம் பூமியிலிருந்து கிளம்பும்போது, 6,484,280 ராத்தல் எடை; இதில் 6,000,000 ராத்தல் எரிபொருள்கள்தான்; 1800 மைல் சீறிச் சென்று பூமிக்கு 150 மைல் உயரத்தில் சுற்றத் தொடங்குவது 11 நிமிடங்களில் நடந்துவிடுகிறது; முதல் மூன்று நிமிடங்களில் 5,000,000 ராத்தல் எரிபொருள் எரிந்துவிடுகிறது; அமெரிக்காவின் விண்வெளி மாலுமிகள் எண்ணிக்கை 66; இதில் எட்டு பேர் ராஜினாமா செய்துவிடுகிறார்கள், அல்லது வேறு பிரிவுகளுக்கு மாற்றப்படுகிறார்கள்; விபத்தில் இறந்தவர்கள் எட்டு பேர்; மிகுதியுள்ள ஐம்பதில் பதினாறுபேர் மேல்தள மாலுமிகள்; மெர்க்குரி, ஜெமினி, அப்போலோ ஆகிய மூன்று விண்வெளித் திட்டங்களிலும் பங்குபெற்றுப் பறந்தவர்கள்; பதினாறு பேரும் மணமானவர்கள்; அவர்கள் குழந்தைகள் 47; அநேகமாகத் தினமும் ஜெட் விமானப் பயிற்சி மற்றும் *simulation* பயிற்சிகளுக்கு உட்படுபவர்கள் (அதாவது விண்வெளிச் சூழ்நிலையை ஆராய்ச்சிக் கூடத்திலேயே உண்டுபடுத்தி அதில் பழக்கமுறுவது); ஆனால் இப்பயிற்சியைச் செயல்முறைப்படுத்த இரண்டு அல்லது மூன்று வருடங்களுக்கு ஒருமுறைதான் விண்வெளி செல்ல வாய்ப்பு கிடைக்குமா கிடைக்காதா என்ற வினாவை எப்போதும் எதிர்கொண்டிருப்பவர்கள்; ஆம்ஸ்ட்ராங் வீட்டில் ஒரு புத்தர் விக்கிரகம் பிரதானமாகக் காட்சியளிக்கிறது (ஆம்ஸ்ட்ராங்கின் மிகக் குறைவான பேச்சுக்கு அதுதான் காரணமோ) அப்போலோ விண்வெளிக் கலத்திலிருந்து

பிரிந்து சந்திரனில் இறங்க வேண்டிய 'லெம்' சந்திரக்கலம் அதற்கான சந்திரக்கோள் சூழ்நிலையைப் பூமியில் உண்டாக்க முடியாத காரணத்தால் வெள்ளோட்டமே சிறிதும் இல்லாமல் மயிரிழையிலும் படுமோசம் நிகழ்ந்துவிடும் பயணத்தில் எடுத்துச் செல்லப்படுகிறது; சாட்டர்ன்-அப்போலோ கலம் கட்டப்படும் வீ.ஏ.பி. (Vehicle Assembly Building) கட்டடம் நாற்பது மாடிகள் உயரம். அதன் வாசல் வழியாக ஐ.நா. கட்டடத்தை உள்ளே கொண்டுபோய்விடலாம்; விண்வெளி மாலுமிகளும் பத்திரிகையாளரைச் சந்தித்துப் பதில்கள் தரவேண்டியிருக்கிறது; அதோடு மட்டுமல்ல, அவர்கள் மனைவிமார்களும் அடுத்தடுத்துப் பத்திரிகைக்காரர்களுக்குப் பதில்கள் தரவேண்டியிருக்கிறது; இன்றைய அமெரிக்க ராக்கெட் இயக்கத்தின் தந்தையான வெர்னர் வான் பிரௌன் இருபத்தி நான்கு ஆண்டு அமெரிக்க வாசத்திற்குப் பிறகும் அவர் ஒரு காலத்தில் நாஜிகளுக்குப் பணிபுரிந்தவர் என்பதை மறந்துவிடாமல் நினைவுபடுத்தப்படுகிறார், பத்திரிகைக்காரர்களாலாவது; இந்த விண்வெளித் திட்டத்தில் நிறைய காண்டிராக்டர்களுக்குப் பங்கு உண்டு; காண்டிராக்டுகள் அளிக்கப்படுவதில் 'அரசியல்' உண்டு; ஒரு பொதுவான அலட்சிய மனப்பான்மையால் ஒரு சாதாரண ஒத்திகையின்போது மாலுமிகள் கலத்தில் நெருப்புப் பிடித்து மூன்று மாலுமிகள் செத்தே போனார்கள் (கிரிஸ்ஸம், வைட், சாஃபி); அப்போலோ 7க்கு முன்னர் இயந்திரங்கள் வேண்டுமென்றே சதிசெய்வது போல் பல விபத்துகளை விளைவித்தனர்; ஆனால் அப்போலோ-8 மாலுமிகளுடன் முதன்முறையாகச் சந்திரனின் மறுபுறத்திற்குச் சென்றுவந்ததிலிருந்து ஒழுங்கான நடத்தை கொண்டதாக இருந்து வருகின்றன... இப்படிப் பலதரப்பட்ட மனிதனுக்கு - மனிதன் மனிதனுக்கு-இயந்திர உறவு நுணுக்கங்களின் கண்டுபிடிப்புகள், அபிப்பிராயங்கள், கருத்துகள் விமர்சனங்கள். மெயிலரின் உழைப்பும் கிரகிப்புத்தன்மையும் படிப்போர் மனத்தைப் பெரிதும் விரிவடையச் செய்கின்றன

(இதை எழுதும்போது அப்போலோ பயணங்களைப் பற்றி எழுதப்பட்ட இன்னொரு புத்தகத்தின் நினைவு வருகிறது: சென்னையில் ஒரு காரியாலயம் வெளியிட்ட 'அப்போலோ கண்ட விண்வெளி விஞ்ஞானம்' ஏராளமான படங்களும் விளக்கச் சித்திரங்களும் பட்டியல்களும் கொண்டது மெயிலரின் புத்தகம். உள்ளடக்கத்தில் இப்புத்தகத்தைப் போன்று இரு மடங்குடையது. ஒரு படம் கிடையாது. ஒரு விளக்கச் சித்திரம் கிடையாது. சாத்தியப்படுகிறவர்கள் இவ்விரு புத்தகங்களையும் படித்துப் பார்க்க வேண்டும். இந்த வினா எழும்; நுணுக்கமாக விஞ்ஞானத் தகவல்களை ஏன் ஒருவர் எழுதினால் படிப்போருக்கு

இவ்வளவு ஆழ்ந்த அனுபவம் ஏற்படுகிறது, இன்னொருவர் எழுதினால் சுத்தமாகப் புரியாமல் விஷயத்தில் அலட்சியமும் வெறுப்பும் கூட ஏற்படுகிறது?)

இந்த நூற்றாண்டின் மிக மகத்தான நிகழ்ச்சி எது? இக்கேள்வி இந்த இருபதாம் நூற்றாண்டு தொடங்கி இருபது ஆண்டுகள் செல்வதற்குள் கேட்கப்பட்டு அப்போது மிகத் தீர்மானமாகப் பதில் தரப்பட்டது: ருஷ்யப் புரட்சி. இன்னும் முப்பதாண்டுகள் கழிந்தன. மீண்டும் அக்கேள்வி எழுந்தது. அப்போது வந்த விடை: இரண்டாம் உலகப் போர். இரண்டாம் உலகப் போர் முடிந்து இன்னும் முப்பதாண்டுகள் முடிவதற்குள் இக்கேள்வி வெளிப்படையாக இன்னொரு முறை கேட்கப்படாமல் விடை மட்டும் தரப்பட்டது. அப்போலோ-11இல் பயணம் சென்று சந்திரனில் முதன்முதலில் மனிதக் காலடி எடுத்துவைத்த ஆம்ஸ்ட்ராங் கூற்றில்; "இது மனிதனுக்குச் சிறு தப்படிதான்; ஆனால் மனித குலத்திற்கு மாபெரும் பாய்ச்சல்." சந்திரனில் மனிதன் காலடி எடுத்து வைத்தது உண்மையிலேயே மனித குலத்திற்கு மாபெரும் முன்னேற்றப் பாய்ச்சல்தானா? பதில்களில் அவ்வளவு திடம் இல்லை. இதைக் கேட்டுக்கொண்டிருப்பவர்களும் அவ்வளவு சமாதானம் அடைந்தவர்களாக இல்லை. மெயிலரும் இக்கேள்வியைக் கேட்டுக்கொள்கிறார். ஒரு பத்திரிகையாளர் கேட்ட கேள்வியை அவர் மீண்டும் திருப்பி எழுதுகிறார்: "இப்படிச் சந்திரனில் இறங்குவதால் இங்கே பூமியில் மனிதர்கள் மூளை பாதிக்கப்படுமா?" இதற்கு விடையோ என்னும் முறையில் மெயிலர் சில சமகால நிகழ்ச்சிகளை எழுதுகிறார். அப்போலோ-11 மேல் கிளம்பிய அடுத்த இரவு ஜான் கென்னடியின் சகோதரர் ட்டெட் கென்னடி மது போதையில் தன் காரை ஒரு பாலத்தருகில் தண்ணீரில் நிலை தவறி இறக்கிவிட்டு, தட்டுத் தடுமாறி வெளியேறிவிடுகிறார். அடுத்த நாள் காலை அந்தக் காரை மீட்கையில் அதில் ஓர் இளம் பெண்ணின் பிணம் கிடக்கிறது: அவள் தண்ணீரில் தத்தளித்து இறந்திருக்கிறாள். ஆம்ஸ்ட்ராங்கின் 'மாபெரும் பாய்ச்ச'லுக்குப் பிறகு வுட்ஸ்டாக் திருவிழா நடக்கிறது. இரண்டு லட்சம் இளைஞர்கள் வெட்ட வெளியில் எந்தப் பெரிய அசம்பாவிதமும் நிகழ்த்தாமல் சங்கீதத்திலும் நடனத்திலும் இரு முழுநாட்கள் செலவிடுகிறார்கள். மெயிலரின் மேயர் தேர்வு முதலிலேயே கிடைக்காமல் போய்விடுகிறது. ஷரான் டேட் என்னும் இளம் நடிகை, மந்திர சக்திகள் பெறுவதற்கென போதை மருந்துகள் மயக்கத்தில் சில இளைஞர்களால் கத்தியால் பல இடங்களில் குத்திக் கொலை செய்யப்பட்டு அவள் உதிரம் அறையெல்லாம் வாரியடிக்கப்படுகிறது. இது நேராதிருந்தால் அவள் ஐந்தாறு மாதங்களில் தாயாகியிருப்பாள்...

ஜனாதிபதி நிக்ஸன் தொலைபேசி மூலம் நேரடியாக விண்வெளி மாலுமிகளைப் பாராட்டுகிறார்—அவர்கள் சந்திரப் பரப்பின் மீது இருக்கும்போது, அவர்கள் பூமி திரும்பிய பிறகு. அவர்களை ஒரு விசேஷ விருந்துக்கழைக்கிறார். இந்தச் சம்பாஷணைகளில் ஆம்ஸ்ட்ராங்கின் பேச்சு இயல்பாக, சிக்கனமாக, பணிவோடு, நன்றியுணர்வோடு இருக்கிறது. நிக்ஸனின் பேச்சு பிரகடனமுமாகவும் பிரசங்கமாகவும் இருக்கிறது. ஜனாதிபதியாகிவிடுவதில் உள்ள சங்கடங்களில் இதுவும் ஒன்று. பன்மையிலேயே பேச வேண்டியிருக்கிறது. வேறு யார் சார்பிலோ பேசுவதுபோல் பேசவேண்டியிருக்கிறது. மீண்டும் மீண்டும் உலகத்தையும் மனித குலத்தையும் சரித்திரத்தையும் வருங்காலச் சந்ததிகளையும் பேச்சில் கலந்து பேச வேண்டியிருக்கிறது.

இயந்திர நுணுக்கங்களில் இவ்வளவு தேர்ச்சியடைந்த காலத்திலும் சில அபத்தங்கள் நடந்துவிடுகின்றன. விண்வெளி நிறுவன உயர் அதிகாரி விண்வெளிப் பயணத்திற்கு முன் பத்திரிகை நிருபர்கள் பேட்டியை ஒரு ஹாஸ்யத் துணுக்கோடு ஆரம்பிக்கிறார். அந்த நேரத்தில் எப்பேர்பட்ட ஹாஸ்யம்! "நீ எப்போதிலிருந்து சிகார் புகைக்க ஆரம்பித்தாய்?" "என் படுக்கையறை ஆஷ்டிரேயில் என் கணவர் ஒரு சிகார்த் துண்டைக் கண்டெடுத்த நாளிலிருந்து." இன்னொன்று சிறிது தீவிரமானது; மனத்தைத் துணுக்குறச் செய்வது. கோடி கோடி டாலர் செலவில் எவ்வளவோ ஆண்டுகள் ஆராய்ச்சியும் உழைப்பும் சாத்தியமாக்கிய இந்த அப்போலோ–11இல் மூன்று நாட்களுக்கும் மேலாகப் பல அபாயங்களைக் கடந்து விண்வெளியில் சென்று சந்திரனில் இறங்கிய பின் சந்திரக்கலத்தின் தாழ்ப்பாள் சிக்கிக்கொண்டு கதவு திறக்கமுடியவில்லை! அது கடைசிவரை திறக்க முடியாமல் போயிருந்தால்! ஆனால் இந்த விண்வெளிக் கலங்களிலேயே எந்த ஒரு சிறு பணிக்கும் இரு சாதனங்கள். ஒன்றில்லாவிட்டால் இன்னொன்று. ஆதலால் ஆம்ஸ்ட்ராங் சந்திரப் பரப்பில் முதல் காலடி பதிப்பித்துவிடுகிறார். மூன்றாவது அப்போலோ–7 பூமியை விட்டுக் கிளம்பியவுடன் கீழே தரையில் மின்சாரம் தவறி விடுகிறது. எண்பது நிமிடங்கள் மிஷின் கண்ட்ரோல்காரர்கள் என்ன எது நடக்கிறது என்று தெரிய வழியில்லாமல் இருட்டில் தடுமாறினார்கள்! விண்வெளிக் கலத்தில்தான் ஒவ்வொரு இயந்திரத்திற்கும் மாற்று இயந்திரம் உண்டு...

மாற்று விசைகள், மாற்றுச் சாதனங்கள், மாற்று இயந்திரங்கள் இவ்வளவும் இந்த அபாயகரமான சோதனைகளில் எப்படியாகிலும் மனித உயிரைக் காப்பாற்றிவிட வேண்டும் என்பதற்குத்தான். இதில் பொருள் நஷ்டம், விண்வெளித் திட்டக்குலைவு ஒரு பொருட்டில்லை. நிறைய விபத்துத் தடுப்புச்

சாதனங்கள், விபத்து நேர்ந்தால் தப்பிக்கச் சாதனங்கள் உள்ளன. இருந்தும் பயங்கரமான விபத்துகள் நிகழ்ந்திருக்கின்றன. இப்போது அப்போலோ–11க்குப் பின் ஐந்து முறை சந்திரனுக்கு மனிதன் போய் வந்தாகிவிட்டது. இருந்தும் ஒவ்வொரு விண்வெளிப் பயணத்தின் போதும் 'விரல்களை முறுக்கிக்கொண்டுதான் இருக்க வேண்டியிருக்கிறது. யாரும் வெளிப்படையாகச் சொல்வதில்லை. ஆனால், சாவின் பிரசன்னத்தை எல்லாரும் உணருகிறார்கள். அடுத்த கணம் இவனுக்கு உண்டா, இந்த 363 அடி பூதத்தில் ஏறி உட்காருகிறானே இவன் திரும்ப இதிலிருந்து இறங்குவானா என்று எல்லோருக்கும் தோன்றுகிறது. ஆனால் சொல்வதில்லை. முன்னொரு காலத்தில் ரோம் நகர கிளாடியேட்டர்கள் ஒரு சம்பிரதாயச் சடங்காகச் சாவைக் குறிப்பிடுகிறார்கள். "சீஸரே வாழ்க! சாகப்போகிறவர்கள் உனக்கு வணக்கம் தெரிவித்துக் கொள்கிறோம்." அப்படியொரு அஞ்சலி கூறித்தான் இந்தப் புத்தகத்தையும் நார்மன் மெய்லர் தொடங்குகிறார். அவர் எடுத்தாளும் வரிகள்... மீண்டும் ஹெமிங்வேயுடையது, ('மணி ஒலிப்பவர்களுக்காக' நாவலிலிருந்து என்று தோன்றுகிறது) அந்த வரிகள் பின்வருமாறு: "இதோ இவன் சாவெனும் கிழப்பரத்தையோடு படுத்திருக்கிறான். ஏனப்பா, நீ இந்தச் சாவெனும் கிழப்பரத்தையைத் தாலி கட்டி மனைவியாக ஏற்றுக்கொள்கிறாயா?"

1972

பூர்வ பிரசுரக் குறிப்புகள்

1. அமெரிக்க ஆங்கிலமும் இலங்கைத் தமிழும் – *தீபம்* நவம்பர், 1977.
2. துரோகிகள் – *தீபம்*. நவம்பர், 1978.
3. கால ஓட்டமும் தமிழ் நடையும். – கல்கத்தா தமிழ் மன்றம் வெள்ளிவிழா ஆண்டுமலர், 1978.
4. ஏன்? – வஞ்சி நாடு. 1969.
5. நான்கு தமிழ் நாவல்களில் காதல் – கிறிஸ்துவ இலக்கிய சங்கம் (சி.எல்.எஸ்) மலர். 1970.
6. மெய் பொய் – சுவடு, 1980
7. ஒரு சிறுபத்திரிகைக்கு வேண்டுகோள். – *பாலம்* இதழில் வெளியானது. அது ஜி. எம். எல். பிரகாஷ் என்ற எழுத்தாளர் 1977ஆம் ஆண்டில் தஞ்சாவூரிலிருந்து வெளிக்கொணர்ந்த பத்திரிகை, இரு இதழ்களுடன் நின்றுவிட்டது.
8. சமகாலமும் சம்பிரதாயமும் – தமிழ்ப்பணி. சித்திரை 1982.
9. வாழ்க்கை வரலாறுகள் – சில உண்மைகள் – மன்றம் பொங்கல் மலர், 1980.
10. மனைவிகள் – *கணையாழி*. மார்ச், 1968.
11. மரிலின் – *கணையாழி*. டிசம்பர், 1973.
12. இன்றைய இந்திய நாவல் இலக்கியத்தின் முக்கிய போக்குகளும் நாவல்களின் பாதிப்புகளும் வளர்ச்சியும் – யாழ்ப்பாணத்தில் இலங்கைப் பல்கலைக்கழகம் 1977 பிப்ரவரியில் நடத்திய தமிழ் நாவல் நூற்றாண்டு விழா கருத்தரங்கில் மூல உரையாகச் சமர்ப்பிக்கப்பட்டது.

13. எழுத்தாளர் பிரச்னைகள் – வரும் பத்தாண்டுகளில் 'தமிழ்ப் புத்தக வெளியீட்டுத் துறை' பற்றி நேஷனல் புக் டிரஸ்ட்– ஆந்திராவில் நடைபெற்ற கருத்தரங்கில் வாசிக்கப்பட்டது. நவம்பர், 1977.

14. தற்காலத் தமிழ் எழுத்தில் வாழ்க்கையின் நிலையான நிலையற்ற பயன்களின் பிரதிபலிப்பு. – சி.எல்.எஸ். நண்பர் வட்டம் 1972இல் நடத்திய கருத்தரங்கில் படிக்கப்பட்டது.

15. ஒரு வெகுஜனப் பத்திரிகைக்கு – 1985. தனது வழக்கமான அக்கறைகளை மீறி ஆனந்த விகடன் பத்திரிகை மூன்று பார்வைகள் என்ற நூலை நூல் வெளியாகி ஓராண்டுக்குப் பிறகு விமர்சித்திருந்தது, அந்த விமர்சனத்தின் பிரதானச் செய்தி, நூலாசிரியர் ஜாதி வெறி காரணமாகப் புதுமைப்பித்தன் எழுத்தில் குறைகள் கண்டிருக்கிறார் என்பது.

16. ஓர் அமெரிக்கக் கருத்தரங்கு. – 1975ஆம் ஆண்டு சி. எல். எஸ், நண்பர் வட்டம் நிகழ்த்திய கூட்டமொன்றில் படிக்கப்பட்டது.

17. மூன்று நாவல்கள் – *கணையாழி* ஆகஸ்ட், 1980.

18. லைஃப், லிபர்ட்டி, பர்ஸ்யூட் ஆஃப் ஹாப்பினஸ் *கணையாழி* ஜூலை, 1976.

    உலகெங்கும் மக்களின் சுதந்திர வேட்கைக்கும் ஜனநாயக உணர்வுக்கும் ஆதரவாக இருந்து வரும் அமெரிக்க சுதந்திரப் பிரகடனத்தின் இருநூறாவது ஆண்டு விழா ஜூலை 4, 1976ஆம் தேதியன்று கொண்டாடப்பட்டது. வாழ்க்கை, விடுதலை, மகிழ்ச்சி பாடல் ஆகியவை இப்பிரகடனம் அறிவித்த அடிப்படை உரிமைகள். இப்பிரகடனம் செய்யப்பட்டு மூன்றாண்டுகளுக்குப் பிறகு எழுந்த பிரெஞ்சுப் புரட்சியின் கோஷமாகிய 'விடுதலை, சமத்துவம், சகோதரத்துவம்' மற்றும் அவர்களின் குடியரசு சாசனம் இவை இரண்டும் அமெரிக்கப் பிரகடனத்தின் பாதிப்பில் உருவானவை.

19. விமர்சனத்தின் விமர்சனம். – *கசடதபற* 1972. 'அழ வேண்டாம் வாயை மூடிக் கொண்டால் போதும்' என்று வெளியாகியது.

    தினமணி கதிர் வாரப் பத்திரிகைக்கு சாவி ஆசிரியராக இருந்த நாட்களில் ஜெயகாந்தன் படைப்புக்களை சாவி விசேஷ கவனம் தந்து வெளியிட்டார். ஆனால் 'ரிஷிமூலம்' என்ற, குறுநாவல் வெளியானவுடன் *தினமணி* ஸ்தாபனத்தின் மூத்த ஆசிரியரான ஏ. என். சிவராமன் – *தினமணி கதிர்* பத்திரிகையிலேயே இனி ரிஷிமூலம் போன்ற படைப்புகளை வெளியிடமாட்டோம்' என்று பகிரங்கமாக அறிக்கை விட்டார்.

சில மாதங்கள் கழித்து இந்திரா பார்த்தசாரதி *தினமணி கதிர்* பத்திரிகையில் 'திரைகளுக்கு அப்பால்' என்ற தலைப்பில் ஒரு தொடர்கதை எழுதத் தொடங்கினார். தொடர்கதையில் 'பிராமண அம்சம்' தூக்கலாக இருப்பதாக ஆசிரியர் அபிப்பிராயப் பட்டதாக அறிந்த இந்திரா பார்த்தசாரதி அத்தொடர்கதையை முடிக்கவில்லை, *தினமணி கதிர்* பத்திரிகையும் இந்திரா பார்த்தசாரதி அனுப்பித்திருந்த அத்தியாயங்களை வெளியிட்டு விட்டுத் தொடர்கதையைக் கைவிட்டுவிட்டது. இது தொடர்பாகக் *கசடதபற* என்ற பத்திரிகை கேட்டுக்கொண்டதன் பேரில் வெ. சாமிநாதன் என்பவர் *தினமணி கதிர்* ஆசிரியர் சாவியைக் கடுமையாகத் தாக்கி எழுதியிருந்தார். நான்கைந்து நண்பர்களோடு ஜெயகாந்தன் ஒரு தனியறையில் இருக்கையில் இத்தாக்குதல் பற்றிப் பேச்சு வந்திருக்கிறது. "எனக்கும் இம்மாதிரி *தினமணி கதிரில்* இகழ்வு நடந்ததே, அப்போது இந்த சாமிநாதன் எங்கே போனார்?" என்று ஜெயகாந்தன் கேட்டிருக்கிறார். இந்தக் குற்றத்துக்காகச் சாமிநாதன் இம்முறை ஜெயகாந்தனைத் தாக்கி அதே *கசடதபற* பத்திரிகையில் எழுதியிருந்தார். அக்கட்டுரையின் தலைப்பு 'யாருக்காக யார் அழுவது?' அதற்குத்தான் பதில் கூறப்பட்டது, அழ வேண்டாம்; வாயை மூடிக் கொண்டால் போதும்.

20. தமிழ் நாவல்கள் – ஒரு கண்ணோட்டம் – சி.எல்.எஸ். 1971இல் நடத்திய கருத்தரங்கில் வாசிக்கப்பட்டது.

21. தற்காலத் தமிழ்ப் புனைகதைகளில் சமுதாய யதார்த்தச் சித்திரிப்பு. அண்ணாமலைப் பல்கலைக்கழகத்தின் மொழியியல் கூட்டத்தில் பிப்ரவரி 25, 1971 தேதியன்று டாக்டர் ஆல்பர்ட் பி. ஃபிராங்க்ளின் *Depiction of Social Reality in Comtemporary Tamil Fiction* என்ற தலைப்பில் உரையாற்றினார். பின்னர் கேள்விகளுக்குப் பதில் அளித்தார். அந்நிகழ்ச்சி பற்றிய கட்டுரை இது.

22. சாவெனும் கிழப்பரத்தை – *கணையாழி*, ஜூலை, 1972.

சொல், பெயர் அகராதி

ஃபிட்ஸ்ஜெரல்டு, 98

அகிலன், 44, 46, 67, 68, 73

அசுரகணம், 72

அண்ணாமலைச் செட்டியார் (ராஜா. சர்.), 73

அப்பாவி, 43

அபிதா, 46, 127

அர்த்தமுள்ள இந்துமதம், 78

அரவிந்த் மெஹ்ரோத்ரா, 96

அலெக்ஸாண்டர் போப், 13

அழகிரிசாமி. கு., 23, 43, 118

அறுவடை, 72

ஆண்ட்ரே ஜீட், 138

ஆண்டிரியீனா (திருமதி கார்க்கி), 59

ஆத்மாநாம், 41

ஆத்மாவின் ராகங்கள், 127

ஆதவன், 72

ஆம்ஸ்ட்ராங், 144, 146, 147

ஆர்ட் புக் வால்டு, 119

ஆரணி குப்புசாமி முதலியார், 65

ஆர்தர் பிரிஸ்பேன், 59

ஆராய்ச்சி, 45

ஆலிவர் டிவிஸ்டு, 105

ஆன் ஃபிராங்க், 106

ஆனந்த போதினி, 15, 21

ஆனந்த விகடன், 15, 21–22, 73, 93, 150

ஆனந்தமடம், 66

இ காஸெட், 138

இக்பால், 49

இந்தியன் ரைட்டிங் டுடே, 122

இந்திரா பார்த்தசாரதி, 72, 118, 128, 151

இரகுநாதையர் இ.சி., 16

இர்வின் ஷா, 101

இலக்கிய வட்டம், 69

இலங்கை கணேசலிங்கன், 127

இன்னொஸண்ட்ஸ் அப்ராட், 141

உமாசந்திரன், 124

உறவுகள், 46, 73, 74

உன்னைப் போல் ஒருவன், 139

உனாமுனோ, 138

எங்கே போகிறோம்?, 73
எட்கர் ஆலன் போ, 111–112
எம்.ஜி.ஆர்., 50
எர்னஸ்ட் ஹெமிங்வே, 39, 51
எழில்முதல்வன், 45
எஸ்.ஏ.பி., 68
எஸ்கொயர், 98
எஸ்தர், 46
ஏபிரகாம் லிங்கன், 52
ஒட்டேகா, 138
ஒதெல்லோ, 31
ஒரு புளிய மரத்தின் கதை, 71
ஒனீல், 98
க.நா.சு., 23, 42, 45, 69, 72, 96-98
கங்காதர் காட்கில், 96
கசடதபற, 115, 119, 135, 150–151
கடல்புரத்தில், 46
கண்ணதாசன், 78
கணையாழி, 3, 26, 59, 107, 119, 149, 150–151
கந்தசாமி. சா., 124, 128
கமலாம்பாள் சரித்திரம், 30–31, 66
கர்ட் வானிகட், 14
கரமஸாவ் சகோதரர்கள், 43
கான்ல் ஆல்காட்டு, 108
கரைந்த நிழல்கள், 72
கல்கி, 22, 31–36, 67, 68, 119
கவிதைப் பட்டறை, 96
கள்வனின் காதலி, 31, 67

காகித மலர்கள், 72
காடரீனா வால்ஜீனா, 58
காண்டேகர், 67
காந்த மலர், 15
காமராஜ், 117
காமன்ட்ரி, 98
கார்ல் மார்க்ஸ், 45
கிரிஸ்மஸ், 145
கிருஷ்ணகுமார், 96
கிருஷ்ணமூர்த்தி. ஜே., 38, 55
கீழ்வெண்மணி, 139
குறுந்தொகை, 17
சங்கரர், 83
சந்திரனில் ஒரு தீப்பிழம்பு, 143-144
சரத் சந்திரர், 66–67, 78
சரஸ்வதி, 69
சா∘ஃபி, 145
சாண்டில்யன், 68, 119
சாந்தி, 69
சாமர்செட் மாம், 107
சாமுவேல் ஜான்சன், 24
சாயாவனம், 127, 129
சார்த்தர், 117–118, 120
சார்லஸ் டிக்கின்ஸ், 14
சால்பெல்லோ, 140
சிங்க்ளேர் லூயிஸ், 98, 140
சித்திரப்பாவை, 45
சிதம்பர சுப்பிரமணியன், 42, 92
சிம்லா, 94–96

சிலப்பதிகாரம், 126
சீஸர், 148
சுசீல் ரே, 96
சுந்தர ராமசாமி, 23, 41, 69, 72
சுஜாதா, 128
சூதாடி, 44
ஞானக்கூத்தன், 139
ஞானரதம், 117
டால்ஸ்டாய், 43, 56–58, 60, 84
டாஸ் பாஸோஸ், 98, 140
டாஸ்டாயவ்ஸ்கி, 123, 131
டி.கே.சி, 22
டிரான்சென்டெண்டலிஸம், 112
டிரெயிஸர், 140
டிலான் தாமஸ், 14, 111
டுருமன் கபோடி, 140, 141
டென்னிசி வில்லியம்ஸ், 140
டென்னிஸன் போ, 111
டைம் 62, 118
தண்டாயுதம். இரா., 45
தந்திரபூமி, 72
தப்ப முடியாது, 38
தமிழ்ப்பணி, 50, 149
தலைமுறைகள், 23–24, 66, 71–72, 127, 129–130
தாமரை, 69, 119
தாமஸ் வுஃல்ப், 140
தாமஸ் ஜெஃபர்ஸன், 13
தாமோதரம் பிள்ளை சி.வை., 15–16

தி கோஸ்ட் ரைடர், 104, 106
தி டயரி ஆஃப் ஆன் ஃபிராங், 106
தி மெர்ச்சண்ட் ஆஃப் வெனிஸ், 105
திக்கற்ற இரு குழந்தைகள், 86
தியாக பூமி, 33–34
தியோடோர் ரூஸ்வெல்ட், 59
திருவள்ளுவர், 83
தினமணி கதிர், 115–118, 150–151
நகுலன், 70, 128–129
நடை, 135
நம்பிக்கை, 38
நயிகஹரானி, 70
நாரண துரைக்கண்ணன், 118
நார்மன் மெய்லர், 62, 140–142, 148
நிக்ஸன், 147
நியூ ரிபப்ளிக், 98
நியூயார்க்கர், 39
நியூஸ்வீக், 118
நிர்மல் வர்மா, 96
நினைவுப் பாதை, 70
நிஸ்ஸிம் எஸகியல், 96
நீங்களும் உங்கள் மோட்டாரும், 78
பங்கிம் சந்திரர், 49, 66
பத்மநாபன். நீல., 23, 71–73, 128–129
பரமார்த்த குரு கதைகள், 20
பாக்கியம் ராமஸ்வாமி, 128
பார்த்திபன் கனவு, 34–35
பாரதியார், 48–50
பாலம், 42, 149

பாற்கடல், 19

பாஸ்டன் பிராம்மணர்கள், 112

பிச்சமூர்த்தி. ந., 23, 92

பிணக்கு, 19

பிரதாப முதலியார் சரித்திரம், 20, 30, 66, 84–85

பிரயாணம், 38

பிரெஞ்சுப் புரட்சி, 110, 150

பிரேம்சந்த், 66–67

பிலிப் யங், 39

பிலிப் ராத், 104, 106–107

புத்தம் வீடு, 127

புத்ர, 127

புதுமைப்பித்தன், 23–24, 41, 69, 86, 92, 134, 138, 150

பெர்னார்டு மாலமுட், 101

பேர்ல் பக், 43

பொயட்ரி, 98

போர்ஹே, 141

போரும் அமைதியும், 43

மணி ஒலிப்பவர்களுக்காக, 148

மணிக்கொடி, 69, 92

மணியன், 68, 128

மரப்பசு, 46

மரிலின் மன்ரோ, 61–63

மலரும் சருகும், 71–72, 127

மாக்சிம் கார்க்கி, 57

மாக்ஸிம் கார்க்கி, இளையவர், 58

மார்க் ட்வென், 14, 59, 100, 141

மார்லன் பிராண்டோ, 13

மார்ஷல் மக்லுஹான், 133

மால்கம் கவ்லி, 39

மான், 123

மாஸ்தி வெங்கடேச ஐயங்கார், 67

மிஷீமா, 128

மீனாட்சி முகர்ஜி, 96

முத்துசாமி ந., 70

மெர்க்குரி, 144

மேரி லிங்கன், 52, 56

மைக் டக்லஸ், 112

மோபி டிக், 43

மௌனி, 23, 42, 92, 123

யங் டச்சஸ், 66

யுலிஸிஸ், 24

ரமேஷ் பக்ஷி, 96

ரவீந்திரநாத் தாகூர் (ரவீந்திரர்), 66, 67

ராபர்ட் ஆல்ட்மென், 112

ராபர்ட் ஃபிராஸ்ட், 98, 140

ராமர், 126

ராமாமிருதம். லா.ச. (லா.ச. ரா.), 19, 23, 42, 45, 90, 105, 123

ராமாயணம், 84

ராமானுஜன். ஏ. கே., 17

ராமையா பி.எஸ்., 92

ராயல்டி, 76, 77, 80

ராஜகோபாலன்.கு.ப. (கு.ப.ரா) 41

ராஜநாராயணன், 118

ராஜமய்யர், 24

ரிஷிமூலம், 115–116, 150

ருத் ராண்டால், 56

லட்சுமி, 68

லட்சுமி நாராயணன் லால், 96

லால். பி., 96

லிங்கன், 56, 114

லின்லித்கோ, 95

லெனின், 126, 128

லெஸ்லி ஃபீட்லர், 95

லோகநாத் பட்டாச்சார்யர், 96

வண்ணநிலவன், 72

வரதராசனார். மு., 137

வல்லிக்கண்ணன், 118

வாசன் எஸ் எஸ், 21

வாடிவாசல், 127

வாத்ஸ்யாயன், 96

வில்பர் புளூம், 108

வில்லியம் ஃபாக்னர், 39

வில்லியம் ஹாவெல்ஸ், 59

விஷ விருகூஷம், 66

வெட்ட வெளிச்சம், 59

வெல்ஸ். எச்.ஜி., 59, 83

வேதநாயகம் பிள்ளை, 20, 85

வேவல் துரை, 95

ஐய ஐய சங்கர, 78

ஜாக்குலின் கென்னடி, 51

ஜாந்திபி, 55, 56

ஜான் கென்னடி, 146

ஜெகசிற்பியன், 68

ஜெயகாந்தன், 23–24, 69, 115–119, 139, 150–151

ஜேம்ஸ் ஜாய்ஸ், 24, 102

ஹக்கில்பெரிஃபின், 100

ஹார்டி லாரன்ஸ், 24

ஹிட்லர், 44, 105

20,000 Leguaes under the sea, 83

Across the river in to the trees, 39

In Cold Blood, 141

Interior Landscape, 17

Striders, 17

The old man and the sea,

The Literary offences of James Fennimoore Cooper, 100

Trauma theory, 40, 41

Uncle Tom's Cabin, 84

War and Peace, 84

Vox populi vox Dei, 125

ஆசிரியரின் பிற கட்டுரை நூல்கள்

சில ஆசிரியர்கள் சில நூல்கள்

ரூ. 175

மதிப்புரைகள், விமர்சனங்கள் என்பவையாக அல்லாமல் நூலை அறிமுகப்படுத்துதல், வாசிப்பு அனுபவத்தைப் பகிர்ந்துகொள்ளுதல் என்னும் முறையில் பல்வேறு நூல்களை அசோகமித்திரன் இந்நூலில் அறிமுகப் படுத்துகிறார்.

தான் வாசித்த ஒரு நூலை முன்வைத்துத் தன்னுடைய இலக்கிய மேதமையைப் பறைசாற்றிக்கொள்ளும் போக்கு மதிப்புப் பெற்றுவரும் ஒரு காலகட்டத்தில் நூலை முன்னிறுத்திப் பேசும் அசோகமித்திரனின் கட்டுரைகள் பெரும் ஆறுதல் அளிக்கின்றன. உணர்ச்சிவசப்படாமல் நூல்களை அசோகமித்திரன் அறிமுகப் படுத்துகிறார். படைப்புகளைக் காலத்தின் பின்னணியில் பொருத்திக்காட்டுகிறார். சிறப்புகளை மிகையின்றிச் சொல்கிறார். போதாமைகளைக் கூடியவரை நுட்பமாகச் சொல்லும் அசோகமித்திரன், ஒரு சில இடங்களில் வெளிப்படையாகச் சொல்லும்போதும் காரமான சொற்களைப் பயன்படுத்துவதில்லை. எந்த ஒரு நூலைப் பற்றியும் ஒவ்வொருவரும் தன்னுடைய வாசிப்பின் மூலம் முடிவுக்கு வர வேண்டும் என்று நம்பும் அசோகமித்திரன் தன் வாசிப்பின் முடிவுகளை வாசகர்களிடத்தில் திணிக்காமல் நூல்களைப் பற்றிப் பேசுகிறார்.

எழுத்தாளர்களைப் பற்றிய கட்டுரைகள் கலாபூர்வமான, கச்சிதமான சொற்சித்திரங்களாக உருப்பெற்றிருக்கின்றன. பல சித்திரங்கள் சிறுகதைக்கு இணையாக உள்ளன. படைப்பாளிகளின் தனிப்பட்ட ஆளுமைகளைப் பற்றிச் சொல்லும்போது அவர்கள் படைப்பைப் பற்றிய தன் பார்வையையும் இயல்பாக அதில் இணைத்துவிடுகிறார்.

எளிய கோடுகளால் ஆன இந்தச் சித்திரங்கள் அழிக்க முடியாமல் மனத்தில் பதிந்துவிடக்கூடியவை.

எரியாத நினைவுகள்
(கிளாசிக் கட்டுரை)
ரூ. 290

அசோகமித்திரனின் கட்டுரைகள் அவரது கதைகளைப் போலவே மிகுந்த சுவாரஸ்யம் தருபவை. மேலும் அவரது புனைவுகளில் இடம்பெறாத பல்நோக்கு விமர்சனங்களும் ரசனை அனுபவங்களும் தேர்ந்த தகவல்களும் தனிமனிதர்களைப் பற்றிய நுண்மையான சித்தரிப்புகளும் கட்டுரைகளில் விரவியுள்ளதைக் காண முடியும். அசோகமித்திரன் என்கிற இலக்கிய ஆளுமையின் பல முகங்களை அறிமுகம் செய்யும் தொகுப்பு இந்நூல்.